आपल्या स्नेहीजनांना पुस्तके भेट द्या

काँग्रेस विरुद्ध महाराष्ट्र

ॲड. बाबूराव कानडे

मेहता पब्लिशिंग हाऊस

Please contact us at **Mehta Publishing House,**
Email : production@mehtapublishinghouse.com
Website : www.mehtapublishinghouse.com

CONGRESS VS MAHARASHTRA by Adv. Baburao Kanade

काँग्रेस विरुद्ध महाराष्ट्र / समीक्षात्मक लेख

© ॲड. बाबूराव कानडे

author@mehtapublishinghouse.com

प्रकाशक : सुनील अनिल मेहता, मेहता पब्लिशिंग हाऊस,
१९४१ सदाशिव पेठ, माडीवाले कॉलनी, पुणे – ४११०३०.

मुखपृष्ठ : सतीश भावसार

प्रथमावृत्ती : डिसेंबर, २०१९

P Book ISBN 9789353173548
E Book ISBN 9789353173555
E Books available on : play.google.com/store/books
www.amazon.in

काँग्रेस

काही लोक काँग्रेसला काँग्रेज असे म्हणतात. विशेषत: अडाणी लोक काँग्रेज म्हणतात. त्याला कारण आँग्रेज आणि काँग्रेज हे सारखे शब्द आहेत. आँग्रेज या शब्दसादृश्यासारखा काँग्रेज हा शब्द. अडाण्यांनी अगदी सार्थ शब्दयोजना केली.

आजपर्यंत अनेकांनी काँग्रेस संपविण्याचा प्रयत्न केला. पण काँग्रेस संपली नाही. सर्वांत प्रथम आँग्रेज लोकांनी काँग्रेस संपविण्याचा प्रयत्न केला. त्यांना यश आले नाही; कारण इंग्रज आणि इतर पक्ष ही काँग्रेसची प्रतिक्रिया आहे. इतर राजकीय पक्ष हे पर्याय नसून प्रतिक्रिया आहेत.

न्या. रानडे, सर ह्यूम, अॅनी बेझंट, टिळक, महात्मा गांधी यांनी काँग्रेसची स्थापना केली. त्यावर प्रतिक्रिया म्हणून हिंदू महासभा; कारण काँग्रेसने 'सर्व धर्म समभाव'चा नारा लगावला. त्यावर हिंदू महासभावाल्यांनी हिंदू महासभा, रामराज्य परिषद जनसंघ आणि आता भारतीय जनता पक्ष अशा स्थित्यंतराच्या पक्षाची परंपरा निर्माण केली. डॉ. श्यामाप्रसाद मुखर्जींनी जनसंघ स्थापन केला. स्वातंत्र्यवीर सावरकरांनी हिंदू महासभा स्थापन केली. जयप्रकाश नारायण, आचार्य नरेंद्र देव यांनी समाजवादी पक्ष स्थापन केला. राम मनोहर लोहियांनी तो प्रसारित केला. बहुजन समाज पक्ष, रिपब्लिकन पक्ष, शेतकरी-कामकरी पक्ष या सर्व पक्षांची प्रतिक्रियावादी पक्ष म्हणूनच गणना करावी लागेल. या सर्व पक्षांनी काँग्रेसला संपविण्याचा विडा उचलला; पण काँग्रेस संपली नाही. शिवसेना, राष्ट्रवादी काँग्रेस, अनेक प्रादेशिक पक्ष यांनीदेखील काँग्रेस संपविण्याचा प्रयत्न केला; पण काँग्रेस संपली नाही. कारण काँग्रेसची मुळे स्वातंत्र्यलढ्याशी जुळली आहेत. देशाला स्वातंत्र्य काँग्रेसने मिळवून दिले, ही कल्पना समाजात चविष्ट लोणच्यासारखी मुरली-रुजली आहे, की ती काढता काढून टाकता येत नाही. ती संपविण्याचा प्रयत्न स्वातंत्र्यवीर सावरकर, धर्मवीर मुंजे, भालाकार थोपटकर, जयप्रकाश नारायण, एच. व्ही. कामत, भूपेश गुप्ता, राममनोहर लोहिया, अटलबिहारी वाजपेयी,

लालकृष्ण अडवाणी, बाळासाहेब ठाकरे, शरद पवार यांनी केला; पण काँग्रेस काही संपली नाही. काही काही प्रांतात काँग्रेसला सत्तेपासून पदच्युत करण्यात आले, सत्तेपासून दूर ठेवण्यात आले; पण संपविता आले नाही. दक्षिणेकडील राज्यात तामिळनाडू, आंध्र प्रदेश, कर्नाटक यांत काँग्रेस सत्तेत नसेल; पण ती संपली आहे, असे म्हणता येणार नाही.

केरळमध्ये आणि बंगालमध्ये कम्युनिस्ट पक्षाची सत्ता आली. बंगालमध्ये तर पंचवीस-तीस वर्षे कम्युनिस्टांची सत्ता होती. केरळमध्ये प्रजासमाजवादी-कम्युनिस्ट यांची सत्ता होती. महाराष्ट्रात संयुक्त महाराष्ट्र समितीने काँग्रेस काही अंशी संपविली. शिवसेना-भाजप युतीने सत्ता काबीज केली. पण संयुक्त महाराष्ट्र समितीने काँग्रेसला हातभट्टीवाले, काळेबाजारवाले, सटोडिया, काळे धंद्याचे जनक, जनतेचे वैरी, लोकशाही विरोधी म्हणून बदनाम केले. काही अंशी काँग्रेस महाराष्ट्रात संपली; पण ती महाराष्ट्रात मेली नाही. संयुक्त महाराष्ट्र समितीने काँग्रेसला संपविली असती; पण यशवंतराव चव्हाणांनी समितीला भगदाड पाडण्यात यश मिळविले.

समिती भटाबामणाची बटीक आहे. समिती कम्युनिस्टांची दासी आहे. त्यांना पेशवाई आणायचीय, त्यांना ब्राह्मणशाही हवी आहे. त्यांना जेवणावळी घालायच्या आहेत. अकलूजमधील लक्षभोजन फेम शंकरराव मोहिते हे खरेतर काँग्रेसचेच होते. तसेच अलीकडील श्री. भास्कर जाधव हेही डामडौल आणि लग्नाचा बाजार आणि भोजनभाऊ म्हणविणारे काँग्रेसचेच वस्ताद होते. खरा ब्राह्मणांचा भोजनावळीचा आदर्श शहाण्णव कुळी मराठ्यांनीच ठेवला. पण ब्राह्मण बदनाम झाले. काही शेतकरी-कामकरी पुढाऱ्यांना, लाल निशाणच्या दत्ता देशमुखांना; यशवंतराव मोहिते पाटलांनी समितीतून फोडून, समिती निष्प्रभ करण्याचा प्रयत्न केला.

दत्ता देशमुख समितीतून बाहेर पडले नाहीत; पण स्वत:च्या लाल निशाण पक्षाला सरकारी पाठिंबा आणि सवलतीत, साथ मिळवून घेण्यात यशस्वी ठरले. माधवराव गायकवाडांना तर यशवंतरावांनी हाताशी धरून समितीची हवा काढून घेतली. प्रजासमाजवादी पक्षातील एस. एम. जोशी यांना 'आज मी मुख्यमंत्री आहे, उद्या अण्णा मुख्यमंत्री होतील,' असे म्हणून प्रजासमाजवाद्यांना गाजर दाखविले आणि प्रजासमाजवाद्यांनी राष्ट्रीय सेवा दलासाठी दोन बसेस मिळवून घेतल्या. काहींना सत्तेत प्रवेश देऊन तर काहींना आमिषे दाखवून किंवा देऊन आपलेसे केले. विरोधकांची धार बोथट केली. याला बधले नाहीत ते आचार्य अत्रे. आचार्य अत्रे यांनी अनेक काँग्रेसवाल्यांची भ्रष्टाचारांची प्रकरणे बाहेर काढली आणि काँग्रेसची अब्रू वेशीवर टांगली. गैरकृत्ये, गोपनीय अहवाल प्रसिद्ध करून काँग्रेसला जेरीला आणले. पण यशवंतरावांनी आचार्य अत्रे यांना इमोशनली ब्लॅकमेल केले; कारण यशवंतराव पडले मुत्सद्दी आणि आचार्य अत्रे पडले भाबडे. आचार्य अत्रे म्हणत,

'महाराष्ट्राच्या प्रेमामुळे मी राजकारणात पडलो. माझे काम राजकारण नव्हे तर साहित्यिकारण, शिक्षणकारण; हे माझे कार्य होय.' इतका महाराष्ट्राशी एकरूप झालेला साहित्यिक दाखविता येणार नाही.

आचार्य अत्रे यांनी काँग्रेसला संपविण्याचा अगदी निकराचा प्रयत्न केला. पण काँग्रेस संपली नाही. कारण काँग्रेस सर्वसामान्यांची आहे, असा दृढ समज जनतेचा आहे. तो त्यांचा अपसमज आहे. पण खरा भावनिक फायदा काँग्रेसने उचलला. संयुक्त महाराष्ट्र समिती टिकली असती, तर महाराष्ट्रात काँग्रेस संपली असती. एस.एम. म्हणत, 'समाजवादाचा पहिला पाळणा महाराष्ट्रात हालेल.' आणि समाजवाद येईल. त्याप्रमाणे महाराष्ट्रात समाजवाद आला असता. कम्युनिस्ट पक्ष हा प्रतिक्रियावादी नव्हता तर त्यांचे स्वत:चे तत्त्वज्ञान होते आणि त्या तत्त्वज्ञानाच्या आधारे ती मंडळी वाटचाल करीत होती. पण स्वत: एस.एम.च यशवंतरावांच्या गळाला लागले, तिथे इतरांची काय कथा? कारण त्यांच्या साथीदारांनी काँग्रेसचा फायदा मिळविण्यासाठी मदतीची संस्थाने निर्माण केली आणि राजाश्रय मिळविण्यात ती यशस्वी झाली. कुमारलिंगम म्हणत असत की, काँग्रेसमध्ये कम्युनिस्टांनी सामील होऊन काँग्रेसला बदलले पाहिजे. त्याप्रमाणेच अशोक मेहतांसारख्या प्रजासमाजवादी मंडळींनी काँग्रेसची शिलेदारी पत्करली. काही कम्युनिस्टांनीदेखील काँग्रेसची शिलेदारी पत्करली. पण सत्तेमुळे भ्रष्टाचार फोफावतो, या मार्क्सवादी तत्त्वामुळे कम्युनिस्ट सत्तेपासून दूर राहिले. कम्युनिस्टांनी मात्र काही प्रमाणात काँग्रेसला नामोहरम केले. बंगाल, केरळ, त्रिपुरा यांसारख्या राज्यांत काँग्रेस सत्तेपासून दूर नेण्यात कम्युनिस्टांचा मोठा हात आहे आणि होता.

एवढंच काय सर्व पक्ष प्रतिक्रियावादी आहेत. काँग्रेस हा पक्ष अनेक पक्षांना जन्म देणारी गंगोत्री आहे, हे मात्र सत्य होय.

व्ही. के. कृष्ण मेनन यांची हकालपट्टी करा, अशी जनतेची मागणी होती. अशा वेळी 'महाराष्ट्रापेक्षा नेहरू मोठे' अशी मोठ्या दरबारी नेहरूंची भलावण करणारा हुजऱ्या यशवंतरावांच्या रूपाने पंडित नेहरूंच्या डोळ्यांसमोर आला. आपल्या सल्ल्याशिवाय हा यशवंतराव चव्हाण कोणताही निर्णय घेणार नाही, अशी भक्कम खात्री पंडित नेहरूंना असल्याने, त्यांनी यशवंतरावाच्या रूपाने एक नवे प्यादे संरक्षणपदावर आणून बसविले.

भारतावर चीनच्या आक्रमणाने जनता हवालदिल झाली होती. तशात नेहरूंची, 'यशवंतराव संरक्षणमंत्री' ही घोषणा मराठी मनाला सुखावून गेली. मग त्यांची प्रतिमा उजळण्याचा सपाटा लावला. महाराष्ट्र टाइम्सने 'सह्याद्री हिमालयाच्या संरक्षणाला धावला', अशी पुडी सोडून यशवंतरावांची आरती ओवाळली. हिंदुस्थानचे संरक्षण नेहमी महाराष्ट्रच करत आला आहे. संकटकाळी नेहमी महाराष्ट्रच भारताच्या

कामाला आला, या भावनिक नात्याने यशवंतरावांची भलावण झाली आणि नेहरूंना एक सयाजीराव हवा होता, तो यशवंतरावांच्या रूपाने मिळाला. एका दगडात दोन पक्षी. आपली प्रतिमा सुधारणार असे नेहरूंना वाटले. तसेच आपल्याच तालावर नाचणारे यशवंतराव संरक्षणपदी आणून, आपण आपले हित आणि प्रतिमा कशी राखली; याच्या आनंदात नेहरू होते आणि महाराष्ट्रात यशवंतरावांना भाव आला आणि हांजी हांजी करणाऱ्या या नेहरूंच्या चेल्याला 'अच्छे दिन' आले, ही खरी वस्तुस्थिती आहे. पंडित नेहरूंना चांगलाच होयबा हवा होता, तो यशवंतरावाच्या रूपाने मिळाला, हे मात्र त्रिकालाबाधित सत्य होय.

यशवंतराव चव्हाण हे संरक्षणमंत्रिपदी विराजमान झाले आणि सह्याद्री हिमालयाच्या संरक्षणासाठी धावला, ही त्यांच्या चमचे मंडळीने सोडून दिलेली पुडी होती. खरेतर चायना ॲग्रेशनने नेहरू अतिशय हवालदिल झाले होते. आपल्याच मित्राने आपला गळा कापला, हे त्यांना सहन झाले नाही. 'हिंदी-चिनी भाई-भाई' या नाऱ्याचा बोऱ्या वाजला होता. सारा भारत नेहरूंवर संतप्त झाला होता. नेहरूंच्या चुकीमुळे या देशावर चीनने आक्रमण केले, असे साऱ्या जनतेला वाटत होते. शिवाय टी. टी. कृष्णमाचारीसारखा भ्रष्ट मंत्री, व्ही. के. कृष्ण मेनन हे लोकक्षोभाला बळी पडलेले संरक्षण मंत्री; फारच बदनाम झाले होते.

यशवंतराव चव्हाणांनी आपली निष्ठावंत कार्यकर्ता म्हणून प्रसिद्धी कायम राखली. इतर पक्षांतील कार्यकर्त्यांना फोडून काँग्रेस मात्र भक्कम करण्याचा सपाटा लावला. तसेच संयुक्त महाराष्ट्र लढ्यात मलिन झालेली प्रतिमा सुधारण्यात यशवंतराव यशस्वी झाले. तसे पाहिले असता यशवंतरावांना पर्यायच राहिला नव्हता किंवा आपल्याला पर्याय निर्माण होऊ नये, अशीच यशवंतरावांनी काळजी घेतली.

– ॲड. बाबूराव कानडे

अनुक्रमणिका

काँग्रेस महाराष्ट्र

काँग्रेस विरुद्ध आचार्य!

'आचार्य अत्रे यांच्या 'नवयुग' साप्ताहिकाने बहुजन समाजाला काँग्रेसनिष्ठा शिकविली.' - सानेगुरुजी

'आचार्य अत्रे यांच्या राजकीय जीवनाची सुरुवात हिंदू महासभा या राजकीय पक्षातून झाली,' अशी आचार्य अत्रे यांच्या विरोधकांनी हवा पसरविली; तरी आचार्य अत्रे विरोधकांना पुरून उरत. पण शेवटचा तडाखा मारायचा; म्हणून 'आचार्य अत्रे यांची राजकीय सुरुवात हिंदू महासभेपासून झाली,' अशा वदंतेचा आधार घेतला जात होता. त्या पक्षाच्या मर्यादांविषयी त्यांना संपूर्ण कल्पना असल्याने आणि त्या पक्षाचा सर्वदूरवर प्रचार आणि प्रसार होणे अशक्य असल्याने आणि केवळ हिंदुत्वाच्या जोरावर आपण समाज बदलू शकणार नाही, याची पूर्वकल्पना आल्याने; आचार्य अत्रे यांनी काँग्रेसच्या जनसागरात उडी घेतली. कारण स्वराज्य प्राप्त करून देणारी ताकद ही फक्त काँग्रेस पक्षातच आहे आणि त्या वेळच्या तरुणांना आकर्षित करणाऱ्या जवाहरलाल, सुभाषबाबू आणि गांधीजी या त्रिकुटाबद्दल अतिशय आपुलकी होती, नव्हे या त्रिकुटावर जीव ओवाळून टाकणारी तरुण पिढी होती, हे काय मी नव्याने सांगायला हवे!

आचार्य अत्रे लंडनहून टी.डी. होऊन (टीचर्स डिप्लोमा) आले होते. त्या वेळी बॅरिस्टर आणि डॉक्टर होण्यासाठी भारतीय नागरिक इंग्लंडला जात होते; कारण

भरपूर पैसा समाजातून ओढता येईल आणि आपण गबर श्रीमंत होऊन पिढीजात श्रीमंतीत आपले जीवन व्यतीत करू, अशी एक कल्पना तरुण पिढीत होती. पण त्यात नवल वाटण्यासारखे नव्हते.

बघा, बॅरिस्टर मोतीलाल नेहरू, बॅरिस्टर जवाहरलाल नेहरू, बॅरिस्टर मोहनदास करमचंद गांधी, बॅरिस्टर सुभाषचंद्र बोस, बॅरिस्टर विठ्ठलभाई पटेल, बॅरिस्टर वल्लभभाई पटेल, बॅरिस्टर चित्तरंजनदास, बॅरिस्टर मरहूम महमंद अली जिना; ही सर्व मंडळी पैसे कमावण्यासाठीच इंग्लंडला गेली. त्यांतील बॅ. विनायक दामोदर सावरकर अपवाद असावेत. बाकी मंडळी पैशाच्या हव्यासापायी बॅरिस्टरीच्या नादाला लागली. त्याचप्रमाणे डॉक्टर होऊन अमाप पैसा ओढण्यासाठी तेव्हा एफ.आर.सी.एस. ही पदवी अत्यावश्यक होती. त्यामुळे पैसा आणि सेवा दोन्ही करता येई. त्यांतील सेवा ही अपवादात्मक होती. फॉरिन रिटर्न्ड डॉक्टर आहे म्हटल्यावर त्याच्या दवाखान्यातील गर्दी आणि त्यातून मिळणारा पैसा, यासंबंधी मी अधिक काय सांगावे! अनेक डॉक्टरांनी गडगंज संपत्ती जमवलेली होती आणि आजही ही डॉक्टर घराणी त्यांच्या पूर्वजांच्या श्रीमंतीवर अभिमान आणि स्वप्नरंजनात मश्गूल झालेली दिसते. बॅरिस्टर होऊन वकिली जमली नाही, तर किमान 'राजकारणात पडण्याचा' बिनभांडवली धंदा हा तर कोणी आपल्यापासून हिरावून घेऊ शकत नाही. त्याची उदाहरणेदेखील खूप आहेत. बॅरिस्टर विठ्ठलराव गाडगीळ; वकिली करणारे, अलीकडील पिढीला माहीत असलेले, ॲड. मोहन धारिया ही उदाहरणे बोलकी आहेत. ही मंडळी वकिली व्यवसायात अयशस्वी ठरली.

या पार्श्वभूमीवर शिक्षणशास्त्रातील अत्युच्च पदवी आणि ज्ञान संपादन करण्यासाठी परदेशात गेलेली श्यामराव परुळेकर, अरुन्धती अरुंडेल, आचार्य अत्रे, यमुनाबाई हिर्लेकर ही मंडळी मात्र आपल्या समाजात परिवर्तन आणण्यासाठी 'शिक्षणाने समाज सुधारणा' या न्यायला अनुसरून वागणारी मंडळी होती. यांनी पैशाच्या हव्यासापायी इंग्लंडवारी केली, असे आपल्याला कधीही आणि केव्हाही म्हणता येणार नाही. आपल्या उच्च ज्ञानाचा उपयोग समाज सुधारण्यासाठीच झाला पाहिजे, असा या मंडळींचा इरादा होता. नाहीतर आचार्य अत्रे टी. डी. होऊन आल्यावर, त्यांना चढत्या पदांच्या आणि चढत्या पगारांच्या ऑफर्स आल्या नव्हत्या का? पण आचार्य अत्रे यांनी त्या सर्व लाथाडून 'कॅम्प एज्युकेशन सोसायटी'ने आपल्याला मोठे केले आणि येथील गरीब सफाई कामगारांची मुले, जादूगारांची मुले, गारुड्यांची मुले, दलितांची मुले, निम्न आर्थिक स्थितीत जगणाऱ्यांची मुले; यांनाच आपण शिक्षण दिले पाहिजे, असे ठरविले. पैसा, प्रसिद्धीही गौण होय याची जाण आचार्य अत्रे यांना होती.

चढत्या पदांच्या सर्व ऑफर्स आचार्य अत्रे यांनी वरील कारणासाठी लाथाडल्या

आणि शिक्षण क्षेत्र आपले सर्वस्व मानले आणि शिक्षण क्षेत्रात क्रांती केली. कराची पासून मद्रासपर्यंत पसरलेल्या मुंबई इलाख्यात शैक्षणिक बदलासाठी आचार्य अत्रे यांनी जिवाचे रान केले. शिक्षणासंबंधी चर्चा, दौरे, परिषद, संमेलने, क्रमिक पुस्तकांसाठी सरकारशी दोन हात करून; सबंध मुंबई इलाखा आचार्य यांनी ढवळून काढला. त्यात त्यांना नानासाहेब नारळकरांची आणि प्रिं. एन. डी. नगरवाला यांची साथ मिळाली आणि आचार्य अत्रे तर मुंबई इलाख्याच्या शिक्षण कमिटीचे सभासद झाले.

सरकारच्या क्रमिक पुस्तकांच्या रचनेसंदर्भात, बालमानसशास्त्रासंदर्भात, बालशिक्षणशास्त्रासंबंधात; आचार्य अत्रे यांनी मुंबई सरकारच्या शिक्षण धोरणावर धडाकेबाज तोफा डागल्या आणि इंग्रजधार्जिण्या वृत्तीतून निर्माण झालेले धडे, भो. भो. पंचम जॉर्ज या क्रमिक पुस्तकांतील कविता, प्रार्थना आणि धड्यांवर धडाकेबाज टीका करून सारा मुंबई इलाखा ढवळून काढला. त्यांनी 'नवयुग वाचनमाला' ही बिगरी ते चौथीपर्यंतची क्रमिक पुस्तकांची वाचनमाला सुरू केली. शिक्षणाबरोबर व्यवहारी ज्ञान देणाऱ्या या 'नवयुग वाचनमाले'ने खरोखर नवे युग निर्माण केले. मातेच्या प्रेमाची महती सांगणारा 'दिनूचे बील', 'प्राण्यांवर दया करा', चंद्राच्या कमी अधिक होणाऱ्या कलासंदर्भात 'चांदोबाचा अंगरखा' यांसारखे बालसुलभ मनाला पचतील, रुचतील, आवडतील, आकर्षित करतील असे धडे 'नवयुग माले'त समाविष्ट करून महाराष्ट्रात शिक्षणक्षेत्रात एक नवे मन्वन्तर घडवून आणले. सोपी, सरळ, साधी वाक्यरचना असलेले आणि जोडाक्षरविरहित धडे तयार करून आचार्य अत्र्यांनी मोठमोठ्या शिक्षणतज्ज्ञांसमोर एक नवा आदर्श निर्माण केला.

बावडेकरांनी लिहिलेल्या 'वासंतिका' या काव्यसंग्रहाला आचार्य अत्रे यांनी अतिशय सुंदर, मार्मिक, काव्यप्रतिभेसंबंधी विश्लेषण करणारी आणि सरकारच्या डोळ्यांत अंजन घालणारी प्रस्तावना लिहिली. 'सरकारने हे पुस्तक विश्वविद्यालयात क्रमिक पुस्तक म्हणून लावावे आणि सरकारी क्रमिक पुस्तक म्हणून त्याला मंजुरी द्यावी,' अशी शिफारस त्यांनी केली. सरकारने 'तुम्ही आमची हजामत करता आणि वर हे पुस्तक क्रमिक पुस्तक म्हणून मान्य करा म्हणून शिफारस करता, तुम्ही तुमची प्रस्तावना काढून टाकता का?' असे विचारले. त्यावर आचार्य अत्रे म्हणाले, 'तुम्ही या पुस्तकाला क्रमिक पुस्तक म्हणून मंजुरी देता का? तर मी प्रस्तावना काढून टाकतो.' अभ्यासपूर्ण, प्रतिभासंपन्न काव्याची मीमांसा करणारी, बालसुलभ मानसशास्त्राला धरून असणारी अशी प्रस्तावना किती महाभाग काढायला तयार होतील आणि आपला मानबिंदू म्हणजे प्रस्तावना या संकल्पनेला बगल देतील; पण ते धाडस आचार्य अत्रे यांनी दाखविले. आणि बावडेकरांचा वासंतिका हा काव्यसंग्रह विद्यालयात क्रमिक पुस्तक म्हणून मंजूर झाला. शिक्षणशास्त्राबद्दल असलेली आस्था

आणि शिक्षणाने समाजसुधारणा होते या सामाजिक भावनेतूनच आचार्य अत्रे यांनी ही धडाडी दाखविली. नाहीतर प्रस्तावनेला कवटाळून बसणारी कितीतरी प्रस्थापितांची मांदियाळी या महाराष्ट्रात त्या वेळी आघाडीवर होती, अस्तित्वात होती; पण हे फक्त आचार्य अत्रेच करू जाणोत! हीच आचार्य अत्रे यांची शिक्षण क्षेत्राला मिळालेली सर्वांत मोठी देणगी होय. खरेतर आचार्य अत्रे हीच एक मोठी देणगी होती.

'पुणे शहरातील सर्वांत मोठ्या विद्वान व्यक्तिमत्त्वाशी - आचार्य अत्रे यांचेशी सुधाताईंचा विवाह' ही ज्ञानप्रकाशमधील सर्वांत मोठी बातमी प्रसिद्ध झाली आणि साऱ्या महाराष्ट्रात प्रचंड खळबळ उडाली. सांगायचे कारण की महाराष्ट्रात आचार्य अत्रे सर्वांत लोकप्रिय शिक्षणतज्ज्ञ म्हणून प्रसिद्ध होते आणि मराठी सारस्वतात तुफान विनोदी लेखक म्हणून त्यांची गणना होत होती. एवढा मोठा माणूस आपल्या पक्षात आल्यास आपल्या पक्षाचा मोठा फायदाच होईल, या अटकळीत महाराष्ट्रातील पक्षप्रमुख असल्यास नवल नाही.

त्या वेळी पुण्यात हरिभाऊ वाघीरे नावाचे फार मोठे प्रस्थ होते. हरिभाऊंचा पुण्यातील दबदबा; त्यांची काम करण्याची पद्धत; त्यांचे राजकीय, सामाजिक वजन हा फार मोठ्या कौतुकाचा विषय होता. तसेच हरिभाऊ काँग्रेसचे फार मोठे पुढारी होते. ते शहर काँग्रेसचे अध्यक्ष होते. त्यामुळे त्यांच्या घरी सारखी माणसांची वर्दळ असे. हरिभाऊंचा स्वभाव अतिशय गोड, गप्पिष्ट, कोणालाही न दुखविणारा, सर्वांना आपलेसे करून टाकणारा असल्याने; माणसांचे मोहोळ त्यांच्याभोवती सारखे घोंघावत होते. हरिभाऊंच्या नजरेतून आचार्य अत्रे सुटले असते तर नवलच म्हणावे लागले असते. हरिभाऊ वाघीरे आणि साबळे - आत्ताचे साबळे-वाघीरे ही महाराष्ट्रातील फार मोठी विडी-तंबाखू उत्पादनातील अग्रगण्य कंपनी होय. साबळे हे हरिभाऊंचे साडू, पण त्या दोघांच्या नात्यापेक्षा त्या दोघांची मैत्री इतकी घनदाट होती की, साबळे-वाघीरे हे समीकरण महाराष्ट्रात रूढ झाले आणि वाघीरे तिथे साबळे आणि साबळे तिथे वाघीरे अशी स्थिती निर्माण झाली. त्या हरिभाऊंच्या सारख्या तगाद्यामुळे आचार्य अत्रे त्यांच्या तावडीत सापडले आणि हरिभाऊंनी आपल्या लाघवी स्वभावाने आचार्य अत्रे यांना आपलेसे करून घेतले. आचार्य अत्रे यांच्या भिडस्त स्वभावाला अनुसरून त्यांनी काँग्रेस प्रवेशाला होकार दिला. झाले, 'आचार्य अत्रे यांचा काँग्रेस प्रवेश' ही बातमी वृत्तपत्रांत मोठ्या दिमाखात प्रसिद्ध होऊ लागली. त्या काळात दररोज 'ज्ञानप्रकाश'च्या दैनिक अंकात आचार्य अत्रे यांच्यासंबंधी बातम्या येत होत्याच. आज काय आचार्य अत्रे यांचे आचारी-वाढपी यांच्या संमेलनात भाषण, उद्या काय लिमये टाइपरायटिंग स्कूलचे आचार्य अत्रे यांच्या हस्ते उद्‌घाटन, परवा काय एखाद्या सलूनचे आचार्य अत्रे यांच्या हस्ते उद्‌घाटन. मग काय आचार्य अत्रे यांचा अमक्या-अमक्याशी जाहीर वाद, रावजीभाई देसाई यांच्या विडी कारखान्याला

भेट, तर कधी बाबूभाई शहा यांचे गुजराथ मेटल फॅक्टरीत आचार्य अत्रे यांचा सत्कार. आचार्य अत्रे यांनी राजा धनराजगिरजी ही शाळा काढली. नंतर काय म्हणे तर पूर्व भागातील सर्वसाधारण आणि बहुजन समाजातील मुलींना शिक्षणात आवड निर्माण व्हावी, म्हणून त्यांनी 'मुलींचे आगरकर हायस्कूल', ही शाळा स्थापन केली. 'मुलगी शिकली की घर सुधारते आणि घर सुधारल्यावर सर्व कुटुंब आणि मग सर्व समाज आणि मग सारा प्रांत आणि शेवटी देश सुधारतो' ही संकल्पना सरकारी प्रचाराने आपल्याला आता पटली. पण 'मुलींचे आगरकर हायस्कूल या मुलींच्या शाळेच्या स्थापनेची गरज काय?' या पुणेकरांच्या प्रश्नाला तोंड देण्यासाठी, मुलींच्या शिक्षणाची आवश्यकता ते वरीलप्रमाणे पटवून देत. पुण्यात शिवाजी रोडमुळे पुण्याची पूर्व आणि पश्चिम अशी फाळणी-विभागणी झाली आहे. आचार्य अत्रे म्हणत, 'नैसर्गिक सूर्य पुण्यात पूर्वेकडून उगवत असला, तरी शैक्षणिक सूर्य पश्चिमेकडून उगवतो.' पुण्याच्या पश्चिमेला तीन पेठा आणि बारा शाळा आणि पूर्वेला बारा पेठा आणि फक्त आचार्य अत्रे यांची एकच शाळा - कॅम्प एज्युकेशन सोसायटीची बाबाजान चौकातील कॅम्पातील एकुलती एक शाळा. त्या पार्श्वभूमीवर 'राजा धनराजगिरजी' ही शाळा आणि 'मुलींचे आगरकर हायस्कूल' ही शाळा पुण्यातील आणि महाराष्ट्रातील जनतेच्या चर्चेचा विषय न होईल, तर नवलच म्हणावे लागेल. अशा बलाढ्य व्यक्तिमत्त्वाची चर्चा सर्वत्र होणे क्रमप्राप्त होते. आणि त्यांच्या लोकप्रियतेचा फायदा घेणेही क्रमप्राप्त होते. झाले, बातमी झळकली, 'आचार्य अत्रे यांचा काँग्रेस प्रवेश.' अलीकडच्या काळात सदाशिवराव बर्वे यांचा काँग्रेस प्रवेश तसाच गाजला आणि त्यांनी 'काँग्रेसच्या उंबरठ्यावर' ही आपली काँग्रेस प्रवेशाची भूमिका जाहीर केली.

आचार्य अत्रे यांच्या काँग्रेस प्रवेशाचा समारंभ शनिवारवाड्यावर करण्याचे ठरले. त्या काळात काकासाहेब गाडगीळ हे पुण्यातील फार मोठे प्रस्थ होते. पुण्यातील काँग्रेसचे ते हायकमांड होते. दिल्लीत नेहरू, पटेल आणि पुण्यात काका गाडगीळ अशी स्थिती होती. 'हायकमांडनी माझी चंपी केली.' ही काकासाहेबांची अभिनयातून लोकांना सांगण्याची पद्धत फारच लोकविलक्षण होती. तर काय, काकासाहेब गाडगीळ ही काँग्रेसमधील बडी असामी. त्यांच्या हस्ते आचार्य अत्रे यांचा काँग्रेस प्रवेश निश्चित झाला.

सारे पुणे शहर शनिवारवाड्यावर लोटले. काकासाहेबांची मार्मिक, प्रसन्न मांडणी ही त्या काळची काकांची खासियत होती. काकासाहेब म्हणाले, ''काँग्रेस ही पंढरीच्या वारीसारखी आहे. त्यात जसे 'हवसे, गवसे आणि नवसे' असतात, तसे आमच्या काँग्रेसचे आहे.'' काकासाहेबांना आचार्य अत्रे यांचा काँग्रेस प्रवेश आवडला नव्हता. काका-आचार्य अत्रे या वादातील पहिली ठिणगी पडली. आचार्य

अत्रे म्हणाले, "काँग्रेसमध्ये येऊन मी काय चोरणार होतो?" समारंभ मोठा दिमाखदार झाला. आचार्य अत्रे यांनी काँग्रेसच्या कामाला धूमधडाक्याने सुरुवात केली. पुणे नगर परिषद होती. त्याच्या निवडणुका आल्या. मग काय आचार्य अत्रे यांच्या वक्तृत्वशैलीला नवे धुमारे फुटले. काँग्रेसच्या साऱ्या प्रचाराची आघाडी आचार्य अत्रे यांच्या अंगावर आली आणि आचार्य अत्रे यांनी जिवाचे रान करून, बहुजन समाजाचे पस्तीस उमेदवार निवडून आणले. आचार्य अत्रे सोमवार-मंगळवार पेठेतून नगर परिषदेवर निवडून गेले. प्रचाराचा गदारोळ, आचार्य अत्रे यांची धारदार टीका आणि प्रसंगी खेळकर विनोद आणि त्यातून काढलेला चिमटा, या आपल्या खास अत्रे शैलीने आचार्य अत्रे यांनी पुणेकरांना जिंकले. पुण्याच्या शैक्षणिक विषमतेवर पहिला टोला आचार्य अत्रे यांनी लगावला. स्वातंत्र्यलढ्याचा काळ; नेहरू, गांधी, पटेल यांच्या कारावासाच्या बातम्या या सर्वांनी वातावरण अगदी भारावून गेले होते. सानेगुरुजींच्या प्रचारी सभा, आचार्य अत्रे यांच्या वक्तृत्वाचा दणका यांनी सारा महाराष्ट्र दुमदुमून गेला होता. अनेक करामती, कसरती आणि कौशल्य पणाला लावून, अखेर पुणे नगर परिषद काँग्रेसच्या तिरंगी झेंड्याखाली आचार्य अत्रे यांनी आणली.

त्याअगोदर पुणे नगर परिषदेची स्थिती थोडीशी कथन केली पाहिजे. पुण्यातील उच्च प्रस्थापितांची मक्तेदारी पुण्याच्या परिषदेत होती. हिंदू महासभावाल्यांच्या ताब्यात पुणे नगर परिषद होती. त्या वेळी काँग्रेसच्या एका छोट्या गटाने 'करपे तलावाला शिवाजी तलाव' असे नाव द्यायला एक ठराव आणला होता. करपे तलाव त्या वेळी काँग्रेस हाउससमोरील मुठा नदीच्या पात्रात होता. नंतर तो पानशेतच्या पुरामुळे नामशेष झाला. पुण्यातील टिळक तलाव, करपे तलाव हे दोनच तलाव पोहण्यासाठी पुणेकरांना उपलब्ध होते. मी स्वत: या करपे तलावात शाळा बुडवून पोहलो होतो. माझ्याबरोबर माझ्याच शाळेतला बंकट सारडा नावाचा माझा एक हरहुन्नरी मित्र होता. त्याच्यासंबंधी एक गोष्ट सांगणे क्रमप्राप्त आहे. तो व्यापारी कुटुंबातील होता. आमच्या बोटॅनिकल गार्डन सहलीच्या वेळी त्याने लॉटने बोटॅनिकल गार्डनमधील पेरू विकत घेऊन, चढ्या भावाने आपल्या सहकाऱ्यांना विकून, चांगलाच नफा मिळवला होता. त्या काळी साखर रेशनवर मिळत असे. साखरेचा फार तुटवडा होता. त्याच्याबरोबर झोपड्या-झोपड्यांतून साखर खरेदीच्या कार्यक्रमात मी सामील होतो. झोपडपट्टीतून खरेदी केलेली साखर, तो चढ्या भावाने इतरत्र विकत असे.

त्याची माझी खूप मैत्री होती. स्नेहसंमेलनात 'काकाजी आज मर गयो' या प्रसंगाचे नाट्यरूपांतर मोठ्या बहारदार पद्धतीने, मारवाडी कुटुंबातील एका गंभीर प्रसंगाचे मोठ्या विनोदी पद्धतीने सादरीकरण; आम्ही दोघे करीत असू. 'काकाजी अजमेर गयो' याचे 'काकाजी आज मर गयो' असे विनोदी शैलीत झकास वर्णन

करून आम्ही दोघे आमच्या शाळकरी मित्रांची पोट फुटेपर्यंत हसवणूक करीत असू. नंतर त्याने सिन्नरच्या व्यापाऱ्याच्या मुलीशी लग्न केले. त्याच्याबरोबर मोटारीच्या टपावर 'बिडी ओढा की सिन्नरची' या नाचून-गाऊन जाहिरात करण्याच्या कार्यक्रमात मीही सहभागी होत असे. पुढे त्याने कन्या शाळेजवळ किराणा मालाचे दुकान टाकले. आणि एका दिवाळीत दुकानात साफसफाई करताना स्टुलावरून पडून त्याच्या मेंदूला इजा झाली. त्यातच त्याचा अतिशय दु:खद अंत झाला. माझा बंकट सारडा हा अतिशय जवळचा मित्र होता. ब्राह्मण-मारवाडी हा भेद नव्हता. आम्ही त्याला 'लाल्या' म्हणत असू. वसंत कानेटकरांच्या 'लाल्या'ने जेवढा चटका मनाला लावला नसेल, तेवढा चटका माझ्या या लाल्या मित्राच्या दु:खद निधनाने मला लावला. आजही त्याची आठवण माझ्या मनातून जात नाही. शाळा बुडवून पोहणे आणि शाळा बुडवून शनिवारवाड्याजवळील 'शिवदास भवन'मध्ये चटकदार मिसळ खाणे हा आमचा एक नित्यनियम होता. असा बंकट ऊर्फ लाल्या माझा शालेय जीवनातील एक अविभाज्य मित्र होता.

विषय होता करपे तलावाचा. १९३५ च्या अगोदरच्या काळात पुणे नगर परिषदेत हिंदू महासभा आणि उच्च मध्यमवर्गीय या प्रस्थापितांचे बहुमत होते. काँग्रेस अल्पमतात होती. काँग्रेस पक्षाला वाटले, आपले आराध्य दैवत छत्रपती शिवाजी महाराज, यांचे या करपे तलावाला नाव द्यावे आणि करपे तलावाचे शिवाजी तलाव नामकरण करावे. पण काँग्रेस पक्ष अल्पमतात असल्याने त्यांचा शिवाजी तलावाचा ठराव नापास झाला. पण आचार्य अत्रे यांच्या पुढाकाराने पुणे नगर परिषदेत काँग्रेस पक्षाचे पस्तीस नगरसेवक निवडून आले आणि आचार्य अत्रे यांनी इतिहास घडविला. मागील पराभवाचे उट्टे काढावे म्हणून काँग्रेस पक्षाने शिवाजी तलावाचा विषय परत ऐरणीवर आणला. भाजपवाले रामजन्मभूमीचा विषय वारंवार काढून जसे आपले हित साधतात, तसे काँग्रेसला पराभवाचे उट्टे काढायचे होते; म्हणून शिवाजीचा विषय तापत होता. करपे यांनी मोठ्या मुत्सद्दीपणे काँग्रेस पक्षास पाच हजार रुपयांची देणगी दिली आणि शिवाजी तलावाऐवजी करपे तलावच नाव राहावे, म्हणून पुण्यातील काँग्रेस हाय कमांडचे मन वळवले आणि ३५ नगरसेवकांपैकी १५ नगरसेवकांचे मन वळवून त्यांना ठरावाविरुद्ध मते द्यायला तयार केले. काकासाहेब गाडगीळ आणि शंकरराव देव हे नगर परिषदेच्या विश्रामबाग वाड्यातील तिसऱ्या मजल्यावरील आचार्य अत्रे यांच्या केबिनमध्ये आले आणि म्हणाले, "तुम्ही नगर परिषदेत काँग्रेस पक्षाचे पुढारी आहात. तुम्ही हा ठराव मागे घ्या. तुमची, ठराव मागे घेणे ही जबाबदारी आहे." आचार्य अत्रे म्हणाले, "मोठ्या कष्टाने आणि अथक प्रयत्नाने काँग्रेसला बहुमत मिळाले आहे. हा ठराव मागे घेतल्यास काँग्रेस पक्ष फुटेल आणि पक्षाचे वाटोळे होईल." 'काका मला वाचवा' म्हणून आचार्य अत्रे काका

आणि शंकरराव देवांच्या अक्षरशः पाया पडले. काँग्रेस पक्षावर नामुष्कीची पाळी आणू नका असे त्यांनी विनवले. पण पाच हजारांची देणगी घेतलेल्या काँग्रेस पुढाऱ्यांनी आचार्य अत्रे यांचे काही ऐकले नाही. ठराव नापास झाला. शिवाजी तलाव नामांतर बारगळले. काँग्रेस पक्ष फुटला आणि पंधरा नगरसेवकांवर आचार्य अत्रे यांनी 'पंधरा हरामखोर' म्हणून सडकून टीका 'नवयुग'मधून केली. त्या पंधरा नगरसेवकांनी आचार्य अत्रे यांच्यावर १५ अब्रूनुकसानीचे खटले भरले. त्यात दरोडे नावाचे नगरसेवक त्या पंधरा नगरसेवकांचे पुढारी झाले. आचार्य अत्रे यांनी रावबहादूर गडकरी नावाचे निष्णात फौजदारी वकील देऊन, त्या पंधरा हरामखोरांची कंबरडी मोडली आणि एक-एक करून पंधरा जणांनी खटले मागे घेतले. काँग्रेस फुटल्यावर आचार्य अत्रे यांचे पुढारीपण गेले आणि आचार्य अत्रे व्यथित झाले. विरोधकांवर विजय मिळविण्याची सोन्यासारखी संधी मिळाली होती, ती नतद्रष्ट काँग्रेस पुढाऱ्यांच्या धरसोडीच्या धोरणामुळे हुकली. गेल्या कित्येक वर्षांत काँग्रेस पक्ष सत्तेवर नव्हता, तो आचार्य अत्रे यांनी सत्तेवर आणला; पण काकासाहेब गाडगीळ आणि शंकरराव देवांच्या दूरदृष्टीच्या अभावाने सोन्याची माती झाली. तेव्हापासून काका गाडगीळ आणि आचार्य अत्रे यांचे वैर सुरू झाले. खरेतर आचार्य अत्रे यांच्या काँग्रेस प्रवेशाच्या वेळी काका म्हणाले होते, "काँग्रेस पक्ष पंढरीच्या वारीसारखा आहे. त्यात हवशे, नवशे, गवशे असतात, तसे काँग्रेसचे झाले आहे." या वेळेपासूनच एकमेकांत वैरभाव निर्माण झाला होता. आचार्य अत्रे मनाने निर्मळ असल्याने त्यांच्या मनात कोरी पाटी होती. काका मुत्सद्दी असल्याने मनात खुनशी खूणगाठ धरून होते. पुढे मात्र संधी मिळताच, आचार्य अत्रे यांनी गाडगीळांना कधीही सोडले नाही आणि काकांनीही आचार्य अत्रे यांना सोडले नाही. दोघेही एकमेकांच्या उखाळ्या-पाखाळ्या काढण्यात दंग असत आणि जनतेला त्यात सामावून घेत असत.

१९२० सालापासून म्हणजे लोकमान्य टिळकांच्या दुःखद निधनापासून महाराष्ट्राचा तारणहार गेला आणि महाराष्ट्राला कोणीही वाली उरला नाही, अशी भावना आचार्य अत्रे यांची झाली. लोकमान्य टिळक औषधोपचारासाठी मुंबईला कसे गेले, सरदारगृहात त्यांचा कोठे आणि किती दिवस मुक्काम होता, ३१ जुलै १९२० च्या सायंकाळी ते घोड्याच्या बग्गीतून फिरायला सर चिमणलाल यांच्याबरोबर कसे गेले आणि त्यांचे दुखणे कसे बळावले; त्यानंतर त्यांच्या मृत्यूचे साद्यंत वर्णन, त्या वेळची गर्दी आणि जनसमुदायाची मन:स्थिती; याचे समग्र चित्रण आचार्य अत्रे यांनी आपल्या 'कऱ्हेच्या पाणी' या आत्मचरित्रात रेखाटले आहे.

सरदारगृहाजवळ काळ्या छत्र्यांचा सागर आणि जवळच अरबी सागर यांची तुलना करण्यासाठी मलबारहिलवरून दुःखी जनसागराचे विदारक चित्र आचार्य अत्रे यांनी रेखाटले आहे. त्या दोन्ही दिवशी ३१ जुलै व १ ऑगस्ट १९२० ला जोरदार

पाऊस होता. "परमेश्वरदेखील लोकमान्यांसाठी रडत आहे, अश्रू ढाळीत आहे," असे वर्णन आचार्य अत्रे यांनी केले आहे. 'कऱ्हेचे पाणी'च्या पाच खंडांत लोकमान्यांसंबंधीचे लिखाण एकत्र केल्यास, एक खंड भरेल इतके विपुल आणि समृद्ध लिखाण आचार्य अत्रे यांनी लोकमान्य टिळकांवर केले आहे.

लोकमान्यांचा जनमानसांवरील प्रभाव इतका प्रचंड होता, की त्यातून जनतेला बाहेर काढणे अशक्य होते. सुरत काँग्रेसला लोकमान्यांनी खुर्च्या कशा फेकल्या, लखनौ काँग्रेसला काय झाले, कानपूर काँग्रेसमध्ये कसे मतभेद झाले, त्रिपुरा काँग्रेसला पट्टाभि सीतारामय्याचा कसा पराभव झाला? आणि सुभाषचंद्र कसे निवडून आले, त्यामुळे गांधीचा कसा तिळपापड झाला, याचे सविस्तर वर्णन 'कऱ्हेचे पाणी' या पुस्तकात आहे. खरेतर 'कऱ्हेचे पाणी' हा एक ऐतिहासिक दस्तऐवज आहे.

टिळकांची काँग्रेस एवढी प्रभावी होती की, त्यांच्या प्रभावाखालून जनतेला काढणे फारच कठीण काम होते. गांधीजी दक्षिण आफ्रिकेत वकिली करण्यासाठी आणि गडगंज संपत्ती मिळवण्यासाठी गेले होते. त्या ठिकाणी त्यांनी गुलामगिरीविरुद्ध अनेक लढे दिले आणि साधारण लोकमान्यांच्या निधनसमयी ते भारतात परतले. आणि आपला जम बसविण्याचा आणि लोकमान्यांच्या जहाल राजकारणापासून आपल्या मवाळ राजकारणाकडे जनतेला आकर्षित करण्याचा सपाटा, महात्मा गांधींनी लावला. नाहीतर लोकमान्यांच्या भर पावसात निघालेल्या अंत्ययात्रेनंतर आणि त्यांच्या रात्री झालेल्या अंत्यविधीनंतर, त्याच रात्री दहा वाजता शांतारामाच्या चाळीत गांधींनी सभा घेण्याचे काय प्रयोजन होते? स्वतःच्या प्रभावाखाली जनतेला आणण्याचा तो उपद्व्याप होता. आचार्य अत्रे यांनी या महात्मा गांधीच्या उदयाला आणि लोकमान्यांच्या अस्ताला महान संधिकाल म्हटले आहे. खरेतर तो महान संधिकाल नसून महान संधीसाधूपणा होता. लोकमान्य टिळकांच्या दिवसभराच्या अंत्ययात्रेत सामील झालेल्या आणि दुःखाने गांजलेल्या जनतेला परत रात्री वेठीला धरणे, कोणत्या मानसशास्त्रात बसत होते? महात्मा गांधींच्या प्रभावाच्या आवाक्यात, जनतेला आणण्याच्या मानसशास्त्रात मात्र नक्की ते बसत होते. लोकमान्यांना बाजूला सारल्याशिवाय जनतेला आपले महत्त्व पटणार नाही; या भीतीने गांधीजींनी आपले सारे प्रयत्न, सारी धोरणे, सारी ध्येये, साऱ्यांची आखणी अगदी हेतुपुरस्सर आणि नियोजनपूर्व केली होती. म्हणूनच अद्यापपर्यंत गांधीजींच्या राजकारणाच्या दावणीला महाराष्ट्र कायमचा बांधला गेला नाही; पण गांधीजींनी सारी हयात, सारा स्वातंत्र्यलढा महाराष्ट्रातच लढला; कारण महाराष्ट्राच्या पाठिंब्याशिवाय आपल्याला स्वातंत्र्य मिळणार नाही, मराठी जनता तनमनधनाने स्वातंत्र्यलढ्यात पडली, तितकी इतरत्र भारतातील जनता पडली नाही आणि मराठी लढाऊ बाण्याच्या जनतेला

आपल्याबरोबर घेतल्याशिवाय भारताचे स्वातंत्र्य अशक्य होय, याची पक्की जाणीव गांधींना होती. चंपारण्याचा लढा, बारडोलीचा लढा, साबरमती ते दांडी मार्च सोडले, तर सारे लढे गांधीजींनी महाराष्ट्रातच लढविले आहेत. गांधीवाद जितका महाराष्ट्रात लोकप्रिय झाला, तितका गुजरातमध्ये का झाला नाही? तो गांधीवाद गुजरातमध्ये रुजला असता, तर नरेंद्र मोदींचा भस्मासुर गुजरातेत निर्माण झाला नसता.

लोकमान्य टिळकांच्या जहाल राजकारणाचा जबरदस्त प्रभाव आजदेखील महाराष्ट्रावर आहे. म्हणूनच दिल्लीश्वरांचे आणि महाराष्ट्राचे कधीच जमले नाही. कारण गांधीजींचे मवाळ धोरण, गांधीजींचे धरसोडीचे धोरण मराठी जनतेला स्वीकारायला लावणे सोपे नव्हते. लोकमान्यांच्या प्रभावाखालून मराठी जनतेला काढणे आणि ती जनता गांधीजींच्या दावणीला बांधणे शक्यच झाले नाही. आचार्य अत्रे यांना त्यासाठी अथक प्रयत्न करावे लागले. कारण महाराष्ट्रातील मध्यमवर्ग, बुद्धिमान वर्ग हा लोकमान्यांच्या तावडीतून बाहेर काढून, गांधीजींच्या मार्गावर आणणे महत् कठीण काम होते. म्हणूनच आचार्य अत्रे यांच्या 'नवयुग' या साप्ताहिकाच्या शिरोभागी 'काँग्रेसचे लढाऊ मुख्य पत्र' ही बिरुदावली सातत्याने १९४७ सालापर्यंत झळकत होती, चमकत होती.

आचार्य अत्रे यांनी वल्लभभाई पटेलांवर भरपूर लिहिले, नेहरूंवर लिहिले, राजगोपालचारी यांच्यावर लिहिले. मोतीलालजी नेहरूंवर लिहिले, गांधीजींवर लिहिले, कस्तुरबांवर लिहिले. इतके काँग्रेसचे तत्त्वज्ञान जनसामान्यांपर्यंत नेण्याचा आटोकाट प्रयत्न आचार्य अत्रे यांनी केला. आचार्य अत्रे त्या वेळी काँग्रेसमय झाले होते. सावरकरांवर त्यांनी केलेली टीका, त्यामुळे त्यांच्यावर नागपुरात आरएसएसवाल्यांनी दोनदा हल्ला केला. पुण्यात एस. पी. कॉलेजात तर प्राणघातक हल्ला झाला. कोणत्या काँग्रेसवाल्यांनी आरएसएसवाल्यांकडून सपाटून मार खाल्ला आहे, हे त्यांनी सांगावे. सारखा ऊठसूट काँग्रेसचा जप सप्ताह आणि काँग्रेसच्या दिंड्या, पताका सतत अंगाखांद्यावर मिरविणारा बुद्धिमान माणूस त्या वेळी आचार्य अत्रे यांच्याशिवाय दुसरा नव्हता. बुद्धिवादी मराठी जनतेला काँग्रेसचे तत्त्वज्ञान रुजविण्यात, आचार्य अत्रे यांचा सिंहाचा वाटा आहे. म्हणूनच बहुजन समाजाला आचार्य अत्रे यांनी काँग्रेसनिष्ठा शिकवली, असे जाहीर प्रमाणपत्र सानेगुरुजी आचार्य अत्रे यांना देतात. त्या वेळी सर्व समाजवादी पुढारी काँग्रेसमध्येच होते.

पुण्यातील निवडणुका, मुंबईतील निवडणुका, सातारा-कोल्हापूर-नागपूरमधील निवडणुका असोत, काँग्रेसच्या प्रचारासाठी आचार्य अत्रे यांनाच निमंत्रित केले जाई. त्या वेळी न. चिं. केळकरांचा स्वराज्य पक्ष, इतर जहाल पक्ष, हिंदू महासभा यांना अगदी निष्प्रभ करण्याचे काम आचार्य अत्रे यांची लेखणी, वाणी आणि विनोदाने केले होते.

आचार्य अत्रे पुण्याच्या नगर परिषदेमध्ये असताना त्यांनी अतिशय महत्त्वाची आणि इतरांना न जमणारी अशी कामे करून, पुणे शहराचा लौकिक वाढविला. आचार्य अत्रे यांचे पुणे शहरावर अतिशय प्रेम होते. पुण्याच्या मुळा-मुठा नद्यांच्या पाण्यावर मी वाढलो आणि मंडईतील भाजीपाल्याने माझे पोषण केले, असे ते नेहमी म्हणत म्हणून पुणे शहराच्या प्रत्येक गोष्टीवर त्यांचे निरतिशय प्रेम होते. पुणे शहराला त्यांना दख्खनची राणी करायचे होते. पुणे शहराच्या सौंदर्यात त्यांना आमूलाग्र बदल करता आला नाही, तरी त्यांनी पुणे शहराची सुंदरता वाढविण्यासाठी अथक प्रयत्न केले.

१. पुण्याचा संभाजी पार्क आचार्य अत्रे यांनी निर्माण केला. त्यातील गुलमोहराची झाडे त्यांनी स्वतःच्या हाताने खड्डे करून लावली. सवाई गंधर्वांच्या पुतळ्याच्या अनावरण प्रसंगी त्यांनी मला, "बाब्या, ही ही गुलमोहराची झाडे मी लावलीत. हा संभाजी पार्क मीच बांधला." असे सांगितले.

२. शिवाजी पार्क जो आता पानशेतच्या पुराने नाहीसा झाला आणि त्या ठिकाणी पी.एम.टी.च्या बसेसचा स्टॅन्ड निर्माण झाला, तोसुद्धा त्यांचीच निर्मिती होय.

३. शिवाजी पार्कच्या जरा वरच्या बाजूला शिवाजी आखाडा निर्माण केला. पुण्यातील कुस्ती शौकिनांसाठी त्यांनी खास आखाडा बांधला. याच आखाड्यात आचार्य अत्रे आणि माटे यांची वैचारिक कुस्ती झाली होती. पुण्यातील ते ओपन एअर थिएटर होते. त्या ठिकाणी 'डॉ. कैलास' हे विनायक देवरूखकरांचे नाटक पाहिल्याचे ठामपणे आठवते. अनेक कुस्त्यादेखील या ठिकाणी पाहिल्या. रामचंद्र बीडकर आणि छबु रानबोके यांच्या दर आठवड्याला होणाऱ्या कुस्त्या, मी पाहिल्या आहेत. छबु रानबोके याला दोन-तीन आडनावे होती. त्यांपैकी लांडगे हे एक आणखी आडनाव होते. छबु बोके, रानबोके, लांडगे अशी छबुरावांची आडनावे होती. मंगेशकर भगिनींच्या गायनाचा कार्यक्रमदेखील इथेच ऐकला.

४. करपे तलावाला शिवाजी महाराजांचे नाव देण्यात आचार्य अत्रे अयशस्वी झाले, तरी भांबुर्डा या भागाला शिवाजीनगर नाव देण्यात आचार्य अत्रे यशस्वी झाले; कारण त्यांचे शिवाजी महाराजांवरील प्रेम निर्विवाद होते. त्याचा प्रत्यय आल्याशिवाय राहत नाही. ते नेहमी म्हणत, 'मराठी राज्याचे आद्य संस्थापक छत्रपती शिवाजी महाराज आणि मराठी भाषेचे आद्य संस्थापक संत ज्ञानेश्वर महाराज.' आमचे दैवत छत्रपती शिवाजी आणि आमची तीन प्रवरे तानाजी, येसाजी, बाजी होत (तानाजी मालुसरे, येसाजी कंक आणि बाजी पासलकर). आचार्य अत्रे यांचे शिवाजीवर फार प्रेम होते. म्हणून त्यांनी 'शिवाजी बिडी'च्या कारखानदारावर कारवाई करून, ते नाव बदलायला लावले होते. शिवाजी महाराजांच्या ऐतिहासिक कामगिरीबद्दल ते अभिमानाने

सांगत. अफजल खानाचा वध या देदीप्यमान घटनेवर तर आचार्य अत्रे अभिमानाने कळस चढवीत आणि प्रसंग रंगवून सांगत.

५. 'रे मार्केट'चे 'महात्मा फुले मार्केट' हे नामाभिधान आचार्य अत्रे यांनी केले. रे नावाच्या भ्रष्टाचारी गव्हर्नरच्या नावे ही मंडई बांधली जात होती. त्या वेळी महात्मा फुल्यांनी विरोधासाठी मोर्चा आणला होता. 'समाजाच्या खालच्या वर्गाला सुशिक्षित करा. त्यासाठी शाळा काढा. मंडई बांधू नका,' अशी फुल्यांची भूमिका होती. बाबा आढाव यांचे अगोदर वीस वर्षे आचार्य अत्रे यांनी महात्मा फुलेंचा प्रचार आणि प्रसार केला. पुण्यातील मंडईचे नामांतर झाल्यावर महाराष्ट्रात जागोजागी भाजी मार्केटला फुले मार्केट नाव देण्याचा सपाटा लागला आणि नावे ठेवण्याची चढाओढ निर्माण झाली. नंतर वीस वर्षांनी त्यांनी 'महात्मा फुले' नावाचा, जनतेचे प्रबोधन करण्यासाठी आणि त्यांची महती वर्णन करण्यासाठी सिनेमा काढला. तो पैसा मिळविण्यासाठी काढला नव्हता, तो त्यांची कामगिरी कथन करण्यासाठी होता.

६. 'निवडुंग विठोबा' या देवस्थानाला 'जयहिंद विठोबा' हे नाव दिले. विठोबाला निवडुंग हे नाव शोभत नाही आणि सदा देता घेता हिंदुस्थानचा जयजयकार व्हावा, अशी त्यांची धारणा होती.

७. निवडुंग विठोबासमोरील लक्ष्मी रोडवरील चौकाला 'अरुणा असफअली चौक' हे नामाभिधान करण्यात आचार्य अत्रे यशस्वी झाले. नंतर तो 'अरुणा चौक' झाला. क्रांतिशलाका अरुणा असफअली ही उपाधीदेखील, आचार्य अत्रे यांनी त्यांना दिली, तसेच आपले 'जग काय म्हणेल' हे नाटकदेखील अरुणा असफअली यांना अर्पण केले. कारण १९४२ च्या क्रांतीत त्यांनी पुढाऱ्यांची धरपकड झाली तरी तिरंगा गवालिया मैदानावर फडकावला होता. त्यांच्या या महान कामगिरीची स्मृती जतन करण्यासाठी हा प्रपंच.

८. 'नाना चावडी चौक' - नाना पेठेतील चौकाला 'नाना चावडी चौक' हे नावसुद्धा आचार्य अत्रे यांनी दिले. कारण नाना पेठच नाना फडणिसांनी वसविली होती.

९. वाकडेवाडीचे नरवीर तानाजी वाडी – तोरणा किल्ला स्वराज्यात आणणाऱ्या तानाजीच्या बलिदानाने पवित्र झालेल्या तानाजीच्या वस्तीला, वाकडेवाडीला 'नरवीर तानाजी वाडी' हे नाव देऊन आचार्य अत्रे यांनी एक उपनगर पुण्यात वसविले.

१०. पुण्यातील सार्वजनिक वाहतूक सुधारण्यासाठी सिल्व्हर ज्युबिली मोटार कंपनीमार्फत सार्वजनिक वाहतूक व्यवस्था त्यांनी सुरू केली. त्यातूनच पुढे पी.एम.टी. आणि आता पी.एम.पी.एम.एल. झाली. त्या काळी पुणेरी टांगेवाले फार होते आणि लोकांची फसवणूक करीत होते. त्याला आवर घालण्यासाठी पी.एम.टी. सुरू झाली. आचार्य अत्रे यांची वाङ्मयीन सुरुवात 'पुणेरी टांगेवाला' या विनोदी लेखाने

झाली. पुणेरी टांगेवाल्यांचा मोर्चा आचार्य अत्रे यांच्या घरावर, त्यांचा निषेध करण्यासाठी आला होता; तो बस वाहतूक सुरू केली म्हणून!

११. सफाई कामगारांना त्यांनी प्रतिष्ठा प्राप्त करून दिली. सफाई कामगारांचा मोर्चा त्यांच्या मागणीसाठी आला असता, विश्रामबागवाड्याच्या तिसऱ्या मजल्यावरून खाली उतरून, सफाई कामगारांच्या मोर्चाला आचार्य अत्रे सामोरे गेले होते. आता सवर्णातील किती महापौर, स्थायी समिती अध्यक्ष; सफाई कामगारांच्या प्रश्नासाठी जागरूक आहेत आणि त्यांना सामोरे जातात?

१२. प्राथमिक शिक्षणांत सुधारणा – पुणे शहराची विभागणी– फाळणी शिवाजी रोडने, पूर्व भाग आणि पश्चिम भाग अशी केली गेली आहे. पश्चिम भाग समृद्ध आणि पूर्व भाग अविकसित. आचार्य अत्रे नेहमी म्हणत, 'पुण्यात नैसर्गिक सूर्य पूर्वेकडून उगवत असला, तरी शैक्षणिक सूर्य पश्चिमेकडून उगवतो.' पुण्यात पश्चिमेकडे तीन पेठा आणि बारा शाळा आणि पूर्वेकडे बारा पेठा आणि एकच आचार्य अत्रे यांची कॅम्प एज्युकेशन सोसायटीची शाळा. नंतर आचार्य अत्रे यांनी राजा धनराजगिरजी ही शाळा सुरू केली. त्यानंतर मध्यमवर्गीय निम्नआर्थिक स्तरातील मुलींच्या शिक्षणासाठी मुलींचे आगरकर हायस्कूल सुरू करून, पूर्व भागातील मुलींच्या शिक्षणाची सोय केली आणि आगरकरांचे समर्पक स्मारक केले. पुण्यातील माध्यमिक शिक्षण यथातथाच होते. पण प्राथमिक शिक्षणाचे विचारू नका. त्यातून म्युनिसिपल प्राथमिक शिक्षणाची परिस्थिती किती भयानक असेल, हे सांगायला पाहिजे का? त्यासाठी त्यांनी म्युनिसिपल शिक्षण मंडळ काढले आणि म्युनिसिपालटीतील प्राथमिक शिक्षकांना प्रशिक्षित करण्यासाठी सहकारनगरमध्ये गांधी ट्रेनिंग स्कूल काढले. ते आता 'शिवाजी मराठा' संस्थेला देण्यात आले आहे. समाजाबद्दल आस्था आणि शिक्षणाबद्दल प्रेम या भावनेतून आचार्य अत्रे यांनी मॉडर्न हायस्कूलच्या सध्याच्या जागेवर जे प्रचंड खड्डे होते, ते म्युनिसिपालटीच्या खर्चाने त्यांच्या मार्गदर्शनाखाली बुजविले आणि आजची दगडी इमारत उभी राहिली.

१३. पुणे शहराची पाहणी आणि तपासणी - सारसबागेजवळ आताच्या सणस ग्राउंडवर कचरा टाकण्यासाठी बैलगाडी तळ होता. तेथेही प्रचंड मोठा खड्डा होता, तोही आचार्य अत्रे यांनी बुजविला. त्या ठिकाणी बैलांना चारा देण्यासाठी गवताच्या गंजी होत्या. त्या पेंढ्यांची तपासणी आचार्य अत्रे जातीने करीत. एकदा पेंढ्या आणि बैल यांचे गणित जमेना, त्यावर रखवालदाराने बैलांनी जास्ती वैरण खाल्ली असे उत्तर दिले. त्यावर, 'दोन पायांच्या बैलाने का चार पायांच्या बैलाने?' असा सवाल करून खरेपण उघड केले.

'माझ्या जीवनाची अक्षरशः म्युनिसिपालटी झाली,' असे आचार्य अत्रे नेहमी म्हणत. त्यांना पुण्याचा कायापालट करायचा होता. पुण्याला दख्खनची राणी

करायची होती. पुण्याच्या विकासाचा आराखडा आचार्य अत्रे यांनी आखल्यामुळे, त्यांना आधुनिक पुण्याचे शिल्पकार म्हणून पुणेकर गौरवित होतेच. आचार्य अत्रे यांच्या कर्तबगारीचा कुतुबमिनार सतत उंचउंच होत गेला. ज्या संभाजी पार्कची निर्मिती त्यांनी केली, त्याच संभाजी पार्कमध्ये त्यांच्या वाङ्मयीन गुरूंचा पुतळा - राम गणेश गडकरी यांचा- पुतळा अनावरण करण्याचे भाग्य त्यांना लाभले. तसेच सवाई गंधर्वांच्या पुतळ्याचे अनावरण त्यांनीच केले. बालगंधर्व रंगमंदिर ही त्यांचीच संकल्पना.

१४. बालगंधर्व रंगमंदिर - संभाजी पार्कच्या उत्तरेस कोपऱ्यावर म्युनिसिपालटीच्या जागेवर आशानगर नावाची झोपडपट्टी होती. त्या जागेवर रंगमंदिर बांधण्याची मूळ कल्पना आचार्य अत्रे यांची होती. आचार्य अत्रे यांचे तशा स्वरूपाचे पत्र आजदेखील नगरपालिकेच्या दफ्तरी आहे. हे पत्र आल्यावर नगरपालिकेचे कमिशनर भुजंगराव कुलकर्णी म्हणाले, "आचार्य अत्रे यांनी बांधण्याऐवजी नगरपालिकेने का बांधू नये?" त्या वेळी आचार्य अत्रे यांचे एस्टिमेट वीस लाखांचे होते. तसे पत्रात त्यांनी नमूद केले आहे.

शेवटी नगरपालिकेने रंगमंदिर बांधण्याचा निर्णय घेतला. आणि बालगंधर्व रंगमंदिराचा पायाभरणी समारंभ स्वत: बालगंधर्वांच्या शुभहस्ते पार पडत असता, बाबा आढाव यांचा झोपडपट्टी हालवू नये म्हणून आलेला मोर्चा मी स्वत: पाहिला आहे आणि पायाभरणी समारंभात जमलेल्या नागरिकांनीही तो पहिला असेल! अगोदर नदीकाठ, रिक्षांचे वाढते दर, इथे नाटकासाठी कोण जाणार? शहराच्या एका टोकावर रंगमंदिर; अशा नाना शंका आणि प्रश्न नागरिकांनी आणि विरोधकांनी विचारून शासनाला भंडावून सोडले. आचार्य अत्रे यांचे स्वप्न भंगले, तरी म्युनिसिपालटीने रंगमंदिर बांधण्याच्या भानगडीत पडू नये असा सूर लावला गेला आणि वातावरण दूषित झाले. त्या वेळी आचार्य अत्रे नगरपालिकेच्या मदतीला धावून आले आणि 'नगरपालिकेने चांगली कामे करायची नाहीत काय? त्यांनी नेहमी संडास, मुताऱ्या आणि गटारेच बांधायची काय?' असा प्रश्न करून विरोधकांचे दात त्यांच्याच घशात घातले. आचार्य अत्रे यांची प्रश्न पोज करण्याची पद्धत आणि विरोधकांना निरुत्तर करण्याची पद्धत वाखाणण्यासारखी होती. नंतर पु. ल. देशपांडे यांच्या मार्गदर्शनाखाली बालगंधर्व रंगमंदिर उभे राहिले. त्या काळात पु. ल. आजारी पडले. त्यांनी आजारपणाचे बिल नगरपालिकेकडे सादर करून वसुली केली आणि पुण्यात मोठा गदारोळ उडाला. देणग्या देणाऱ्या पु. लं.नी नगरपालिकेला फसविले, असा बोलबाला झाला.

नंतर बालगंधर्व रंगमंदिराच्या अनावरणाचा समारंभ आला. अध्यक्ष यशवंतराव चव्हाण आणि उद्‌घाटक आचार्य अत्रे असा बेत ठरला. पु.लं.च्या पुढाकाराने

निमंत्रणपत्रिका वाटल्या गेल्या. पण मुंबईच्या साहित्य संघाला निमंत्रण न देता पार्ल्याच्या परिषदेला निमंत्रण देऊन, पु.लं.नी धमाल उडवून दिली. 'मुंबई साहित्य संघ' ही बलाढ्य संस्था डावलल्याचा तीव्र संताप महाराष्ट्रात उमटला. आचार्य अत्रे यांचेकडे गाऱ्हाणे गेले. आचार्य अत्रे यांनी आजारपणाचे कारण सांगून अनावरण समारंभ फक्त माझ्या छापील भाषणवाचनाने करावा, असा सल्ला दिला.

कारण मुंबई साहित्य संघाच्या निर्मितीला आचार्य अत्रे होतेच. त्यांचा ओढा साहित्य संघाकडे होताच. शेवटी अनावरणाचे वेळी ना. ग. गोरे महापौर होते. त्यांनी प्रास्ताविक करून अनावरण करण्याचा घाट घातला. त्या वेळी रंगमंदिरात मी स्वत: ओरडून, आचार्य अत्रे यांचे भाषण वाचा असे सांगितले. त्यावर एकच कल्ला झाला आणि मागणीने जोर धरला आणि 'दैनिक मराठा'यातील 'रंगभूमीचा इतिहास' हा अग्रलेख नाना गोरे यांनी संपूर्ण वाचून दाखविला व बालगंधर्व रंगमंदिराचे अनावरण झाले. उद्घाटक, अध्यक्ष गैरहजर असताना त्यांच्या भाषणवाचनाने उद्घाटन झाले. अशा तऱ्हेचा प्रसंग बहुतेक एकमेव होय. पुढे काही दिवसांनी आचार्य अत्रे पुण्यात आले. अनावरणाचा फलक त्यांचे हस्ते लावला गेला. त्याच वेळी माझी छोटी मुलगी सुषमा हिला आचार्य अत्रे यांनी मांडीवर घेतले. सुषमा त्या वेळी खूप गोंडस दिसत होती. आजही ती खूप लोभस-सुंदर दिसते. त्याच वेळी बालगंधर्व रंगमंदिरातील मुख्य मखमलीच्या पडद्याला गजरा घातला होता. ते बघून माझी छोटी मुलगी सुषमा म्हणाली, "आई, पडद्याने गजरा घातलाय." त्यावर सभोवताली हशा पिकला. त्या वेळच्या 'स्वराज्या'त 'घडलेला विनोद' या सदरात हा विनोद प्रसिद्ध झाला आहे. अशा रीतीने संभाजी पार्कची निर्मिती, त्यांच्या वाङ्मय गुरूंचा रा. ग. गडकऱ्यांचा पुतळा, सवाई गंधर्वांचा पुतळा, बालगंधर्व रंगमंदिर अनावरण; हा सर्व योग एकाच व्यक्तीच्या आयुष्यात यावा, याला चमत्कार म्हणू नये तर काय म्हणावे? आणि नंतर त्याच परिसरात आचार्य अत्रे यांचा पुतळा बसवून पुणेकरांनी मोठा उच्चांकच गाठला. सर्व परिसर आचार्य अत्रेमय झाला. बालगंधर्वमध्ये आचार्य अत्रे यांचे संत सखूच्या जीवनावरील नवीन नाटक 'प्रीतिसंगम' या नाटकाचा पहिला प्रयोग आणि सबंध महिनाभर आचार्य अत्रे यांच्या नाटकांसाठी बालगंधर्व रंगमंदिर याची उपलब्धी, हा एक चमत्कार म्हणावा लागेल. त्या वेळी पु.लं.च्या एकपात्रीची चलती होती, तरी आचार्य अत्रे यांच्या नाटकासाठी संपूर्ण महिनाभर बालगंधर्व रंगमंदिर अत्रे यांना मिळाले. बालगंधर्व रंगमंदिरात लोक येतील किंवा नाही या पुणेकरांच्या शंकेला उत्तर देण्यासाठी आचार्य अत्रे यांनी, 'प्रीतिसंगम'चा सहा दिवसांचा प्लॅन एका दिवशी जाहीर केला.

लोक म्हणू लागले, "अत्रे, तुम्हाला वेड तर लागले नाही." आचार्य अत्रे यांचा स्वत:वर, स्वत:च्या आत्मविश्वासावर; विश्वास होता. पहिल्या तीन तासांत सहा

दिवसांचा प्लॅन संपला आणि पुणेकर रसिकांनी नाट्यमहोत्सव महाआनंदोत्सवात रूपांतर करून साजरा केला. असे आचार्य अत्रे आणि त्यांचे बालगंधर्व प्रेम, रंगभूमी प्रेम. संभाजी बाग, कॉंग्रेस हाउस परिसर, झाशीची राणी चौक, बालगंधर्व रंगमंदिर, सावरकर भवनजवळील आचार्य अत्रे यांचा पुतळा; हा सर्व परिसर आचार्य अत्रे यांच्या पुण्यस्पर्शाने, पदस्पर्शाने, कर्तबगारीने भरून उरला आहे. हे भाग्य फक्त आचार्य अत्रे यांच्या पुणेकरांना लाभले.

बालगंधर्व रंगमंदिरानंतर मंगला थिएटरचा परिसर घेण्याचा आचार्य अत्रे यांचा प्रयत्न अयशस्वी झाला. पुणे शहरावर आचार्य अत्रे यांचे फार प्रेम होते. पुण्याचे पानशेत झाल्यावर साध्या हाफ पॅन्टमध्ये, काउंटी कॅप चढवून, हातात रूळ घेऊन आचार्य अत्रे पुण्यात हिंडत होते. पुणेकरांना धीर देत होते. 'आजवर पुण्यात दोन स्मशाने होती. आता अनंत स्मशाने झाली,' असे ते खेदाने ओंकारेश्वराच्या भिंतीवरून भाषण करताना म्हणाले. नारायण आठवले, जानोरीकर आणि कितीतरी मंडळींना आचार्य अत्रे यांनी धीर आणि मदतीचा हात दिला. १९६२ साली पुण्यातून ते लोकसभेसाठी उभे राहिले आणि पुणेकरांनी त्यांना पाडले. पानशेतमुळे वाताहात झालेल्या पुणेकरांसाठी पानशेत प्रलयासंबंधी दहा ते पंधरा हजार पृष्ठांचे लिखाण करून, पानशेत अहवाल मंत्रालयाच्या कडीकुलपांतून ('ध' चा 'मा' केलेला) पळवून प्रसिद्ध केला. अहवाल आणि पुणेकरांची कैफियत मांडूनही पुणेकरांनी आचार्य अत्रे यांना न्याय दिला नाही. पूरग्रस्तांच्या वसाहती, मदत या कामी त्यांनी सरकारला नमविले. त्या पुणेकरांनी खासदार होण्यापासून आचार्य अत्रे यांना वंचित केले. मुंबईत निवडणुकीत विजयी आणि पुण्यात पराभूत अशी त्या वेळी स्थिती होती. पुण्यातील सत्काराचे वेळी त्यांनी, 'आईने मारले पण मावशीने तारले,' असे हृदयस्पर्शी उद्‌गार काढून पुणेकरांबद्दलची आपली भावना व्यक्त केली. यावरून पुण्यासंबंधी त्यांची काय भावना होती याची कल्पना येते.

'पुणे तिथे काय उणे' असे म्हणतात, पण 'पुणे तिथे अत्रे उणे' ही खिन्न करणारी भावना पुणेकरांच्या मनात सारखी रुंजी घालते. पुणेकर आचार्य अत्रे यांच्या स्मरणाने विव्हळ होतो, भावनिक होतो. 'आचार्य अत्रे यांच्याशिवाय पुणे पाहण्यात काहीच स्वारस्य नाही,' असे ज्येष्ठ पुणेकर म्हणतात. इतके आचार्य अत्रे पुणेमय झाले होते. मुठा नदीच्या काठावर उभे राहून 'कोण, कोणते वेड घेऊन उभा राहील आणि त्याची पूर्तता करण्यासाठी सर्वस्व पणाला लावेल याचा काही नेम नाही', असे ते पुणेरी वेडासंबंधी बोलत.

स्वातंत्र्यपूर्वकाळात आचार्य अत्रे आणि कॉंग्रेस यांचे नाते अतूट होते. आचार्य अत्रेंसारखा बुद्धिमान, लोकप्रिय आणि प्रतिपक्षावर जोरदार हल्ला चढविणारा नेता, त्या काळात कॉंग्रेस पक्षात नव्हता. लोकांना पचेल, रुचेल, आवडेल अशा भाषेत

आणि नेमकी उत्तरे देणारा आणि विरोधकांना निरुत्तर करणारा नेता, काँग्रेसमध्ये नव्हताच नव्हता. ती जागा फक्त आचार्य अत्रे यांनी भरून काढली. काँग्रेसच्या विरुद्ध न. चिं. केळकरांचा स्वराज्य पक्ष! सावरकरांचा हिंदू महासभा पक्ष! आणि काँग्रेस पक्ष! यांतच सारख्या लढती असत. आपल्याला, आपल्या पक्षाला मते दिली नाहीत; म्हणजे लोक नालायक आहेत, गाढव आहेत अशी टीका मतदारांवर करताच, आचार्य अत्रे खवळून उठले. ज्यांच्या जिवावर सर्व काही मिळवता, ज्यांच्यासमोर मतांची भीक मागता; त्या मतदाराला तुम्ही कमी लेखता, त्यांचा अपमान करता, त्यांना शिव्या देता हे आचार्य अत्रे यांना मान्य झाले नाही. त्यांचा तेजोभंग करता, त्यांना हीन, दीन आणि हैराण करता यासंबंधी आचार्य अत्रे यांना कमालीची चीड निर्माण होत असे. एकदा न. चिं. केळकर म्हणाले, "मतदारांनो, तुम्ही गाढव आहात. तुम्ही कोणालाही मते देता. कोणता माणूस उभा आहे हे लक्षात न घेता, वाटेल त्या ऐऱ्यागैऱ्याला मते देता, तुम्ही विचार करत नाही. तुम्हाला सारासार विचार नाही. तुम्ही गाढव आहात." आचार्य अत्रे यांना हे पटले नाही. ज्यांच्या जिवावर आपण राज्य करणार, त्यांना अपमानित करणे योग्य नव्हे, अशी त्यांची धारणा होती. आचार्य अत्रे एका सभेत या न. चिं. केळकरांच्या विधानाचा समाचार करताना म्हणाले, "लोकहो, न. चिं. केळकर तुम्हाला गाढव म्हणालेत मग लोकहो गाढव काय देत असते." लोक म्हणाले, "लाथा! लाथा!!" "मग केळकर आणि हिंदू महासभावाले तुम्हाला मते मागायला आल्यावर त्यांना काय द्याल?" लोक उत्तरले, "लाथा! लाथा!!' असे म्हणून त्यांच्याच तंगड्या त्यांच्या गळ्यात घालीत असत. 'काँग्रेसला मते द्या आणि विरोधकांना खांदा द्या,' ही आचार्य अत्रे यांची घोषणा अतिशय लोकप्रिय होती. मृत व्यक्तीला खांदा देण्याची पद्धत होती. एका निवडणुकीत काँग्रेस उमेदवाराविरुद्ध ढमढेरे नावाचे गृहस्थ उभे होते. आचार्य अत्रे उभे राहून सभेत म्हणाले, "आमच्या काँग्रेसच्या उमेदवाराच्या समोर विरुद्ध कोण उभे आहेत, तर हिंदू महासभेचे ढमढेरे. ज्यांच्या आडनावात दोन 'ढ' आहेत आणि एक 'मढे' आहे, ते काय निवडून येणार." सभेत प्रचंड हशा पिकला आणि ढमढेरे पडले आणि कायमचे जायबंदी झाले. आचार्य अत्रे सभेत 'ढमम्' असा आवाज काढीत आणि मग 'ढेरे' असा सुटकेचा आवाज काढत असत.

हिंदू महासभावाले स्वातंत्र्यवीर सावरकरांच्या मार्सेलिस येथील जहाजातून पळून जाण्याच्या कृतीला 'त्रिखंडात गाजलेली उडी' असा प्रचार करीत. स्वातंत्र्यासाठी त्यांची उडी गाजली. त्यावर आचार्य अत्रे 'सावरकरांच्या त्या उडीवर हिंदू महासभावाल्यांच्या 'ह्या उड्या" असे म्हणून हिंदू महासभावाल्यांना गार करून टाकीत. 'उड्यावर उड्या' या वाक्प्रचारातील गोडवा आणि त्यांच्या 'उडीवर' यांच्या 'उड्या' यांतील

खुमारी आत्ताच्या इंटरनॅशनल स्कूलमध्ये शिकणाऱ्या पिढीला नाही कळणार.

स्वातंत्र्यवीर सावरकर आणि बाबासाहेब आंबेडकर यांनी काँग्रेसच्या झेंड्याखाली येऊन प्रथम इंग्रजांना हाकलून लावावे आणि मग आपापसांत भांडत बसावे, अशी एकजुटीची भाबडी भूमिका आचार्य अत्रे यांची होती. त्या दृष्टीने त्यांनी प्रयत्नही केले होते. स्वत: आचार्य अत्रे सावरकरांना, डॉ. बाबासाहेबांना यासंबंधी बोलले होते. पण मूलत:च तत्त्वे विरोधी असणाऱ्या काँग्रेसच्या झेंड्याखाली हे दोन महान नेते कसे येतील? आपला शत्रू एकच तो म्हणजे इंग्रज. त्या इंग्रजाला प्रथम परदेशात पाठवू आणि मग आपणाला काय करायचे ते करू, असा आचार्य अत्रे यांचा खमक्या खाक्या होता.

आचार्य अत्रे यांचेवर विरोधकांची तसेच काँग्रेसमधील विघ्नसंतोषी लोकांची नेहमी ओरड असे. विशेषत: काकासाहेब गाडगीळ यांची. काँग्रेसमधील आचार्य अत्रे यांची महती वाढू लागली, त्यांचे स्थान भक्कम होऊ लागले; याची धास्ती काकासाहेबांनी घेतली. आपले काय होणार? सगळा बहुजन समाज आचार्य अत्रे यांच्या मागे जाणार आणि आपण उघडे पडणार! म्हणून आचार्य अत्रेंवर टीका करताना काकासाहेब म्हणाले, "आचार्य अत्रे यांनी देशासाठी काय केले? देशासाठी काय केले?" याचा अर्थ देशासाठी तुम्ही किती वेळा तुरुंगात गेलात? तुरुंगात जाणे हे त्या काळी देशभक्तीचे लक्षण होते. आचार्य अत्रे तुरुंगात गेले नव्हते. त्यांना उत्तर देताना 'गांधी, नेहरू, पटेल, काका, देव' तुरुंगात गेल्यावर काँग्रेस हाउसचे रक्षण मी म्हणजे आचार्य अत्रे करीत असतो, असे ते ठणकावून सांगत. 'मी काँग्रेस हाउसचा गुरखा आहे,' असे आचार्य अत्रे सांगत.

हिंदू महासभेच्या, 'विविधवृत्त'च्या तटणीसांनी काँग्रेस हाउसचे चित्र काढून एका स्टुलावर भय्याच्या चित्रात आचार्य अत्रे दाखविले आणि आपल्या 'विविधवृत्ता'त पहिल्या पानावर हे चित्र छापले. आचार्य अत्रे यांनी पुढच्या 'नवयुग' या काँग्रेसच्या मुखपत्रात हेच चित्र तसेच्या तसे छापून; त्या चित्रांतील भय्याकडे, गुरख्याकडे म्हणजे आचार्य अत्रे यांच्याकडे पाहून कुत्रे भुंकत आहे असा थोडासा, पण मार्मिक बदल करून महाराष्ट्रात धमाल उडवून दिली. गुरख्याला पाहून कुत्रे भुंकत असते, हे दृश्य आपल्याला नेहमी दिसते आणि असल्या कुत्र्यांच्या भुंकण्याकडे आपण काय लक्ष द्यायचे, अशी तुच्छतादर्शक टीका आचार्य अत्रे यांनी विरोधकांवर करून त्यांची तोंडे बंद केली.

अशा प्रकारे काँग्रेसच्या विरोधकांवर आचार्य अत्रे यांचा तोफखाना सातत्याने बरसत असे आणि काँग्रेसचा भाव निवडणुकीत वाढत असे आणि विरोधकांचे कंबरडे मोडले जात असे. आचार्य अत्रे बोलणार म्हणून विरोधकांच्या अंगात धडकी भरत असे. आचार्य अत्रे यांच्या घणाघाती प्रचाराने सारा महाराष्ट्र हादरून जात असे.

त्याचे पडसाद साऱ्या महाराष्ट्रात उठत. त्यात '१९४२ चे साताऱ्याचे स्वातंत्र्य समर' हा नाना पाटलांवरील नवयुगचा विशेष अंक, ज्ञानयोगी डॉ. बाबासाहेब आंबेडकर विशेषांक, वडूजच्या नऊ हुतात्म्यांच्या रक्ताच्या तांडवासंबंधीचा विशेषांक; या त्यांच्या लिखाणाने बहुजन समाजात काँग्रेसबद्दल सहानुभूती, आपुलकी वाढत होती आणि म्हणूनच सानेगुरुजींनी म्हटले आहे, "आचार्य अत्रे यांच्या 'नवयुगा'ने बहुजन समाजाला काँग्रेसनिष्ठा शिकविली."

आचार्य अत्रे यांच्या वाणीचा आणि लेखणीचा तोफखाना विरोधकांवर, हिंदू महासभावाल्यांवर सारखा बरसत होता. आणि त्यांची सारखी दाणादाण उडत होती. आणि सर्वसामान्य जनात काँग्रेसबद्दल आस्था, प्रेम, आपुलकी आणि खरा स्वातंत्र्य संपादून देण्यात अग्रेसर असलेला पक्ष म्हणजे काँग्रेस, ही एकच खूणगाठ बहुजन समाजाच्या मनात कायमची घर करून बसली होती आणि त्याचे सर्व श्रेय आचार्य अत्रे यांना जात होते.

'स्वातंत्र्यवीर सावरकर हे काचेच्या कपाटातील सिंह आहेत; म्हणजे आकर्षक आणि दिखाऊ दिमाखदारपणाच फक्त त्यांचेकडे आहे,' हे 'नवयुगा'तील त्यांचे सावरकरविरोधी लेख वाचून आचार्य अत्रे यांच्यावर राष्ट्रीय स्वयंसेवक संघातील सैनिकांनी नागपूर येथे दोनदा आणि पुण्यात सर परशुरामभाऊ कॉलेजात एकदा प्राणघातक हल्ला केला. आचार्य अत्रे यांच्या शरीरावर चौऱ्याऐंशी जखमा झाल्या. त्यावर गांधीजींची प्रतिक्रिया अतिशय बोलकी अशी होती. 'आचार्य अत्रे तुम्ही प्रतिकार न करता हिंसाखोरांचा सामना केलात, हा अहिंसेचा विजय होय.' यातून आजच्या काँग्रेसवाल्यांना मला एवढेच सांगायचे आहे की, किती काँग्रेसवाल्यांनी राष्ट्रीय स्वयंसेवक संघाच्या सैनिकांकडून मार खाल्ला आहे? सगळे आपले वरवरचे आणि मलिदा लाटणारे काँग्रेसवालेच होत. मूलभूत पायाभरणी करणारे आचार्य अत्रे यांच्यासारखे पुढारी निराळे आणि वरवरचे तकलादू काम करणारे पुढारी निराळे. हा भेद काँग्रेसवाल्यांनी समजून घेतला पाहिजे. बुद्धिमान, उच्च वर्गामध्ये प्रस्थापितांमध्ये काँग्रेसचे तत्त्वज्ञान, धोरण, धैर्य शिकवण्यात आचार्य अत्रेंसारखा उच्चशिक्षित तरुण; धडाडीचा, खळखळत्या उत्साहाचा हातात वृत्तपत्र असलेला; नव्या कल्पना, नवे मनसुबे, नवी आक्रमकता यांचा विरोधकावर मारा करणारा; काँग्रेसचे बळ, ताकद वाढविणारा आणि बुद्धिमंताना काँग्रेसकडे आकर्षित करणारा आचार्य अत्रे एकमेव आणि अद्वितीय होता. तसेच असे बहुआयामी व्यक्तिमत्त्व काँग्रेसमध्ये होते हे काँग्रेसचे भाग्य नव्हे काय?

आता विधिमंडळाच्या भाऊसाहेब हिरे आणि काकासाहेब गाडगीळ यांच्या निवडणुकांसंबंधी. या काँग्रेसच्या तरुण, तडफदार, तेजस्वी उमेदवारांसंबंधीच्या प्रचारात आचार्य अत्रे यांनी जी मुसंडी मारली, ती तर केवळ अजबच म्हणावी

लागेल. या निवडणुकीत काँग्रेसच्या प्रचाराची सर्व जबाबदारी आचार्य अत्रे यांच्या मुलूखमैदान तोफेवरच अवलंबून होती. आचार्य अत्रे यांची मुलूखमैदान तोफ सारखी गर्जत होती, बरसत होती आणि शाब्दिक तोफगोळ्यांनी विरोधकांच्या तंबूत दाणादाण आणि घबराट निर्माण करीत होती. विरोधक हवालदिल होत होते.

विरोधकांवर घणाघाती हल्ला आणि त्यांची उडणारी भंबेरी यांमध्ये हातखंडा असणाऱ्या आचार्य अत्रे यांच्या वक्तृत्वाचा लाभ मिळावा, म्हणून साऱ्या महाराष्ट्रातून काँग्रेस प्रचारासाठी आचार्य अत्रे यांना निमंत्रणे येत. अगदी त्यांच्याच शब्दात सांगायचे तर त्यांना चांद्यापासून बांद्यापर्यंत भटकंती करावी लागत होती. इतकी तेजस्वी, कडाडणाऱ्या विजेसारखी वाणी आणि तलवारीच्या तळपत्या पात्याप्रमाणे घायाळ करणारी लेखणी यांचा दुर्मिळ संगम त्यांच्यापाशी झाल्याने, त्यांच्या वक्तृत्वाला एक निराळेच परिमाण निर्माण झाले होते. त्यांचे वक्तृत्व तेज, ओज आणि त्यांचा विशिष्ट बाज या त्रिगुणांनी संपन्न झाले होते. आचार्य अत्रे व्यासपीठाकडे चालू लागल्यावर विरोधकांच्या छाताडावर त्यांचा एक-एक पाय पडतोय, असा भास विरोधकांना होत असे. आणि भाषणाअगोदरच विरोधक चिडिचूप होत असत, गार होत असत.

कायदेमंडळावर काकासाहेब गाडगीळ आणि भाऊसाहेब हिरे निवडून जाण्यासाठी आचार्य अत्रे यांनी अक्षरश: जिवाचे रान केले. हिंदुत्ववादी, सावरकरवादी उमेदवारांविरुद्ध प्रचाराची राळ उडविली. विरोधक हीन, दीन आणि हैराण झाले. दुसऱ्या महायुद्धाच्या वेळी हिंदू महासभावाल्यांनी पुण्याच्या मंडईमध्ये शिवाजी महाराज सैन्यात जा असे आवाहन करतात, असा प्रचंड मोठा बोर्ड लावला होता. सावरकरांचा आदेश होता, महाराष्ट्र देशाचा खड्गहस्त झाला पाहिजे. त्याला अनुसरून शिवाजी महाराज सैन्यात दाखल व्हा असे सांगतात, असे प्रचंड चित्र लावण्यात आले होते. त्यांच्या या भूमिकेवर आचार्य अत्रे तुटून पडले आणि 'शिवाजी महाराज काय हिंदू महासभावाल्यांचे रिक्रूटिंग ऑफिसर आहेत काय?' असा खडा सवाल करून त्यांची रेवडी उडविली आणि काँग्रेसपुढे विरोधकांचा विरोध हा षंढांचा विरोध होय, ही गोष्ट पटविण्यासाठी दादासाहेब खापर्ड्यांनी सांगितलेली भट आणि भटीण यांची गोष्ट सांगितली. विरोधकांची निष्प्रभता त्यातून प्रतीत होते. एकदा भट आणि त्याची पत्नी भटीण फिरायला गेले. रस्त्यात एक गुंड भेटला व त्याला भटणीबद्दल अभिलाषा निर्माण झाली. त्यावर त्या गुंडाने भटावर बंदूक रोखली आणि त्याच्या समक्ष भटणीवर अत्याचार केला आणि ऊन असल्याने भटाला त्यांच्यावर छत्री धरण्यास सांगितले. त्यावर त्या भटाच्या पौरुषाला आव्हान देण्यासाठी लोकांनी विचारले, 'तुम्ही पुरुषासारखे पुरुष, तुम्ही शरणागती पत्करलीत; तुमचा स्वाभिमान तेव्हा कोठे गेला होता?' त्यावर भट म्हणतो, 'मी काय त्याला भीतोय काय? मी एकदा छत्री

त्यांच्यावर धरीत होतो आणि एकदा छत्री त्यांच्यापासून दूर नेत होतो. त्यामुळे अत्याचारी गुंडाला उन्हाचा चटका बसेल.' त्यावर आचार्य अत्रे म्हणत, विरोधकांचा स्वाभिमान त्या भटासारखा निष्प्रभ ठरणारा आहे. आचार्य अत्रे यांच्या या गोष्टीने साऱ्या पुण्यात प्रचंड खळबळ माजली आणि भाऊसाहेब हिरे आणि काकासाहेब गाडगीळ प्रचंड मताने निवडून आले. हीच गोष्ट गंगाधर गाडगीळांनी लोकमान्य टिळकांच्या 'दुर्दम्य' या कादंबरीत लिहिली आहे. आचार्य अत्रे यांच्या या प्रसंगानंतर साधारण वीस वर्षांनी गंगाधर गाडगीळांची ही 'दुर्दम्य' कादंबरी प्रसिद्ध झाली. आचार्य अत्रे यांची वाणी आणि लेखणी ब्रह्मपुत्रेच्या तुफानी प्रवाहाप्रमाणे वाहत होती. त्या वाग्यज्ञात किंवा वाग्महापुरात अनेक झाडेझुडपे, महावृक्ष, टेकड्या, डोंगर वाहून जात होते. इतका त्यांच्या वाणीचा प्रचंड वेग आणि आवाका होता. सळसळता प्रवाह होता. 'महापुरे झाडे जाती' या तुकारामांच्या उक्तीप्रमाणे विरोधकांचे अनेक वृक्ष उन्मळून पडत आणि काँग्रेस पक्ष विजयी होत असे आणि अर्थातच त्याचे सर्व श्रेय आचार्य अत्रे यांना मिळत असे. प्रचार आणि प्रचार माध्यम म्हणजे फक्त आचार्य अत्रेच होते.

आजकालच्या प्रिंट मीडिया, इलेक्ट्रॉनिक मीडियासारख्या जलद प्रसारवाहिन्या त्या वेळी नव्हत्या. कुठल्यातरी फाटक्या पुठ्ठ्यावर, 'आज आचार्य अत्रे यांची सभा' असे कुठेतरी लिहिले जायचे आणि संध्याकाळी वारुळातून भळभळ मुंग्या बाहेर पडाव्यात, तशी माणसं शनिवारवाड्यावर जमायची. बटाट्या मारुतीच्या छतावर, तेथील पिंपळाच्या झाडावर, शनिवारवाडा पटांगण, समोरील कुलकर्णी वाडी, नव्या पुलाचे कठडे, आत्ताच्या महानगरपालिकेपर्यंत सर्वत्र माणसांची गर्दी! इकडे उजव्या हाताला सर्व गॅलऱ्या, घरांच्या छपरावर, शनि-नवग्रह मंदिर, लालमहाल, वसंत टॉकीजपर्यंत आणि डाव्या हाताला फुटका बुरूज आणि जाईल दवाखाना असा सारा परिसर दुमदुमून जात असे. त्या वेळी मात्र स्पीकरची व्यवस्था चांगली करीत असत. त्या स्पीकरवाल्यांना लाउड करण्याची किमया फारच चांगल्या रीतीने जमली होती. म्हणूनच मी मोठ्या अभिमानाने सांगतो की, शनिवारवाडा जरी पेशव्यांनी बांधला असला, तरी तो गाजविला आचार्य अत्रे यांनी. अलीकडल्या काळात, रणमैदानात एखाद्या शूर वीराने आपल्या तलवारीचे बळ, कौशल्य दाखवावे; त्याप्रमाणे आपल्या भाषेचे प्रभुत्व आणि आपल्या वाणीचे तळपते चमत्कार आचार्य अत्रे यांनी दाखविले. मुरारबाजीच्या केवळ धडाने शंभर-सव्वाशे विरोधी सैनिकांचा मुडदा पाडला. या ठिकाणी तर हजारो- हजर आणि गैरहजर विरोधकांचा सपशेल मुडदा आचार्य अत्रे पाडीत आणि एखाद्या विजयी वीराप्रमाणे युद्ध-सभा जिंकीत. त्यांच्या भाषणाचा जोष, त्वेष, आवेश, आवेग इतका विलोभनीय असायचा; की एखादा प्रेक्षणीय-सुंदर प्रसंग बघतच बसावा, असे सामान्य माणसाला वाटत होते आणि तो इतका

त्यांच्याशी एकरूप झाला होता.

आचार्य अत्रे यांना मला काही सांगायचे आहे, माझ्याजवळ सांगण्यासारखे खूप आहे म्हणूनच त्यांना गर्दीचे आकर्षण होते आणि गर्दीला त्यांचे आकर्षण होते. जिथे गर्दी तिथे अत्रे आणि अत्रे तिथे गर्दी असे जणू समीकरणच साऱ्या महाराष्ट्रभर पसरले होते. कोल्हापूरचा बिंदू चौक, सातारचे गांधी मैदान, कऱ्हाडचा एस.टी. स्टॅन्ड, नगरचे माळीवेस, ठाण्याचे आत्ताचे दादोजी पटांगण, मुंबईचे शिवाजी पार्क, गिरगाव चौपाटी, नागपूरचे आत्ताचे स्टेडिअम झालेले पटांगण, बेळगावचा टिळक चौक किंवा युनियन कार्बाइडचे भव्य पटांगण; येथील काँग्रेस प्रचाराच्या सभा काँग्रेस उमेदवारांच्या विजयाच्या पाऊलखुणा ठरल्या आहेत. एका माणसामध्ये एवढी प्रचंड ऊर्जा कोठून आली आणि त्या ऊर्जेने सारा समाज कसा प्रकाशित केला, परिवर्तित केला, हे एक अजब कोडे होऊन बसले आहे.

काकासाहेब गाडगीळ आणि भाऊसाहेब मोठ्या प्रचंड मताने कायदेमंडळावर निवडून गेले. त्यांचा भव्य सत्कार आचार्य अत्रे यांच्या अध्यक्षतेखाली व्हावा, अशी पुणेकरांची आणि मंडईकरांची तीव्र इच्छा होती. पण आचार्य अत्रे यांचे श्रेय हिरावण्यासाठी काकांनी आवई सोडून दिली, 'आज आचार्य अत्रे यांच्या जिवाला धोका आहे.' त्यामुळे पन्नास हजारांच्या सभेचा विरस झाला. आचार्य अत्रे व्यासपीठावरून उतरून, टांग्यातून काकासाहेब लिमयांबरोबर त्यांच्या आमराईतील निवासस्थानी गेले. आज तुमचा सत्कार आहे, तुम्ही विजयी झालात, तेव्हा तुमच्या सत्काराला महत्त्व आहे, असे म्हणत आचार्य अत्रे सभा सोडून गेले. आचार्य अत्रे आज बोलणार नाहीत, या कुजबुजीने सारी सभा पांगली. लोकांची निराशा झाली.

आज परत पंचपक्वान्नांची मेजवानी आम्हाला मिळणार या आशेने ताटावर बसलेल्या श्रोत्यांना, न जेवताच बाहेर पडावे लागले. एखाद्या पाहुण्याला ताटावरून उठवावे, तसे श्रोत्यांचे झाले आणि दहा मिनिटांत ती पन्नास हजारांची सभा संपली. त्याचे पडसाद खूप उमटले. आचार्य अत्रे यांचा अपमान झाल्याची भावना श्रोत्यांनी बोलून दाखविली आणि तो अपमान काका गाडगीळांनी केला. ही संतापाची लाट जनमानसात पसरली, पण पुढील आठवड्यात आचार्य अत्रे यांनी त्या सभेत मी काय बोललो असतो याची अनुभूती देण्यासाठी, पुढे सभा घेऊन त्या वेळचे भाषण लोकांच्या पुढे केले. आणि आपली तसेच श्रोत्यांची हौस पुरविली. श्रोत्यांच्या कानांची तृप्ती झाली.

पुढे संयुक्त महाराष्ट्राचे आंदोलनात शिवाजी पार्क येथील काकांची सभा मुंबईकर श्रोत्यांच्या मदतीने त्यांनी उधळली आणि मंडईतील काकांच्या सभा उधळण्याच्या कृतीला, त्यांची शिवाजी पार्कवरील सभा उधळून एकदाचे उट्टे काढले आणि मोठ्या विजयाने अगदी फिटंफाट झाली, या आर्विभावाने त्यांनी हातावर हात

मारून आपला आनंद व्यक्त केला. काका-आचार्य अत्रे यांच्या वैरभावाला, आचार्य अत्रे यांच्या काँग्रेस प्रवेशापासूनच सुरुवात झाली होती आणि संयुक्त महाराष्ट्राच्या आंदोलनात - लढ्यात काकांचे आचार्य अत्रे यांनी असे काही वस्त्रहरण केले की, काकासाहेबांना तोंड लपवून बसण्याची पाळी आली. त्यांच्या ज्येष्ठ मुलाने बॅ. विठ्ठलराव गाडगीळांनी त्यांच्या विरोधात मोर्चा काढला होता. इतकी आचार्य अत्रे यांनी काकासाहेब गाडगीळांची पळता भुई थोडी केली.

साधारण १९४५ पर्यंत आचार्य अत्रे यांनी काँग्रेसचा प्रचार आणि प्रसार केला. हा काळ भारतीय स्वातंत्र्याच्या दृष्टीने अतिशय महत्त्वाचा होता. विरोधकही अतिशय आक्रमक होते. सावरकरांचा आवेश- आवेग कमालीचा थक्क करणारा होता. काँग्रेसला पर्याय हिंदू महासभाच वाटावा, इतका हिंदू महासभेचा जोर होता. त्या सर्व काँग्रेसविरोधी वातावरणात आचार्य अत्रे हे एखाद्या क्रियाशील सभासदासारखे काँग्रेसशी एकनिष्ठ राहून, त्यांचा प्रचार करीत होते आणि विरोधकांची तोंडे बंद करीत होते. विरोधकांची दाणादाण करीत होते.

काँग्रेस पक्षाचा एवढा प्रचार आणि प्रसार करून आचार्य अत्रे यांना काय मिळाले, हा प्रश्नच आहे. आचार्य अत्रे यांच्या 'नवयुग' या वृत्तपत्राला काँग्रेसवाल्यांची साधी जाहिरातदेखील नसायची, तर सरकारचा पाठिंबा सोडूनच द्या. सरकारी जाहिरातींच्या मलिद्यावर पोसलेली पत्रकारिता किती मुजोर असते, हे आपण पाहतोच. त्यांना जनतेच्या भावनेची कदर नसते. नवयुग जनतेचा होता. जनतेच्या खपावरच आचार्य अत्रे यांची सर्वस्वी भिस्त होती. जनाधार हाच खरा 'नवयुग'चा आधार होता. केवळ एकट्या व्यक्तीच्या जोरावर आठ ते दहा हजार खप 'नवयुग'चा व्हावा, हा एक चमत्कारच होय अशी जनमानसाची भावना होती.

१९३९ ते १९४७ हा काळ भारतातील स्वातंत्र्याचा महान सुवर्णकाळच म्हणावा लागेल. जागतिक पातळीवर दुसरे महायुद्ध सुरू होते आणि काँग्रेसचे स्वातंत्र्यासाठी महायुद्ध सुरू होते. आणि आचार्य अत्रे यांचे काँग्रेस विरोधकांशी महायुद्ध सुरू होते. जसे रशियातील क्रांतीला ऑक्टोबर क्रांती आणि नोव्हेंबर क्रांती असे संबोधण्यात येते, तसेच बेचाळीसची क्रांती आणि सत्तेचाळीसची क्रांती असे म्हणण्याचा प्रघात आचार्य अत्रे यांनी सुरू केला. गवालिया टँक मैदानावरील म्हणजे आत्ताच्या ऑगस्ट क्रांती मैदानावरील चले जाव चळवळीचा संपूर्ण आणि साद्यंत इतिहास आणि वर्णन देण्याचा सपाटा आचार्य अत्रे यांनी लावला. नेहरूंचे ओजस्वी भाषण; मौलाना अबुल कलम आझादांचे चले जावचे भाषण; पटेलांनी भारतातून नव्हे, तर साऱ्या आशिया खंडातून ब्रिटिशसत्तेला चले जावचा दिलेला नारा; या सर्वांचा लेखाजोखा आचार्य अत्रे आपल्या 'नवयुग'मध्ये मांडून सर्वसामान्य जनतेला काँग्रेसची ध्येयधोरणे आणि लढाऊ बाण्याची कल्पना देत.

त्या वेळी स्वातंत्र्यप्राप्तीसाठी झालेल्या निरनिराळ्या उठावांची साद्यंत माहिती, वर्णने देऊन जनमानस चेतविण्याचा प्रयत्न आचार्य अत्रे यांनी सातत्याने केला. काँग्रेसने स्वातंत्र्याचा पेटवलेला वन्ही आचार्य अत्रे यांनी महाराष्ट्रात धुमसत ठेवून, तिरंगी झेंडा सारखा फडकत ठेवला. १९४२ चे सातार्‍याचे स्वातंत्र्यसमर, नंदुरबारचा शिरीष कुमार, कराचीचा हेमू कलानी, सोलापूरचे चार महान हुतात्मे, एकाच गावात स्वातंत्र्यासाठी नऊ वडूज पुत्रांनी केलेले महान बलिदान, पुण्यातील कॅपिटल बॉम्बचा कट आणि खटला; या सर्वांची इत्थंभूत माहिती आणि वर्णने देऊन तरुणांच्या मनातील स्वातंत्र्याची आग सारखी भडकत ठेवली, ती आचार्य अत्रे यांच्या नवयुगनेच. या सर्व ज्वलंत घटनांवर विशेषांक काढण्याचा सपाटा आचार्य अत्रे यांनी लावला.

सारखी व्याख्याने, दौरे, मोर्चे, मिरवणुका, परिषदा, चर्चासत्रे यांचा महायज्ञ सार्‍या महाराष्ट्रात आचार्य अत्रे यांचा चालू होता. म्हणूनच शांताबाई शिंदे नावाच्या एका शूर महिलेने स्वत:चा अंगठा कापून, आपल्या पवित्र रक्ताचा टिळा आचार्य अत्रे यांच्या कपाळी लावला आणि ग्रामीण महाराष्ट्रातून त्यांची बैलगाडीतून मिरवणूक काढली. त्या महिलेच्या कृतीने जसे आचार्य अत्रे यांच्यात चैतन्य निर्माण झाले, तसेच सारा महाराष्ट्रही चैतन्यमय झाला, उत्साहमय झाला, जिवंत झाला, ज्वलंत झाला. काँग्रेसच्या विचाराचे, आचाराचे, चळवळीचे नवयुग सुरू झाले आणि त्या नवयुगाचे प्रवक्ते होते आचार्य अत्रे. सातत्याने 'स्वातंत्र्य स्वातंत्र्य' या काँग्रेसच्या वीणावादनाचे गुंजन सार्‍या महाराष्ट्रात सर्वत्र दूरवर पोहोचविण्याचे महान कार्य आचार्य अत्रे आणि त्यांच्या 'नवयुग'ने केले.

ऑगस्ट क्रांतीच्या महान पर्वात आचार्य अत्रे यांची पत्रकारिता अतिशय वेगवान आणि अतिशय जहाल झाली होती. काँग्रेसच्या 'स्वातंत्र्याचा नारा घुमवू आकाशात' या एकाच ध्येयाने आचार्य अत्रे पछाडले होते आणि त्याचा पाठपुरावा सातत्याने करीत होते. स्वातंत्र्य, स्वातंत्र्य आणि स्वातंत्र्य याशिवाय कोणताही विषय काँग्रेसच्या जीवनात नव्हता. तसेच काँग्रेसचा जप सातत्याने करणे, आणि स्वातंत्र्याचा जयघोष करणे हे त्या काळातील आचार्य अत्रे यांचे इतिकर्तव्य होते. आयुष्याचे कर्तव्य ते समजत असत. आचार्य अत्रे अक्षरश: काँग्रेसमय झाले होते. त्यापुढेही 'नाशिकची काँग्रेस' या काँग्रेसच्या वार्षिक अधिवेशनाचा सविस्तर इतिहास आणि वर्णन देऊन, घरबसल्या सार्‍या महाराष्ट्राला आंखो देखा हाल दाखविला. आत्ताच्या दूरदर्शन वाहिन्या जसे सविस्तर प्रसंग दाखवितात, तसे आचार्य अत्रे आपल्यापुढे तो प्रसंग शब्दाने रंगवित. आचार्य अत्रे आमूलाग्र बदलले होते. ते तंग तुमान, नेहरू शर्ट आणि गांधी टोपी या काँग्रेसच्या युनिफॉर्ममध्येच सर्वत्र वावरत असत. आचार्य अत्रे विचाराने, आचाराने, प्रचाराने, प्रसाराने काँग्रेसमय झाले होते. एखाद्या गोष्टीत किती समरस व्हावे याचे उदाहरण द्यायचे असल्यास, आचार्य अत्रे यांचेच द्यावे लागेल.

स्वातंत्र्यपूर्व काळात काँग्रेसमय आणि संयुक्त महाराष्ट्राच्या लढ्यात समितीमय झालेले आचार्य अत्रे आपल्याला पाहायला मिळतात. तन्मयता, समरसता, तल्लीनता आणि एकाग्रता काय असावी, याचा वस्तुपाठ आपल्याला आचार्य अत्रे यांच्या जीवनातूनच दिसतो आणि पटतोदेखील. सर्वस्व ओतून देण्याचा, सर्वस्व झोकून ध्येयप्राप्ती करण्याचा धडा आचार्य अत्रे यांनी तरुण पिढीपुढे ठेवला.

स्वातंत्र्यलढ्यात बॅ. जिनांची भूमिका, बॅ. सावरकरांची भूमिका आणि डॉ. बाबासाहेब आंबेडकरांची भूमिका आपल्याला निश्चितच आचार्य अत्रे यांच्या लिखाणातून कळते. खरेतर 'कऱ्हेचे पाणी' हे आत्मचरित्र एक निमित्त आहे. पण भारताचा स्वातंत्र्यलढा कसा उत्क्रांत झाला, याचे सविस्तर चित्रण, वर्णन, हकिकती, घटना यांच्या उल्लेखाने आपल्याला दिसून येते. खरेतर गेल्या शंभर वर्षांतील शैक्षणिक, साहित्यिक, राजकीय, सांस्कृतिक, आर्थिक, सामाजिक इतिहास म्हणजे 'कऱ्हेचे पाणी' आणि त्याचे पाच खंड. आचार्य अत्रे म्हणतात, मी निमित्त आहे. पण निमित्त असणेसुद्धा महत्त्वाचे असते. असे किती पां, वा. गाडगीळ, प्रभाकर पाध्ये, महाजनी, ग. त्र्यं. माडखोलकर, परुळेकर निमित्त का झाले नाहीत आणि आचार्य अत्रेच निमित्त का झाले; कारण ते आचार्य अत्रे होते.

जनमानसाची नाडी ओळखणारा आणि प्रत्येक गोष्टीवर स्वतंत्र भाष्य करणारा, परिवर्तन करणारा, प्रबोधन करणारा पत्रकार होता तो. केवळ प्रलोभने निर्माण करणारा पत्रकार नव्हता तो. जसजसे स्वातंत्र्य जवळ येऊ लागले, तसतशी फाळणीची बीजे दिसू लागली आणि आचार्य अत्रे हेलावले. ऐतिहासिक, महान देशाची फाळणी हा विचारच आचार्य अत्रे यांना सहन होईना आणि मग आचार्य अत्रे काँग्रेसची ध्येये, धोरणांपासून दूर झाले आणि देशाची जशी फाळणी झाली, तशी आचार्य अत्रे आणि काँग्रेस पक्षाशी एकजीव झालेल्या आचार्य अत्रे यांची काँग्रेसशी फाळणी झाली आणि काँग्रेस जशी जनतेपासून दूर झाली, तसतसे आचार्य अत्रे जनतेच्या जवळ जवळ जात गेले. खरेतर ते नेहमी जनतेच्या जवळच होते. म्हणूनच त्यांना जनतेची नाडी समजत होती. जनतेच्या मनातील स्पंदने, आंदोलने, हेलकावे, खळबळ, भावभावनांचे कल्लोळ यांची पक्की जाण आचार्य अत्रे यांना होती आणि म्हणून अगोदर जनतेला पटवून देणे आणि नंतर पेटवून उठविणे हा त्यांचा सदैव खाक्या होता. अगोदर पटविल्याशिवाय माणूस पेटून उठत नाही, याची जाण आचार्य अत्रे यांना होती. म्हणूनच दौरे, व्याख्याने, चर्चासत्रे, सभा, निदर्शने, प्रदर्शने, परिषदा, संमेलने, मोर्चे यांचा मारा आचार्य अत्रे यांनी सातत्याने केला. त्याच वेळी त्यांनी केलेल्या चळवळी यशस्वी झाल्या. त्यासाठी सातत्याने त्याचा पाठपुरावा करणे आणि त्या त्या विचाराने सारखे पछाडणे असल्याशिवाय, माणसाला आपले ध्येय गाठता येत नाही.

आचार्य अत्रे जसजसे काँग्रेसपासून दूर गेले; तसतसे भ्रष्ट, गुंड, दारुडे, मवाली, अत्याचारी, नफेखोर, काळाबाजारवाले, समाजविघातक कार्य करणारे काँग्रेसच्या जवळजवळ येऊ लागले आणि श्रीमंत, अतिश्रीमंत मंडळींचा पगडा काँग्रेसवर सातत्याने वाढत चालला आणि आचार्य अत्रे यांना हे सर्व नवे होते. मग आचार्य अत्रे या काँग्रेसमध्ये कसे राहणार? ते काँग्रेसपासून दूर गेले. एवढेच नव्हे, तर काँग्रेस संपविण्याच्या मार्गात अग्रेसर राहिले. काँग्रेसला सामान्यांची सुखदु:खे कळेनाशी झाली, याचा खेद आचार्य अत्रे यांना झाला. फाळणीमुळे केवढे संकट आपल्यावर ओढून घेतोय, याची जाण आचार्य अत्रे यांना होती. म्हणून फाळणी रोखण्यासाठी एकट्या आचार्य अत्रे यांनी वैयक्तिक पातळीवर प्रयत्न केले. महाराष्ट्रातील लोकसत्ता, लोकमान्य, लोकशक्ती, टाइम्स ही सर्व वृत्तपत्रे फाळणीच्या बाजूने होती. आचार्य अत्रे यांचा नवयुग फक्त फाळणीविरोधात आपली तोफ डागीत होता. फाळणीविरुद्ध दर रविवारी शिवाजी पार्कच्या मैदानात सतत सहा महिने व्याख्याने देणारा महाभाग आचार्य अत्रेच होता. नौखाली आणि पंजाबमध्ये एका छोट्या साप्ताहिकाने बातमीदार पाठविणे आणि फाळणीच्या हृदयद्रावक घटनांचे वर्णन देणे, हा खरेतर साप्ताहिकाच्या जीवनातील एक उच्चांकच होय. सातत्याने फाळणीविरुद्ध लिहिणे आणि भाषणे करणे यावरून लोकमान्यकार पांडोबा गाडगीळ आचार्य अत्रे यांना म्हणालेही होते, 'अहो अत्रे, तुमचे डोकेबिके फिरले नाही ना?' त्यावर 'तुमचे डोके फिरत नाही हेच खरे दु:ख आहे. फाळणीमुळे डोके ठिकाणावर राहत नाही, कसे राहणार? डोके धडावर शाबूत तर असायला हवे ना?' असा त्यांचा सवाल असे. देशाची फाळणी आणि काँग्रेसची आचार्य अत्रे यांचेशी झालेली फाळणी, या दोन्ही घटना म्हणाव्यात तशा ऐतिहासिकच होय. कारण आचार्य अत्रे ही महाराष्ट्रातील केवळ एक व्यक्ती नव्हती, तर महाराष्ट्रातील प्रचंड शक्ती होती आणि या प्रचंड शक्तीचा जनमानस बदलण्यास खूपच उपयोग झाला. आचार्य अत्रे यांनी साहित्यात, शिक्षणात, सांस्कृतिक क्षेत्रांत, आर्थिक क्षेत्रांत, ऐतिहासिक क्षेत्रांत, राजकीय, सामाजिक क्षेत्रांत अनेक बदल केले; परिवर्तन केले; प्रबोधन केले, म्हणूनच म्हणावेसे वाटते असे आचार्य अत्रे होणे नाही. मागील दहा हजार वर्षांत आचार्य अत्रे झाले नाहीत आणि पुढील दहा हजार वर्षांत आचार्य अत्रे होणार नाहीत, हे मात्र ऐतिहासिक सत्य राहणार आहे. थोडक्यात आचार्य अत्रे महाराष्ट्राच्या शिल्पकारांपैकी आघाडीचे शिल्पकार होते, असा पक्का समज जनमानसात कायम झाला.

स्वातंत्र्यप्राप्तीनंतर मात्र आचार्य अत्रे आणि काँग्रेस यांचे हाडवैर निर्माण झाले. 'माझी आणि काँग्रेसची फाळणी झाली', असे आचार्य अत्रे वारंवार म्हणत. काँग्रेसचे कट्टर वैरी म्हणून आचार्य अत्रे यांची ख्याती होऊ लागली. काँग्रेसची धोरणे सामान्य माणसासाठी नसून ती फक्त श्रीमंतांसाठी, काळाबाजारवाल्यांसाठी, सटोडियांसाठी,

भांडवलदारांसाठी, पुंजीपतींसाठीच आहेत हे त्यांच्या चट्कन लक्षात आले आणि स्वातंत्र्यप्राप्तीअगोदरची काँग्रेसची धोरणे आणि दिलेली आश्वासने यांपासून काँग्रेस अनेक योजने दूर जात असल्याचे आचार्य अत्रे यांच्या ध्यानी आले. स्वातंत्र्यप्राप्तीनंतर नवी स्वप्ने, नवी धोरणे, नवे जग निर्माण करण्याची; नवा समाज घडविण्याची सर्व स्वप्ने धुळीला मिळाली आणि राज्यकर्ते म्हणून काँग्रेसवर ही सर्व जबाबदारी येते या न्यायाने, त्यात अपयशी ठरलेल्या काँग्रेसला धारेवर धरण्यात आचार्य अत्रे आघाडीवर होते. 'काँग्रेस जनतेची शत्रू आहे, काँग्रेसला मूठमाती द्या, काँग्रेस गाडून टाका', असा नारा आचार्य अत्रे लावीत. स्वातंत्र्यप्राप्तीनंतर काँग्रेसचे विसर्जन करा असे गांधीजी म्हणत, याची सारखी जाणीव आचार्य अत्रे त्यांच्या भाषणात-लिखाणात करून देत. स्वातंत्र्यप्राप्तीसाठी अनेक निरनिराळ्या मतांची, संधीसाधू, हवशे, नवशे, गवशे मंडळी जमा झाली. त्या वेळी शिस्तबद्ध, एका विचाराची, एका आचाराची मंडळी असतील; असा गांधीजींचा होरा होता. काळे धंदे करणारे, वाजवीपेक्षा जास्त नफा कमावणारे व्यापारी, साठेबाज यांचा काँग्रेसमध्ये सुळसुळाट झाला. त्यांनाच सत्तेची सर्व पदे देण्यात आली. परमिट राज्य सुरू झाले. म्हणून आचार्य अत्रे यांनी काँग्रेसवर तोफ डागली. नाशिकच्या गोविंदराव देशपांडे यांना 'परमिट गोविंदा' अशी पदवी बहाल केली. सोडा वॉटर फेम बोरकर दादा अशी विशेषणे देऊन नामदार सदोबा पाटील यांचा उल्लेख ना. स. का. पाटील असा येत असे. त्यावर आचार्य अत्रे ना. स. का. पाटील हा शब्द जोडून नासका असा उल्लेख करू लागले.

काँग्रेसचा प्राणपणाने प्रचार करणारे आचार्य अत्रे. त्याच काँग्रेसचा प्राणपणाने विरोध करू लागले. ज्या काँग्रेसला सावरण्यासाठी नागपूर येथे दोनदा प्राणघातक हल्ला सहन केला, पुण्याला एस.पी. कॉलेजमधील त्यांच्या वरचा हल्ला आर.एस.एस. मतप्रणालीचा हल्ला होता. स्वातंत्र्यवीर सावरकरांशी वैर काँग्रेससाठी घेतले. स्वराज्यप्राप्तीसाठी काँग्रेस हा एकच पक्ष सक्षम आहे अशी त्यांची भावना, धारणा होती. त्यासाठी सावरकरांनी आणि आंबेडकरांनी काँग्रेसच्या झेंड्याखाली यावे, असे त्यांना वाटत होते. अगोदर स्वातंत्र्य आणि मग सुधारणा ही टिळकांची भूमिका आचार्य अत्रे यांना पटत होती. सावरकर, आंबेडकर, गांधी यांनी एकत्र येऊन, ब्रिटिश सत्तेविरुद्ध लढा देऊन, स्वराज्य लवकरात लवकर मिळवावे, अशी आचार्य अत्रे यांची भाबडी समजूत होती. महात्मा गांधी हे केवळ महात्मेपणाची धूळ उडविणारे आहेत, ते महात्मा नव्हेत, असे गांधींच्या तोंडावर सांगणारे आंबेडकर गांधींशी कसे समझोता करतील?

आज किती काँग्रेसवाल्यांनी राष्ट्रीय स्वयंसेवक संघाकडून मार खाल्लाय, हे दाखवून द्यावे. हीच काँग्रेसची मंडळी आचार्य अत्रे यांची दुश्मन झाली. त्यांचे

नामोनिशाण पुसून टाकण्यासाठी अहमहमिकेने पुढे सरकू लागली.

पुढे संयुक्त महाराष्ट्राच्या लढ्यात तर आचार्य अत्रे यांनी काँग्रेसची दाणादाण उडवून टाकली. तेरा भाषिक राज्यांना मान्यता आणि महाराष्ट्रावर अन्याय, म्हणून संयुक्त महाराष्ट्राचा लढा हा लोकशाहीचा लढा होता. खरेतर देशातील जमीनदार, गिरणीमालक, भांडवलदार आणि गुजरातचे भले करण्यासाठी द्विभाषिक मुंबई, स्वतंत्र मुंबई, केंद्रशासित मुंबई अशी कटकारस्थाने पंडित नेहरू आणि काँग्रेसने रचली होती. गुजरातवर अन्याय झाला हे म्हणणे तितकेसे खरे नाही, कारण गुजरातचा फायदाच बघितला जात होता. त्यासाठी महाराष्ट्रावर अन्याय झाला तरी बेहत्तर, अशी काँग्रेसची भूमिका होती.

म्हणून आचार्य अत्रे यांची वाणी आणि लेखणी सारखी गर्जत होती, तळपत होती, खणाणत होती आणि आचार्य अत्रे यांनी जिवाची शर्थ करून काँग्रेसचे पानिपत केले. काँग्रेसचे पानशेत केले. काँग्रेसने आचार्य अत्रे यांचा धसका घेतला. जळी- स्थळी- काष्ठी- पाषाणी त्यांना आचार्य अत्रे दिसू लागले. काँग्रेसच्या अनेक भ्रष्टाचारी मंत्र्यांची कुलंगडी बाहेर काढून काँग्रेसची अब्रू वेशीवर टांगली. संताजी, धनाजी, तानाजी, येसाजी आणि मुरारबाजी यांच्या त्वेषाने आचार्य अत्रे काँग्रेसवर तुटून पडत होते, काँग्रेसचा खातमा करीत होते. म्हणून आचार्य अत्रे काँग्रेसचा कर्दनकाळ ठरले. एका माणसाने संयुक्त महाराष्ट्र मिळविला हे त्रिकालबाधित सत्य नाकारणे, सर्वच पक्षांना अशक्य होत असल्याने, आचार्य अत्रे यांना वाळीत टाकणे सोपे होते. हे जाणून सर्वपक्षीय मंडळी अत्रे यांचा उल्लेख टाळू लागली. त्यांना वाळीत टाकू लागली.

संयुक्त महाराष्ट्राच्या लढ्यात आचार्य अत्रे यांनी काँग्रेसचे अक्षरश: वस्त्रहरण केले. त्यांची अब्रू चव्हाट्यावर मांडली, काँग्रेसची लक्तरे वेशीवर टांगली. अनेक प्रकरणांचा शोध घेऊन काँग्रेसला धारेवर धरले. पानशेतचा अहवाल– 'ध' चा 'मा' केलेला, मंत्रालयाच्या कडीकुलपातून पळवून प्रसिद्ध केला. तसेच अझिझुल इस्लाम नावाचा पाकिस्तानी हेर भारतातील गोपनीय माहिती पाकिस्तानला कळवित होता. हे सर्व प्रकरण व सरकारी फाइल पळवून प्रसिद्ध केली आणि सरकारचे बिंग बाहेर फोडले म्हणून वसंतराव नाईकांनी आणि मारोतराव कन्नमवारांनी त्यांना साडेतीन वर्षे तुरुंगात पाठविले. देशभक्तीचे कार्य करणाऱ्या आचार्य अत्रे यांना बेजबाबदार ठरवून तुरुंगात पाठविण्यात आले. असा काँग्रेसने आचार्य अत्रे यांच्यावर सूड घेतला.

आज आपल्याविषयी आणि काँग्रेसविषयी काही आचार्य अत्रे यांनी छापले नाही; म्हणजे आजचा दिवस आपला चांगला गेला, अशी काँग्रेस पुढाऱ्यांची धारणा होती. लोक मंत्रालयावर जाण्यापेक्षा आचार्य अत्रे यांच्या 'शिवशक्ती' या कार्यालयावर जात; कारण सामान्य माणसाला न्याय फक्त आचार्य अत्रेच देऊ शकतात, हीच

भावना सर्वत्र रूढ होती. काँग्रेसचे पुढारी यशवंतराव हे फार मुत्सद्दी होते. ते आतल्या गाठीचे होते. त्यांनी वरवर आचार्य अत्रे यांचेशी जमवून घेतले; पण आतून ते आचार्य अत्रे यांचा द्वेष करीत असत. आचार्य अत्रे यांना हे कळले नाही, उलट त्यांनी त्यांचे 'मोरूची मावशी' हे नाटक यशवंतराव चव्हाणांना अर्पण करून आपला दिलदारपणा सिद्ध केला. पण यशवंतरावांनी आपला खुनशीपणा सोडला नाही.

एका माणसाच्या कर्तृत्वाने संयुक्त महाराष्ट्र मिळाला. महाराष्ट्रात मुंबई शहराचा समावेश आचार्य अत्रे यांच्यामुळेच झाला, हे त्रिकालाबाधित सत्य आहे. तरीदेखील संयुक्त महाराष्ट्राचा मंगल कलश यशवंतरावांनी आणला, अशी कोल्हेकुई सातत्याने ऐकत आलो आहोत. जर यशवंतरावांनी मंगल कलश आणला, तर पाच वर्षांचा लढा, १०६ हुतात्म्यांचे बलिदान आणि अनेक सत्याग्रहींना तुरुंगात का जावे लागले? जनता म्हणते, आचार्य अत्रे यांनी मंगल कलश आणला. काँग्रेसवाले म्हणतात, मंगल कलश यशवंतरावांनी आणला. आचार्य अत्रे हेच खरे सूत्रधार होते, याची जाणीव असूनही ते स्वत:कडे श्रेय घेत नाहीत. ते म्हणतात, जनतेचा दबाव एवढा प्रचंड होता की, आम्ही त्यात ओढले गेलो. आणि खरेतर जनतेने मंगल कलश आणला. जनता म्हणते, संयुक्त महाराष्ट्राचा मंगल कलश आचार्य अत्रे यांनी आणला. अत्रे हे श्रेय जनतेला देतात. काय ही उदारता, केवढी ही नम्रता, लीनता आणि भिडस्तता. आचार्य अत्रे आक्रमक, संतापी होते. अंगावर धावून जाणारे आक्रमण करणारे होते; पण ते फक्त लिखाणात, भाषणात. पण व्यवहारात ते लोकशाहीवादी होते. त्यांनी कधी मसल पॉवरचा उपयोग केला नाही. गुंडगिरी, दडपशाही, हुकूमशाही, ठोकशाही पद्धतीचा अवलंब त्यांनी केला नाही. विचाराचा सामना विचारानेच करावा, असा त्यांचा आग्रह असे. विचाराचा सामना हत्याराने करावा, या विचाराचे आचार्य अत्रे कधीही नव्हते. म्हणून विचाराचा सामना विनोदाच्या हत्याराच्या साह्याने त्यांनी करून, विरोधकांची अगदी दाणादाण करून टाकली. पण तरी काँग्रेसच्या जगात काँग्रेस पक्षाला धडकी भरेल असे प्रचंड कार्य आचार्य अत्रे यांनी केले, हे इतिहासाला नमूद करावेच लागेल. असे होते आचार्य अत्रे काँग्रेस पुराण!

◆

काँग्रेस महाराष्ट्र

यशवंतराव चव्हाण विरुद्ध आचार्य अत्रे!

खरेतर आचार्य अत्रे यांनी यशवंतराव चव्हाणांवर केलेली टीका सातत्याने आठवत राहते. पण यशवंतरावांनी अशी काय किमया केली की, त्यांच्यावर आचार्य अत्रे यांची लेखणी घसरली. लोक नेहमी न्यूटनचा तिसरा नियम विसरतात, तो असा Where there is action, there is equal and oposite re-action. आचार्य अत्रे यांना काय वेड लागले होते, यशवंतरावांना सूर्याजी पिसाळ म्हणायला!

'नेहरू हे महाराष्ट्रापेक्षा मोठे आहेत. संयुक्त महाराष्ट्र आणि नेहरू यांच्यापैकी एकाची निवड करायची झाल्यास, मी डोळे झाकून नेहरूंच्या बाजूला उभा राहीन' ही फलटणच्या मनमोहन राजवाड्यातून यशवंतरावांनी केलेली अभद्र घोषणा संयुक्त महाराष्ट्राच्या ऐतिहासिक आंदोलनाला पूरक ठरण्याऐवजी मारक ठरली आणि मग आचार्य अत्रे यांनी यशवंतरावांना सूर्याजी पिसाळ आणि हरामखोर यशवंतराव या लाखोल्या वाहिल्या. तेरा भाषिक राज्यांची निर्मिती केली आणि महाराष्ट्राला द्विभाषिकच्या दावणीला बांधले. त्या वेळी अख्खा महाराष्ट्र पेटून उठला आणि म्हणूनच आचार्य अत्रे यांनी सूर्याजी पिसाळ हा किताब यशवंतरावांना बहाल केला. शिवाजीच्या स्वराज्य स्थापनेच्या काळात सूर्याजी पिसाळ जसे निघाले, तसे संयुक्त महाराष्ट्राच्या आंदोलनात यशवंतराव चव्हाण सूर्याजी पिसाळ झाले. आणि 'जेथे जेथे हिरे चव्हाण तेथे तेथे काळे

निशाण' या घोषणेने यशवंतरावांचे महाराष्ट्रात स्वागत होऊ लागले आणि यशवंतरावांच्या कृष्णकृत्यावर जनता आग पाखडू लागली. यशवंतरावांची काळी कृत्ये सांगितली, तर हा माणूस महाराष्ट्राच्या नजरेतून उतरेल अशी परिस्थिती आहे. पण सत्तेवर आल्यावर जनता त्यांची थुंकी झेलायला मागे पाहत नाही. त्यांच्या पुढेपुढे करण्यात धन्यता मानते, हा इतिहास नवा नाही.

संयुक्त महाराष्ट्राच्या लढ्याअगोदर यशवंतराव हे काँग्रेसचे एक सर्वसामान्य कार्यकर्ता होते. सातारा जिल्ह्यातील त्या वेळच्या उत्तर साताऱ्यातील, देवराष्ट्रे या भागातील विटा या गावचे रहिवासी. साताऱ्यात शिक्षण घेऊन साताऱ्यात वकिली करावी, ही त्यांची महत्त्वाकांक्षा; म्हणून पुण्याच्या आय.एल.एस. लॉ कॉलेजमध्ये कायद्याचे शिक्षण घेण्यासाठी दाखल झाले. टिळक रोडवरील, शनिवार पेठेतील जोशी वकिलांनी बांधलेल्या 'ॲक्सिडेंट' या बंगल्यात यशवंतराव राहू लागले आणि लॉ कॉलेजला जाऊ लागले. याच बंगल्यात पूर्वी व्ही. शांतारामची पत्नी जयश्री राहत होती. तसेच लोकसत्ताचे संपादक ह. रा. महाजनीदेखील ॲक्सिडेंट या बंगल्यातच राहत होते. जोशी वकिलांनी आपल्या एकुलत्या एक मुलाचा ॲक्सिडेंटमध्ये मृत्यू झाला, म्हणून त्याच्या स्मृतीसाठी बंगल्याला 'ॲक्सिडेंट' हे जरासे विचित्र वाटणारे नाव दिले. त्या वेळी टिळक रोड हा उच्चभ्रू मंडळींचा भाग होता आणि आम्ही टिळक रोडला राहतो, असे मोठ्या अभिमानाने सांगण्यात मंडळी धन्यता मानीत असत. हिराबागेसारखा मोठा क्लब, माडीवाले कॉलनी आणि एस. पी. कॉलेज अशा नामांकित स्थानांमुळे टिळक रोड अतिशय प्रसिद्ध आणि लोकप्रिय ठरला. हरिभाऊ तुळपुळे हे पुणे शहराचे काँग्रेसचे अध्यक्ष असताना टिळक रोडची निर्मिती झाली. त्याअगोदर एस. पी. कॉलेजजवळची जागा टिळकांच्या स्मारकासाठी जगन्नाथ महाराज पंडित यांनी दिली होती आणि तिथे जुने टिळक स्मारक मंदिर होते. त्या ठिकाणीच 'वसंत व्याख्यानमाला' हे महाराष्ट्रातील गाजलेले ज्ञानपीठ होते. या 'ॲक्सिडेंट' बंगल्यात माझा पंढरपूरचा एक मित्र सुधाकर कुलकर्णी हा लॉ कॉलेजमध्ये शिकण्यासाठी आला होता. त्यानिमित्ताने मीदेखील या 'ॲक्सिडेंट' बंगल्यावर राहत असे आणि आपला कायद्याचा अभ्यास करीत असे. त्या अगोदर 'पांडुरंग निवास' या वास्तूत मी माझा एस.एस.सी.चा अभ्यास केला होता. याच पांडुरंग निवासामध्ये 'लाखाच्या गोष्टी'चे निर्माते राहत होते आणि त्या वेळी मोठमोठी होर्डिंग्ज त्या ठिकाणी पडलेली होती. माझ्या एका जवळच्या मित्राच्या काकांचा तो बंगला होता. आणि माझ्या दुसऱ्या एका मित्राचे प्रणयाराधन त्याच बंगल्यात वाढीला लागले. हा बंगला हिराबागेजवळ हिराबाग गणपती बसतो आणि आता जयश्री पावभाजीचे मोठे हॉटेल झाले आहे, त्याचे जवळ होता. समोर टाटाचा पेट्रोलपंप होता. तोही आता इतिहासजमा झाला आहे. त्या ठिकाणी टाटाची मोठी शोरूम झाली आहे. हे थोडेसे

अवांतर विषयांतर होय. मूळ मुद्दा यशवंतराव चव्हाण 'ॲक्सिडेंट'मध्ये राहत होते.

एलएल.बी.ची परीक्षा पास झाल्यावर यशवंतराव चव्हाण साताऱ्यातील प्रसिद्ध वकील गजाननराव कुलकर्णी यांच्या हाताखाली वकिलीचे शिक्षण घेऊ लागले आणि गजाननराव कुलकर्णी हे त्यांचे कायद्यातले गुरू ठरले. म्हणूनच गजाननरावांचे निधन झाल्यावर मोटारगाड्यांचा ताफा धुरळा उडवीत गजाननरावांच्या समाचाराला गेला होता, असे त्यांचे चिरंजीव यशवंतराव कुलकर्णी सांगत असत. ते यशवंतराव कुलकर्णी आमच्या एल.आय.सी.मध्ये कामाला होते आणि राजवाड्यांच्या अग्निहोत्री मंगल कार्यालयात राहत होते. त्या गजाननरावांनी यशवंतराव चव्हाणांचे भविष्य वर्तविले होते. 'यशवंतराव फार मोठे पुढारी होतील. लक्ष्मी सातत्याने त्यांच्या घरी वास करेल. वैभवाच्या शिखरावर ते जातील पण पुत्रप्राप्ती होणार नाही.' ही त्यांची भविष्यवाणी मात्र खरी ठरली. असे होते आमचे सातारचे वकील गजाननराव.

यशवंतरावांची वकिली यथातथाच होती. पण काँग्रेस कार्यकर्त्यांत त्यांची ऊठबस होती. साताऱ्यातील मोठा दरोडेखोर विष्णुकाका यांचेशी त्यांचे संबंध होते. वाईचे किसनवीर तर त्यांचा उजवा हातच होते. गांधी खून खटल्यात ब्राह्मणांची घरे जाळण्यात, किसनवीर-यशवंतराव आघाडीवर होते.

सुरुवातीच्या काळात यशवंतराव हे पंडित जवाहरलाल नेहरू यांच्याऐवजी मानवेंद्र रॉय यांच्या तत्त्वज्ञानावर भाळले होते आणि त्यांचे अध्यात्म गुरू – तर्कतीर्थ लक्ष्मणशास्त्री जोशी यांनी त्या तत्त्वज्ञानाची ओळख यशवंतरावांना करून दिली होती. पुढे अ. भि. शहा, द्वा. भ. कर्णिक, गोर्वधनदास पारिख आणि पुण्याचे आबासाहेब वाघोलीकर वकील वाघाच्या आळीत (शनिवार पेठ) मेहुणपुऱ्याच्या कोपऱ्यावर राहणारे रॉयिस्ट म्हणून ओळखले जाऊ लागले.

यशवंतराव काँग्रेसच्या कार्यातदेखील स्वतःला झोकून देत होते. त्यांचा वावर साऱ्या महाराष्ट्रभर होता. सोलापूरचे तुलसीदास जाधव यांची कन्या निर्मला यांचे लग्न बॅरिस्टर बाबासाहेब भोसले यांचेशी झाले. त्या लग्नाला यशवंतराव हजर होते. पुढे हेच बॅरिस्टर बाबासाहेब भोसले बॅ. अंतुल्यांनंतर महाराष्ट्राचे मुख्यमंत्री झाले. आपण मुख्यमंत्री होणार याची सुतराम कल्पना त्यांना स्वतःला म्हणजे बाबासाहेबांना नव्हती.

सुरुवातीच्या काळात यशवंतराव चव्हाण मोरारजी सरकारच्या मंत्रिमंडळात स्थानिक स्वराज्यमंत्री म्हणून काम करीत होते. नंतर नंतर त्यांची ख्याती मोरारजी देसाई यांचे कल्याणशिष्य म्हणून होऊ लागली. मोरारजी देसाई यांची भलावण ते करू लागले आणि कारभारात त्यांची 'री' यशवंतराव ओढू लागले. अपमान केला गेला तरी मोरारजींची साथ सोडायची नाही, अशी खूणगाठच यशवंतरावांनी बांधली होती. त्यामुळेच यशवंतरावांसारखे मालोजीराव नाईक निंबाळकर, गणपतराव तपासे

यांसारखी कणा नसलेली माणसे; महाराष्ट्रात मोरारजी देसाईंच्या मंत्रिमंडळात मंत्री म्हणून मिरवू लागली. अक्कलकोटच्या निर्मला राजे भोसले तर मोरारजींच्या खासगी चिटणीसच होत्या आणि पुढे त्यांच्या गळ्यात मंत्रिपदाची माळ पडली. यशंतराव चव्हाणांनी पुढे द्विभाषिकाचे मुख्यमंत्री झाल्यावर मुंबईच्या 'ब्लिट्झ' या साप्ताहिकाला रात्रौ तीन वाजेपर्यंत मुलाखत देऊन, एक प्रकारचा उच्चांक गाठला. त्या वेळी यशवंतरावविरोधी वातावरण प्रचंड तापले होते. जवाहरलाल नेहरू महाराष्ट्रापेक्षा मोठे आहेत म्हणून यशवंतरावांनी डरकाळी फोडल्यानंतर महाराष्ट्रात त्यांची छी-थू होऊ लागली आणि सर्व महाराष्ट्र यशवंतरावांना हरामखोर, सूर्याजी पिसाळ म्हणून शिव्या देऊ लागला. म्हणून मग आपली प्रतिमा सुधारण्यासाठी यशवंरावांनी आपल्या प्रदीर्घ मुलाखतीचे नाटक केले.

यशवंतराव आणि मोरारजी देसाई यांचे मेतकूट इतके काही जमले की, मोरारजी देसाई यांचे मूतखड्याचे ऑपरेशन झाल्यावर यशवंतरावदेखील मूतखड्याच्या आजाराने बेजार झाले व अखेर त्यांचेदेखील मूतखड्याचे ऑपरेशन करावे लागले. अनुकरणाचा अतिरेक म्हणतात ना तो हाच. एकदा यशवंतराव मुंबई ते नागपूर विमानाने चालले असता, एका गिधाडाने विमानाला टक्कर दिली. ती टक्कर इतकी जबरदस्त होती की, विमानात बिघाड झाला आणि विमान जमिनीवर आणावे लागले. त्या वेळी महाराष्ट्रातील जनता 'गिधाडाला गिधाड मिळाले, यापेक्षा त्यात निराळे काय झाले?' मोरारजी देसाई यांना धरून, काँग्रेसश्रेष्ठींच्या पुढे पुढे करून, आपली प्रतिमा आणि काँग्रेसमधील वजन वाढविण्याचे जोरदार प्रयत्न यशवंतराव करीत होते. आणि काँग्रेसश्रेष्ठी वर्तुळात अशी कणाहीन माणसे असतातच त्यामुळे मग दिल्लीत मराठी माणसाचे वजन वाढत नाही. काँग्रेसमधील वजनदार मराठी माणसे मात्र दिल्लीत वजनरहित हलकी आणि कचकड्याच्या बाहुल्यांसारखी कणाहीन होतात आणि हायकमांडपुढे हांजी, हांजी करीत फिरत राहून, आपला वैयक्तिक स्वार्थ साधतात. काँग्रेसनिष्ठा हा एकच निकष त्यांना लावला जातो. मग त्यांची लायकी असो, अथवा तो कितीही नालायक असला, तरी तो काँग्रेसचा चार आण्याचा क्रियाशील सदस्य आहे ना? मग त्याला मंत्रिपद मिळालेच म्हणून समजा. विदर्भातील गोपाळराव खेडकर, सोलापूरचे नामदेवराव जगताप, नाशिकचे गोविंदराव देशपांडे, मुंबईचे सदोबा पाटील, घोडपदेवचे बोरकरदादा अशी शेलकी, मराठी द्वेषाने पछाडलेली मंडळी मोरारजींच्या दावणीला बांधलेली होती. त्यात यशवंतराव चव्हाण, भाऊसाहेब हिरे आणि सदोबा पाटील यांचा समावेश मोरारजी प्रभावळीत वरच्या स्थानावर होता, हे निराळे सांगायला हवे काय?

शेतकऱ्यांचा मुलगा विमानातून प्रवास करू लागला. त्याबद्दल सर्वसामान्य मराठी जनतेला यशवंतराव चव्हाणांबद्दल अप्रूप वाटू लागले आणि लोकशाहीतच

आणि काँग्रेसच्या राज्यातच सामान्य शेतकऱ्याचा मुलगा विमानात बसू शकतो आणि मोठा होऊ शकतो. इतर पक्षांत तसे घडणार नाही. काँग्रेसच मराठी जनतेची तारणहार होय, त्यामुळे आपले भले करून घ्यायचे असेल, तर काँग्रेसशिवाय पर्याय नाही, अशी लोकभावना महाराष्ट्रात जोर धरू लागली आणि काँग्रेसचा चरखा महाराष्ट्रात जोरात फिरू लागला. आणि चरख्याचे तिरंगी निशाण महाराष्ट्रात जोरात फडकू लागले. सर्वसामान्यांचा पक्ष - काँग्रेस पक्ष, हीच भावना जनतेत रुजू लागली आणि जनतेचा तारणहार फक्त काँग्रेस पक्षच आहे अशी बोलवा सर्वत्र होऊ लागली आणि काँग्रेस पक्षात गुंड, पुंड, खुनी, दरोडेखोर, भ्रष्टाचारी, काळाबाजारवाले यांची गर्दी होऊ लागली आणि त्यांच्या हिताची धोरणे बळावत गेली.

'महाराष्ट्रापेक्षा नेहरू मोठे आहेत. संयुक्त महाराष्ट्र आणि पंडित जवाहरलाल नेहरू यांच्यापैकी एकाची निवड करायची झाल्यास डोळे झाकून मी नेहरूंच्या बाजूला उभा राहीन,' अशी ठाम आणि निकराची भूमिका फलटणच्या मनमोहन राजवाड्यातून यशवंतरावांनी आपल्या घोषणेतून जाहीर केल्यावर; काँग्रेसच्या हायकमांडमध्ये यशवंतराव चव्हाणांचे वजन वाढले आणि काँग्रेसच्या मराठी द्वेषाच्या यज्ञात समिधा टाकणारा हा मराठी गडी आपल्याला उपयोगी पडेल, म्हणून यशवंरावांची चलती होऊ लागली. त्यांची भलावण करणारी बरीच मंडळी महाराष्ट्रभर पसरलेली होती. पण आचार्य अत्रे यांनी 'महाराष्ट्राशी गद्दारी करणारा हा सूर्याजी पिसाळ' आणि 'हा यशवंतराव हरामखोर आहे' असे जाहीर केल्यावर महाराष्ट्रात यशवंतरावांची 'छी थू' होऊ लागली. त्यांची नाचक्की होऊ लागली. फलटणची यशवंतरावांची अभद्रवाणी महाराष्ट्रात इतकी गर्जू लागली, की त्याचबरोबर सूर्याजी पिसाळ ही आचार्य अत्रे यांची यशवंतरावांना वाहिलेली पदवी त्यांच्या गळ्यात विशेषत्वाने फारच चमकू लागली. त्या वेळी शिवाजी आखाडा हा आत्ताच्या पी.एम.टी. बस स्टॅन्डच्या ठिकाणी होता. नंतर तो पानशेतमध्ये वाहून गेला आणि तिथे पुढे पी.एम.टी. बसस्टॅन्ड उभारले गेले. पुण्याच्या नगरपालिकेतील नगरसेविका श्रीमती भीमाबाई दांगट या मराठी लढाऊ स्वाभिमानी महिलेने यशवंतरावांच्या गळ्यात खेटराची माळ याच शिवाजी आखाड्यात घातली आणि आचार्य अत्रे यांनी जाहीर केले की, 'आता जिथे जिथे हिरे-चव्हाण तिथे तिथे काळे निशाण.' आणि आचार्य अत्रे यांची ही घोषणा इतकी लोकप्रिय झाली की, काँग्रेसचे पुढारी जिथे जिथे जातील; तिथे तिथे काळी निशाणे जनता दाखवू लागली. काँग्रेस पुढाऱ्यांवर आणि यशवंतराव चव्हाणांवर खेटरांचा वर्षाव होऊ लागला. मग आचार्य अत्रे यांनी गर्जना केली, 'यशवंतरावांना जोड्याने मारू नका; कारण हा जोड्याचा अपमान आहे.' तरीदेखील काळी निशाणे आणि जोडेफेक महाराष्ट्रात काँग्रेसच्या व्यासपीठावर सातत्याने होऊ लागली आणि काँग्रेसच्या पुढाऱ्यांत लाचारी वृत्ती, स्वाभिमानशून्यता,

अवसानघातकीपणा, पुढे पुढे करण्याची त्यांची खासियत इतकी वाढत गेली की; या सर्व लाचाराचा बादशहा यशवंतराव चव्हाण म्हणूनच त्यांचा लौकिक जास्त होऊ लागला आणि यशवंतराव चव्हाणांइतका लाचारी, कोडगा, नेहरूनिष्ठ दुसरा कोणीही नाही, अशी भावना दृढ होऊ लागली.

पंडित नेहरू हे स्वातंत्र्ययुद्धातील महायोद्धे, शिवाय सौंदर्यपुरुष. जगातील श्रीमंत घराण्यांपैकी नेहरू घराण्यातील बॅ. मोतीलाल नेहरू यांचा एकुलता एक मुलगा. गांधीजींचा पंतप्रधानपदासाठी एकमेव मानसपुत्र. व्यक्तिमत्त्वाचे प्रचंड वलय, लोकप्रियता हेच नेहरूंचे मर्मस्थान. पंडित नेहरू आले, पंडित नेहरू आले असा गलका होताच; म्हातारेकोतारे, पोरेसोरे, महिलासहिला, सर्व स्तरांतील माणसे नेहरूंना बघण्यास पळत असत. शिवाय भाषाप्रभू विद्वान, महान मुत्सद्दी, जागतिक कीर्तीचा नायक, जगातील अतिशय मोहक व्यक्तिमत्त्वांपैकी एक, शिवाय भारतीय स्वातंत्र्ययुद्धातील सेनानी, सुखसमृद्धीत लोळणारा पण देशासाठी तुरुंगवासातील हालअपेष्टा सोसणारा, यातना भोगणारा असा जनतेच्या गळ्यातील ताईत. तसेच नेहरूंचा शब्द म्हणजे रामबाण. त्यांचा शब्द म्हणजे अखेरचा शब्द. नेहरू बोले आणि भारत डोले. भारत म्हणजे पंडित नेहरू आणि पंडित नेहरू म्हणजे भारत.

'पंडित नेहरू वाक्यम् प्रमाणम्' हे नेहरूंबाबत समीकरण लक्षात आल्यावर, अशा सर्वगुणसंपन्न, सर्वशक्तिमान, सर्वोत्तम पुरुष, महान कर्तबगार अशा नेहरूंच्या कच्छपी लागल्यावर; आपल्याला प्रश्न करणारा कोणीही नसणार आणि नेहरूंच्या नावे काहीही खपवता येईल. देव ज्याप्रमाणे चुका करीत नाही, त्याप्रमाणे नेहरूदेव चुका करणार नाही, अशी नेहरूंबद्दलची सर्वसामान्य जनतेची भावना. मग काय बोलायलाच नको. नेहरूंची योग्यता धूर्त यशवंतरावांनी न ओळखली तरच नवल. अशा नेहरूंचा आशीर्वाद मिळविल्यावर आपल्याला एक नेहरूवलय प्राप्त होईल आणि इतरांपेक्षा आपण निराळे अशी प्रतिमा तयार होईल, शिवाय कोणी विरोध केला की, नेहरूंचे हेच मत आहे असे दणकून सांगून लोकांची, विरोधकांची वाचा बंद करता- बोलती बंद करता येईल, याचा अचूक अंदाज यशवंतराव चव्हाणांनी बांधला आणि नेहरूंची कास धरली. सत्तास्पर्धेत नेहरूंची साथ मिळेल, आपल्याला असलेला विरोध मावळेल आणि आपला मार्ग निष्कंटक होईल; हे गणित मनात धरून यशवंतरावांनी आपली सर्व धोरणे आखून, पंडित जवाहरलाल नेहरूंच्या पायी सर्व निष्ठा अर्पण केल्या. महाराष्ट्रापेक्षा आणि काँग्रेसपेक्षा नेहरू मोठे, या यशवंतरावांच्या उपासनेला मोठे फळ आले आणि नेहरूंच्या प्रभावळीत यशवंतराव अलगद जाऊन बसले. नेहरूंचा पट्टशिष्य, घट्ट शिष्य आणि नेहरूंचा वट्ट शिष्य अशी यशवंतरावांची प्रतिमा तयार झाली आणि यशवंतरावांच्या हयातीत त्याचा त्यांना कमालीचा उपयोग झाला. काँग्रेसमध्ये कर्तृत्वापेक्षा निष्ठेला फार प्राधान्य आहे. गांधीनिष्ठा, नेहरूनिष्ठा,

इंदिरा गांधीनिष्ठा, राहुलनिष्ठा, संजयनिष्ठा म्हणजेच काँग्रेसनिष्ठा, असे समीकरण रूढ झाले आणि यशवंतरावांप्रमाणे काँग्रेसमधील सर्व शेंदाडशिपाई नेहरूंच्या पर्यायाने यशवंतरावांच्या मागे उभे राहिले.

सत्तेचा सोपान गाठायचा असेल, तर आपल्याला नेहरूमार्गाचा अवलंब केला पाहिजे; ही पक्की खूणगाठ यशवंतरावांनी बांधली आणि त्यांच्या नेहरूनिष्ठेला उधाण आले. नेहरूंना वाटले, यशवंतरावासारखा कल्याणशिष्य खरोखर आपल्याला लाभला, तर महाराष्ट्रद्वेषाच्या आपल्या भूमिकेला एका मराठी माणसाकडून महाराष्ट्राचा काटा काढता येईल आणि इतका अंधश्रद्ध नेता आपल्याला लाभल्यावर आपले स्थान अधिक भक्कम होईल. म्हणून आपल्या भूमिकेचा पाठपुरावा करणाऱ्या सर्व शक्तींना नेहरूंचा आशीर्वाद प्राप्त झाला. त्यात प्रमुख होते यशवंतराव चव्हाण आणि पुण्याचे सकाळ नावाचे वृत्तपत्र. महाराष्ट्रातील आणि पुण्यातील विद्वज्जनांची मते आपल्या मागे वळविण्यात सकाळचा उपयोग होईल किंवा विचारांत मतभेदाच्या भिंती उभ्या करून गोंधळ तरी निर्माण करता येईल, या न्यायाने नेहरूंनी 'सकाळ' आपल्या पाठीशी आहे, मग त्याला आशीर्वाद देण्यासाठी पंतप्रधान 'सकाळ' कार्यालयाला भेट देतात. त्यात सकाळ या दैनिकाचा विजय असण्यापेक्षा, सकाळ महाराष्ट्रविरोधी गरळ ओकण्यात धन्यता मानीत होता. या भूमिकेमुळे आणि आपला भाषिक द्वेष पसरविण्याच्या आपल्या भूमिकेची भलावण सकाळ करीत असल्याने, सकाळ कार्यालयाला नेहरूंनी भेट दिली. ती काही नानासाहेबांच्या कर्तबगारीला सलाम म्हणून नव्हे, हे जाणत्या मराठी माणसाच्या लक्षात आल्याशिवाय राहिले नाही. संयुक्त महाराष्ट्राचा लढा हा लोकशाहीचा लढा होय. कारण तेरा भाषिक राज्याला पाठिंबा आणि फक्त महाराष्ट्राला विरोध आणि मुंबई गुजरातला आंदण द्यायचीय, या भूमिकेतून महाराष्ट्राला विरोध. तसे पाहिले तर गुजरातवर काही अन्याय झालेला नाही. गुजरातला नको असलेला न्याय देण्यासाठी महाराष्ट्रावर जाणूनबुजून अन्याय करणे आणि महाराष्ट्र चिरडून टाकणे, हे काँग्रेसचे एकमेव कार्य होते.

कारण महाराष्ट्र एकदा का हातात आला की, सारा भारत आपलासा करण्याला फार वेळ लागत नाही आणि महाराष्ट्राची थोरवी म्हणजे हिंदुस्थानचा स्वातंत्र्यलढा म्हणजे मराठी माणसाच्या कर्तबगारीचा लढा, याशिवाय दुसरेतिसरे काही नाही. महाराष्ट्र मेला तर राष्ट्र मेले. मराठ्याविना राज्यगाडा न चाले. 'खरा वीरवैरी पराधीनतेचा, महाराष्ट्र आधार या भारताचा'; या सेनापती बापट यांच्या समर्पक उक्तीत सर्व काही आले. महाराष्ट्र संस्कृती हीच हिंदू संस्कृती मानणारा, चाणाक्ष, हुशार, कर्तबगार आणि सातत्याने भारत डोळ्यांपुढे ठेवणारा मराठी माणसांशिवाय कोणताही प्रांत नाही. अशा महाराष्ट्राला ठेचून काढण्याची हीच योग्य संधी आहे याची जाण नेहरूंना आली आणि मग त्यांच्या प्रभावळीत यशवंतराव, स. का.

पाटील, सकाळ, टाइम्ससारखी काँग्रेसधार्जिणी वृत्तपत्रे जमा झाली.

काँग्रेसचे मूळ नेहरू हे आपण घट्ट धरून ठेवल्यावर, त्याच्या फांद्या-पाने आपल्यावरच सावली धरतील, हे व्यवहारी आणि धूर्त यशवंतरावांनी हेरले आणि त्याप्रमाणे आपली वाटचाल चालू ठेवली.

अशा रीतीने महाद्विभाषिकांचा पुरस्कार करणारा एक महान शिष्य यशवंतराव चव्हाणांच्या रूपाने आपल्याला मिळाला, हे नेहरू आणि काँग्रेसला आशादायक ठरले. यशवंतराव म्हणजे द्विभाषिकांचा म्होरक्या, द्विभाषिकांचा प्रमुख, द्विभाषिकांचा मुखंड, द्विभाषिकांचा प्रवक्ता; या नानाविध पदव्यांचा पाऊस यशवंतरावांवर पडू लागला आणि आपली ध्येयधोरणे राबवायची असतील, तर यशवंतराव यांच्यासारखी धूर्त व्यक्ती आपल्या दावणीला असणे अतिशय गरजेचे आहे, याची पक्की जाण नेहरूंना होती आणि नेहरूदेखील यशवंतरावांना खूप मान देत होते.

संयुक्त महाराष्ट्राच्या लढ्यात १९५७ च्या निवडणुका म्हणजे संयुक्त महाराष्ट्राचा प्राण होता. तो सर्वांत निर्णायक लढा ठरेल, अशी समितीच्या नेत्यांची भावना होती. म्हणून १९५७ च्या निवडणुका जिंकायच्याच आणि द्विभाषिकाला टोला हाणायचाच, हीच समितीची भूमिका होती आणि त्यात 'द्विभाषिकाचे महान सूत्रधार नेहरू महाराष्ट्रापेक्षा मोठे आहेत' या अभद्रवाणीचा उद्‌गाता यशवंतराव हे एकमेव लक्ष्य होते. महाराष्ट्रातील सर्व समितीनेत्यांच्या समर्थनार्थ जय्यत तयारी समिती करीत होती. पण सर्वांच्या मागे सारखे बळ देऊन समिती संयुक्त महाराष्ट्राच्या या अटीतटीच्या लढ्यात एकरूप झाली होती. जास्तीत जास्त संयुक्त महाराष्ट्र समितीचे उमेदवार निवडून आणायचे आणि संयुक्त महाराष्ट्र विधानसभा गाजवून संयुक्त महाराष्ट्र घोषित करायचा, हा वैधानिक मनसुबा समितीचा होता.

महाद्विभाषिक कऱ्हाडचा प्रणेता, द्विभाषिकाचा मुख्य पुरस्कर्ता, द्विभाषिकाचा मुखंड, महाराष्ट्राचा शत्रू, महाराष्ट्राचा सूर्याजी पिसाळ, हरामखोर अशा बिरुदावल्यांचा धनी यशवंतराव चव्हाण हा पराभूत व्हावा; हीच जनभावना होती. द्विभाषिकाचे नाक कापल्यावर द्विभाषिक कोलमडून पडेल, हीच सर्व मराठी जनांची भावना होती. म्हणून मग कऱ्हाडच्या निवडणुकीकडे सर्वांचे जास्त लक्ष होते, तसेच ती निवडणूक जिंकायचीच ही मराठी जनतेची तीव्र भूक होती. यशवंतरावांना विरोध करण्यासाठी समितीच्या घटक पक्षातील- शेतकरी-कष्टकरी पक्षांचे अध्वर्यू मा. श्री. केशवराव पवार या एका बलाढ्य नेत्याला यशवंतरावांच्या विरुद्ध उभे करण्यात आले होते. सातारा जिल्हा जसा स्वातंत्र्यलढ्यात आघाडीवर होता, तसेच तो संयुक्त महाराष्ट्राच्या लढ्यातदेखील आघाडीवरच होता. शेतकरी-कामकरी पक्षाचे प्राबल्य या जिल्ह्यात होते, तसेच ब्रिटिश सत्तेला हादरा देणाऱ्या प्रतिसरकारच्या क्रांतिसिंह नाना पाटील यांचा तो जिल्हा, मग काय बिशाद तो जिल्हा अन्याय सहन करील. १९४२ मधील

काँग्रेसचा उठाव पणाला लावण्यात नाना पाटलांनी झोकून दिले होते आणि बेचाळीसची क्रांती यशस्वी केली होती. अशा सातारा या लढाऊ जिल्ह्यात यशवंतरावांना पाडणे सोपे आहे, पण सत्तेत असल्याने अतिशय अवघड आहे, याची माहिती समितीला होती. म्हणून यशवंतरावांचा पराभव म्हणजे संयुक्त महाराष्ट्राचा विजय, या भावनेतून सर्व महाराष्ट्र पेटून उठला होता. त्यात दैनिक मराठा आघाडीवर होता.

आचार्य अत्रे यांनी यशवंतराव चव्हाण यांना टार्गेट केले होते. मतदानाचे आदले दिवशी आचार्य अत्रे यांची सभा कऱ्हाडच्या एस. टी. स्टॅन्डच्या मैदानावर आयोजित केली होती. आचार्य अत्रे यांची सभा म्हणजे हमखास विजयाची पावती. म्हणून सावंतवाडीच्या शिवरामराजे भोसले यांचा प्रचार असो, मुंबईतील प्रचार असो, पुण्यात एस. एम. जोशींचा प्रचार असो; जिथे तिथे लोकांना आचार्य अत्रे हवे होते. आचार्य अत्रेंसारखा बुलंद वक्ता काँग्रेसचा कडवा विरोधक असल्यावर उमेदवार आपला विजय नक्की मानत. अनेक उमेदवार आचार्य अत्रे यांच्या सभा आयोजित करण्यात आघाडीवर होते. आचार्य अत्रे यांची मुलूखमैदान तोफ काँग्रेस विरोधात आग ओकू लागल्यावर, विरोधकांचे धाबे दणाणून जात होते. आचार्य अत्रे व्यासपीठाकडे जाताना विरोधकांच्या छाताडावर पाय ठेवीत आहेत, अशी जनभावना होती.

समितीमधील प्रत्येक उमेदवाराला वाटत होते की, आचार्य अत्रे यांनी त्यांच्या प्रचारासाठी जिवाचे रान करावे. यातच आचार्य अत्रे यांच्या झंझावाती प्रचाराची कल्पना येते. सर्वांना वाटे आपली प्रचारसभा आचार्य अत्रे यांनी गाजवावी. कारण विजय हमखास होणारच आणि मग आपल्याला विजय मिळविण्यासाठी काहीही करावे लागणार नाही. इतके पराकोटीचे महत्त्व आचार्य अत्रे यांना आले होते. बरे प्रत्येक विषयात पहिला नंबर असलेल्या आचार्य अत्रे यांना व्याख्यानाचे वेळी मात्र सर्वांत शेवटी बोलायला संधी देण्यात येत असे, कारण पहिल्या नंबरवर आचार्य अत्रे यांना बोलण्याची संधी दिल्यास, सभा संपलीच म्हणून समजावे. कारण सारी गर्दी, सारी जनता आचार्य अत्रे यांच्या भाषणाला आलेली असे. आचार्य अत्रे काय म्हणतात, आचार्य अत्रे काय बोलतात, याकडे साऱ्या महाराष्ट्राचे लक्ष लागून राहिलेले असे. जनतेच्या गळ्यातील ताईत होते आचार्य अत्रे! जनतेचे सर्वस्व होते आचार्य अत्रे आणि आचार्य अत्रे यांचा उत्साहही अगदी पराकोटीचा असे. आचार्य अत्रे यांनी कुचराई केली नाही. एका-एका दिवशी सोळा-सोळा सभा घेऊन महाराष्ट्रभर प्रचाराची धमाल उडवून दिली.

प्रचार म्हणजे आचार्य अत्रे! आणि आचार्य अत्रे म्हणजे प्रचंड प्रचार! समितीच्या प्रचाराची धुरा फक्त एकाच माणसाच्या खांद्यावर होती, तो माणूस म्हणजे आचार्य अत्रे! मग ते आचार्य अत्रे यशवंतराव चव्हाणांच्या विरोधी प्रचार सभेत नसणे

संभवनीय नाही. कारण यशवंतराव चव्हाण द्विभाषिकाचे मुखंड होते. द्विभाषिकाचे नाक होते. काँग्रेसचे म्होरके होते. काँग्रेसचे सर्वेसर्वा होते. यशवंतरावांचा पराभव म्हणजे काँग्रेसचा पराभव! यशवंतरावांचा पराभव म्हणजे द्विभाषिकाचा पराभव होय. यशवंतराव चव्हाणांचा पराभव म्हणजे संयुक्त महाराष्ट्राचा विजय, महाराष्ट्रातील सर्वसामान्य जनतेचा विजय, सर्वसामान्य जनतेच्या भावनांचा जल्लोष. सर्वसामान्य जनतेचा आनंद! सत्याचा विजय. नीतीचा विजय. न्यायाचा विजय होय. कारण यशवंतराव चव्हाण म्हणजे अन्याय, अनीती, असत्य याचे चालतेबोलते उदाहरण होय. स्वत:च्या महत्त्वाकांक्षेपोटी यशवंतरावांनी महाराष्ट्राचा बळी दिला, असा समज सर्वत्र महाराष्ट्रात पसरलेला होता. यशवंतरावांचा पराभव म्हणजे महाराष्ट्राचा विजय, ही जनतेची भावना होती.

यशवंतराव चव्हाणांचे विरुद्ध तितकाच तुल्यबळ, तगडा उमेदवार केशवराव पवार. हे शेतकरी-कामकरी पक्षाचे मातब्बर पुढारी, समितीने उभे केले होते. केशवराव पवारांचे पश्चिम महाराष्ट्रात फार मोठे कार्य होते. काँग्रेसच्या खालोखाल शेतकरी-कामकरी पक्षच महाराष्ट्रात दुसऱ्या स्थानावर होता, इतकी प्रचंड लोकप्रियता शेतकरी-कामकरी पक्षाची होती. अशा केशवराव पवारांना यशवंतरावांचे विरुद्ध लढण्याची संधी मिळाली. मग काय विचारता, महाराष्ट्राच्या जनतेच्या आनंदाला पारावार राहिला नाही. उत्साह अगदी दुथडी भरून वाहू लागला आणि नवी लाट, नवा प्रवाह, नवी आशा, नवा जोम निवडणुकांच्याद्वारे महाराष्ट्रात पसरला आणि त्यात आणखी पराकोटीची भावना म्हणजे आचार्य अत्रे यांचे दर्शन, भाषण ऐकण्याची आपल्याला संधी मिळणार, या एकाच भावनेने मराठी जनता आनंदात तरंगत होती. एकाच माणसाभोवती सर्व महाराष्ट्राच्या भावना, आशा, आकांक्षा, महत्त्वाकांक्षा जमा झाल्या होत्या आणि त्यांच्याभोवती पिंगा घालीत होत्या.

झाले, निवडणुकीचा प्रचाराच्या आदल्या दिवशी शेवटचा टोला मारण्यासाठी आचार्य अत्रे यांची कऱ्हाडमध्ये सभा ठेवण्यात आली. यशवंतराव विरुद्ध केशवराव ही पराकोटीची लढाई. महाराष्ट्रातील सर्व जनतेचे लक्ष्य असलेली लढाई आणि त्यात केशवरावांच्या वतीने आचार्य अत्रे यांच्यासारखी मुलूखमैदानी तोफ, मग काय विचारायचेय? पंचपक्वान्नांचा बेत असल्यावर जसे भोजनभाऊ खूश असतात; तसेच आचार्य अत्रे यांचे विचार, विनोद, त्यांचा प्रचार, प्रसार आणि त्यांचा बुलंद आवाज यांच्या साहाय्याने श्रोत्यांना पंचपक्वान्नांचे ताटच पुढे असल्याचे वाटत होते. विरोधकांची भंबेरी उडविणे; त्यांच्या नकला करणे, त्यांना टपला, टिचक्या, कोपरखळ्या मारणे; चिमटे काढणे अशा अनेकविध मार्गांनी त्यांचे भाषण रंगत असे. जणूकाही तो प्रचंड जनसमुदायापुढील भन्नाट एकपात्री प्रयोगच असे. खाली जमीन आणि वर आकाश, समोर अफाट जनसागर आणि अब्जावधी डोळ्यांचे

पारणे फेडणारा एकच कलाकार- आचार्य अत्रे! मग काय विचारायचे, मणिकांचन योगच असे. आचार्य अत्रे यांनी शेवटचा टोला मारण्यासाठी, शेवटचा घाव यशवंतरावांवर घालण्यासाठी त्यांनी यशवंतरावांसमोर पराभवाचे ताट वाढले आहे. यशवंतरावांचा पराभव अटळ आहे. यशवंतरावांनी महाराष्ट्राचा विश्वासघात केला. त्यांनी पंडित नेहरू हे महाराष्ट्रापेक्षा मोठे असल्याची आवई उठविली. महाराष्ट्रात फक्त शिवरायच मोठे. इतर कोणीही नाही किंवा महाराष्ट्रातील जनता मोठी, असे असताना यशवंतराव म्हणतात, 'महाराष्ट्रापेक्षा नेहरू मोठे आणि पंडित नेहरू आणि संयुक्त महाराष्ट्र यांमधून निवड करायची वेळ आल्यास मी नेहरूंच्या बाजूला उभा राहीन; कारण नेहरू महाराष्ट्रापेक्षा मोठे आहेत.' मग हा सूर्याजी पिसाळ नव्हे काय? जनता– 'होय होय यशवंतराव चव्हाण हा सूर्याजी पिसाळच होय. यशवंतरावांना आम्ही हरामखोर म्हणू नये तर काय करावे? त्यांना आम्ही हरामखोरच म्हणणार!' लोकांचा हरामखोर, हरामखोर, हरामखोर म्हणून त्रिवार हल्लाबोल. दुसऱ्या दिवशीच्या मराठा पेपरात यशवंतराव चव्हाणांपुढे पराभवाचे ताट वाढलेले आहे, असा आठ कॉलमी मथळा असलेला पहिल्या पानावरील मजकूर वाचून मराठी माणसाची खात्री झाली की; यशवंतरावांचा पराभव हमखास होणार! द्विभाषिकांचे नाक कापले जाणार! काँग्रेसचा पराभव होणार, नेहरू हरणार! संयुक्त महाराष्ट्र निर्माण होणार, मी या ठिकाणी यशवंतरावांची तिरडी बांधायला आलो आहे. केशवराव पवारांची घोडदौड होणारच, त्यांचा विजय नक्की होय. त्यांचा पराभव केवळ अशक्यच होय. जनता आमच्या बाजूला आहे. सत्य, न्याय आमच्या बाजूला. फक्त पराभव यशवंतरावांच्या बाजूला, हे त्रिवार सत्य होय; असा घणाघाती प्रचार करून आचार्य अत्रे मुंबईहून परतले आणि मतमोजणीच्या दिवशी शिवशक्तीच्या सुभाष सभागृहात सर्व नेते मंडळी जमली. त्यात कॉ. डांगे होते, एस. एम. जोशी होते, सेनापती बापट होते, भाऊसाहेब राऊत होते, समितीची काही दिग्गज मंडळीही जमा झाली होती. सर्वांच्या नजरा आकाशवाणीवर केंद्रित झाल्या होत्या. सर्वांच्या मनात एकच आशा होती की, यशवंतराव चव्हाण पडणार त्यांचा पराभव होणार! द्विभाषिकांचे नाक कापले जाणार! संयुक्त महाराष्ट्र निर्माण होणार, संयुक्त महाराष्ट्राचा विजय होणार! सर्व एका नजरेने, एका कानाने आकाशवाणीकडे बघत होते आणि अभद्रवाणी आली. यशवंतराव चव्हाण केशवराव पवारांचा पराभव करून अवघ्या १६१३ मतांनी निवडून आले! सर्व मंडळी गलितगात्र झाली. सर्वांचे त्राण गेले. सर्व मंडळी भयचकित झाली. सर्वांच्या आशा मावळल्या. सर्व दिङ्मूढ झाले. सर्व अवाक झाले. सर्वांच्या मती कुंठित झाल्या. सर्वांच्या पायाखालची जमीन सरकली. सर्वांच्या मनात पाल चुकचुकली; सर्व हीन, दीन आणि हैराण झाले. अगतिक, दिशाहीन, चैतन्यहीन अशी सर्वांची स्थिती झाली. त्यावर आचार्य अत्रे ताड्कन म्हणाले

'तानाजी पडला तरी आम्ही गड जिंकूच जिंकू' आणि विजेचा कडकडाट व्हावा तशी सर्व मंडळी एकदम विजयी मुद्रेने संयुक्त महाराष्ट्राचा जयजयकार करू लागली आणि गिरगाव चौपाटी, शिवाजी पार्क येथील सभांना जनतेतील पराभवाची जाणीव नष्ट करण्यासाठी नेतेमंडळी धावली आणि 'तानाजी पडला तरी आम्ही गड जिंकूच जिंकू' या विजेच्या चमत्काराने भानावर आलेली मंडळी; मोठ्या उमेदीने, आशेने, विजयी मुद्रेने पुढील कामाला लागली. कल्पना करा, जर आचार्य अत्रे यांनी ही घोषणा केली नसती, तर काय अनर्थ झाला असता. सर्वांची स्थिती अर्जुनाप्रमाणे 'सिदंती ममगात्राणि' अशी झाली होती. सर्वांच्या पुढे अंधार आणि अंधार पसरला होता. सर्वांच्या मनात चैतन्याचा अंगार, वीरश्रीचा अंगार पेटविला नसता, तर भयानक स्थिती निर्माण झाली असती. पण समयसूचकता, वेळेचे भान आणि लोकांना केव्हा संजीवनी द्यावी याची जाणीव आचार्य अत्रे यांनाच होती. त्या वेळी धडाधड लोक उठले आणि आपापल्या कामाला लागले. पुढारी मंडळी व्याख्यानांसाठी उठली. सामान्य जनता ताड्कन उठून आपल्या कामाला लागली. मराठामधील कामगार शब्द जुळविण्यात दंग झाले. पटापट आपली कामे करू लागले.

आणि दुसऱ्या दिवशी 'तानाजी पडला तरी आम्ही गड जिंकूच जिंकू' हा पहिल्या पानावरील आठ कॉलमी मथळा जनतेत उत्साह, चैतन्य, आशा निर्माण करण्यात यशस्वी झाला! ही ताकद होती आचार्य अत्रे यांच्या लेखणीची. 'तुमचा बाप येथे मरून पडलेला असताना मागे फिरताय का, हेच तुमचे शौर्य काय?' या शेलारमामाच्या उद्‌गाराची आठवण झाल्याशिवाय राहत नाही. तानाजी पडला, त्या वेळी शेलारमामाने केलेली वीरश्रीयुक्त आणि चैतन्यमय वाणीची आठवण झाल्याशिवाय कशी राहील? 'तानाजी पडला तरी गड जिंकूच जिंकू' या घोषणेप्रमाणे; जनतेत चैतन्य, उत्साह, आशा आणि अन्यायाविरुद्धची चीड जागी होऊन महाराष्ट्रातील जनतेने काँग्रेसचा पाडाव केला. काँग्रेसला चारीमुंड्या चीत केले. काँग्रेसचे पानिपत केले. प्रत्यक्ष निवडणुकांच्या काळात सर्वत्र आणि यशवंतराव चव्हाण यांच्या मतदारसंघात यशवंतरावांनी प्रचंड दहशत निर्माण केली होती. यशवंतरावांचा उजवा हात किसनवीर, विष्णू बाळा हा कुविख्यात गुंड आणि सरकारी यंत्रणेमार्फत प्रचंड दबाव, दहशत, जरब, वैर, शत्रुत्व, भविष्याबद्दल दिलेली धमकी, दाखविलेले आमिष या सर्व मार्गांचा अवलंब केला होता. खोट्या मतदानाचा प्रयोग झाला होता. मतपेट्या पळविल्या गेल्या होत्या. कृष्णा नदीच्या पाण्यात मतपेट्या तरंगत बुडाल्या असतानाचे फोटो वर्तमानपत्रात प्रसिद्ध झाले होते. दहशत, दबाव, दमणयंत्रणा, सत्ता, संपत्ती आणि त्याच्या जोरावर येणारी जरब आणि दबावतंत्र या सर्व गोष्टींचा अवलंब करून, यशवंतराव चव्हाण अवघ्या १६१३ मतांनी विजयी झाले. यावरून ही निवडणूक किती अटीतटीची झाली हे आपोआपच सिद्ध होते. कारण अवघ्या

१६१३ मतांनी यशवंतराव विजयी झाले. एवढा १६१३ मतांचा आकडा त्यांनी निवडणुकीत गैरप्रकार केले आहेत, याला पुरेसा आधार आणि पुरावा ठरला.

यशवंतरावांच्या या फुटकळ आघाडीवरून आपल्या हेच लक्षात येते. नजरेत भरलेली यशवंतराव चव्हाण विरुद्ध केशवराव पवार ही निवडणूक किती अटीतटीची, किती चुरशीची, किती अस्मितेची, किती गुंतागुंतीची आणि महाराष्ट्रातील तमाम जनतेचे लक्ष वेधून घेणारी होती; याची कल्पना आपल्याला आल्याशिवाय राहत नाही. सारा महाराष्ट्र यशवंतराव चव्हाणांच्या विरुद्ध होता. 'महाराष्ट्रापेक्षा नेहरू मोठे आहेत' या यशवंतरावांच्या उद्दाम उद्गाराविरुद्ध सारा महाराष्ट्र पेटून निघाला होता. महाराष्ट्रापेक्षा मोठे फक्त छत्रपती शिवराय, दुसरेतिसरे कोणी नाही. कोणी सोम्यागोम्याला ते स्थान नाही. फक्त मराठी जनता मोठी होती; म्हणूनच 'यशवंतराव सूर्याजी पिसाळ आहेत, यशवंतराव चव्हाण हरामखोर आहेत, यशवंतराव चव्हाण गद्दार आहेत, यशवंतराव विश्वासघातकी आहेत.' कारण शिवाजी पार्कवर याच यशवंतराव चव्हाणांनी शंकरराव देवांसमवेत संयुक्त महाराष्ट्रासाठी आम्ही वेळ पडली तर कुस्ती खेळू असे म्हटले होते आणि लाल लंगोट दाखवून शड्डू ठोकले होते. तेच चव्हाण, पंडित जवाहरलाल नेहरूंनी डोळे वटारताच, 'महाराष्ट्रापेक्षा जवाहरलाल नेहरू मोठे' अशा गर्जना करू लागले आणि महाराष्ट्राच्या विरोधात जाऊ लागले. यशवंतरावांनी महाराष्ट्रद्रोह केला होता. यशवंतराव चव्हाणांच्या चारित्र्यावर महाराष्ट्रद्रोहाचा प्रचंड मोठा डाग आहे, धब्बा आहे, कलंक आहे. मोठा कलंक, मोठा धब्बा, मोठा काळा डाग घेऊन यशवंतराव महाराष्ट्रभर मिरवत होते आणि काळ्या निशाणांची सलामी घेत फिरत होते. असा निर्लज्जपणा, असा लतकोडगेपणा, असा निगरगट्टपणा, नाक कापले तरी आपलेच नाक वर अशा थाटात यशवंतराव महाराष्ट्रात वावरत होते. महाराष्ट्राचा महाभयंकर द्रोह यशवंतराव चव्हाणांनी केला. हे मराठी जनता विसरली आणि आचार्य अत्रे यांनी यशवंतराव चव्हाणांना सूर्याजी पिसाळ म्हटले हे मात्र जनता विसरली नाही. याला म्हणतात, सत्तेची महती, सत्तेचे लांगूलचालन, लाळघोटेपणा आणि आपल्या जातीची भलावण. यशवंतराव चव्हाणांची सूर्याजी पिसाळ, हरामखोर, महाराष्ट्रद्रोही अशी भलावण करण्यात आचार्य अत्रे यांना काय वेड लागले होते? आपण नेहमी न्यूटनचा तिसरा नियम विसरतो, तो म्हणजे, 'Where there is action there is opposite and equal re-action' म्हणजे एखाद्या क्रियेविरुद्ध तितक्याच तोलामोलाची आणि विरुद्ध शक्तीची प्रतिक्रिया असते. हा जगातील गाजलेला नियम होय. पण लोक म्हणजे प्रथम भाग जो यशवंतराव नेहरूंना महाराष्ट्रापेक्षा मोठे आहेत असे म्हणाल्याचे विसरून गेले, ते मोठे सोईस्करपणे. कोणी इतिहासाशी, मराठी जनतेशी, मराठी इमानाशी गद्दारी केली हे जिवंत महाराष्ट्र कदापिही विसरणार नाही. केवळ स्वार्थापोटी आणि

जातीच्या राजकारणापोटी, तसेच सत्तेत आल्यावर यशवंतराव चव्हाणांनी आपल्यावर लागलेला कलंक धुण्यासाठी, चांगली कामे केली. आपली प्रतिमा मलिन झाली होती. महाराष्ट्र आंदोलनात ती स्वच्छ करण्याचा प्रयत्न यशवंतराव चव्हाण सत्तासंपादनानंतर करीत होते. शेतकी सुधारणा, औद्योगिक सुधारणा, सांस्कृतिक सुधारणा, सहकारात आगेकूच या त्या काळातील मोठ्या मागण्या होत्या. तसेच इतर पक्षांपेक्षा आम्ही श्रेष्ठ आणि उत्तम राज्यकर्ते आहोत हे दाखविणे आणि परत सत्ता संपादन करण्यासाठी, त्यांना या गोष्टी कराव्याच लागल्या. शिवाय राज्यकर्ते म्हणून त्यांना त्यांची काही ज़बाबदारी असतेच. ती पूर्ण केली, तर त्यात त्यांनी फार काय केले म्हणून त्याचा डांगीनवाडा पिटला जातोय? विरोधक जर सत्तेवर आले असते, तर त्यांनी धरण बांधण्याऐवजी खड्डे खणले असते काय? मोठे मोठे प्रकल्प आखण्याऐवजी त्यांनी गटारगंगा आणली असती काय? त्या वेळी जगात समाजवादाचे वारे घोंघावत होते, जनक्षोभ होणार होता. त्यांच्या आशा-आकांक्षा पल्लवित झाल्या होत्या. अशा वेळी राज्यकर्त्यांनी जनताभिमुख कार्यक्रम राबविला, तर त्यात मोठी कर्तबगारी ती काय केली? जनरेटा इतका प्रचंड होता. देशात बंगाल, केरळ, आंध्र आणि महाराष्ट्र हे प्रदेश समाजवादाला अनुकूल होते आणि काँग्रेसला आपल्या सत्तेची पकड सैल करायची नव्हती, म्हणून त्यांनी चांगली कामे केली. राजकारणात, सत्ताकारणात टिकून राहायचे असल्यास; जनता कल्याणाच्या गोष्टी कराव्याच लागतात. या न्यायाने चांगल्या गोष्टी यशवंतरावांनी केल्या, त्या परिस्थितीचा रेटा मोठा होता म्हणून आणि आपल्या महाराष्ट्रद्रोही पापावर पांघरूण घालण्यासाठी आणि आपले पापक्षालन करण्यासाठी होय. हे लक्षात न येण्याइतकी मराठी जनता दूधखुळी नाही. सत्ता, संपत्ती, दमनयंत्रणा आणि सर्व साधने, प्रसिद्धिमाध्यमे आपल्या ताब्यात असल्यावर; आपलीच भूमिका कशी श्रेष्ठ आहे हे बिंबविण्याचा प्रयास सत्ताधारी लोक मोठ्या कौशल्याने, जिद्दीने करतात आणि आपली छबी मलिन नाही, स्वच्छ आहे; हे दाखविण्याचा कसोशीने प्रयत्न करतात. त्यात यशवंतराव वाकबगार झाले. त्यात यशवंतराव पडले मुत्सद्दी. या मुत्सद्दीपणाच्या जोरावर आणि समितीची ध्येयधोरणे आपलीच काँग्रेसची ध्येयधोरणे असल्याचे भासवून, याची अंमलबजावणी करण्याचा सपाटा लावून जनतेची पसंती मिळविली. हीच यशवंतरावांची कमाई, अन्यथा 'यशवंतराव चव्हाण महाराष्ट्राचे शिल्पकार होत', हे विधान सर्वथैव चुकीचे आहे आणि जनतेच्या डोळ्यांत धूळ टाकणारे आहे आणि त्यांच्या हुजऱ्या, लांगूलचालन करणाऱ्या भक्ताचे आणखी लाभ मिळविण्यासाठी केलेला प्रयत्न होय असेच म्हणावे लागते.

महाराष्ट्राच्या इतिहासाशी, भूगोलाशी, भाषेशी, संस्कृतीशी, मातीशी अशा प्रकारे महाराष्ट्रद्रोह केल्यानंतर; आचार्य अत्रे आणि यशवंतराव चव्हाण यांच्यामध्ये

उभा दावा निर्माण झाला. मराठी जनतेशी कायमचे, शत्रुत्व यशवंतरावांनी पत्कारल्यावर, यशवंतराव चव्हाण हे महाराष्ट्राचे शत्रू म्हणूनच ओळखले जाऊ लागले. आचार्य अत्रे यांनी यशवंतरावांच्या व्यंगावर बोट ठेवण्याची आणि त्यांना झोडपण्याची एकही संधी वाया घालविली नाही. एखादे प्रकरण सतत गाजत कसे ठेवावे, धगधगत कसे ठेवावे; हे आचार्य अत्रे यांच्याकडून शिकावे. त्या प्रकरणात नवा जोश, नवा आवेश आणि नव्या जाणिवा भरून; ताज्या प्रकरणासारखे हे प्रकरण आहे, याची जनतेला सारखी जाणीव राहील, याची काळजी आचार्य अत्रे घेत असत. म्हणूनच यशवंतराव जरी दिल्लीला गेले, तरी पहिल्या कार्गोने 'दैनिक मराठाचा अंक सकाळी अकरा वाजता माझ्या टेबलावर आला पाहिजे' याची सक्त ताकीद यशवंतरावांनी आपल्या सहकाऱ्यांना दिली होती आणि तो अंक दररोज आपल्याला मिळेल, याची दक्षता यशवंतरावांनी घेतली होती.

स्वत:ची कमी झालेली लोकप्रियता, कमी झालेले राजकीय वजन आणि मराठी जनतेत लोकप्रिय होण्यासाठी; यशवंतराव चव्हाणांना शिवाजी महाराजांच्या प्रेमाची भरती आली आणि त्यांनी शिवाजी महाराजांचा पुतळा प्रतापगडावर उभारण्याचा घाट घातला. त्या वेळी यशवंतरावांनी केलेल्या सर्व खटपटी लटपटी आचार्य अत्रे यांनी चव्हाट्यावर आणल्या. भाड्याच्या ट्रकमधून भरभरून माणसे कशी आणली; ट्रकभर पत्रके– जी समितीविरोधी होती, तसेच जातीयवादी होती, मराठी जनतेत संभ्रम निर्माण होईल अशी होती; अशी पत्रके सरकारी आशीर्वादाने मोठ्या प्रमाणात वाटण्यात आली. जनतेचा उत्साह दाबण्यासाठी यशवंतरावांनी सर्वतोपरी प्रयत्न केले. आचार्य अत्रे म्हणाले, 'प्रतापगडावर द्विभाषिकाचा कोथळा बाहेर पडणार;' त्याला विकृत स्वरूप देऊन, 'नेहरूंचा कोथळा हे बामण बाहेर काढणार', अशी समितीद्रोही आवई उठवून महाराष्ट्रात समितीविरोधी वातावरण निर्माण करण्याचा यशवंतराव सारखा प्रयत्न करीत होते आणि मराठी जनता यशवंतरावांचे सर्व प्रयत्न हाणून पाडीत होती.

संयुक्त महाराष्ट्र आंदोलनाचा उत्कर्षाचा काळ किंवा आंदोलन फुलणे, आंदोलन शिगेला जाणे; असा तो बहराचा काळ साधारण १९५५ ते १९६० असाच होता. संयुक्त महाराष्ट्र आंदोलनाने अगदी कळस गाठला होता. आंदोलन अगदी पराकोटीला गेले होते. सबंध महाराष्ट्रातील जनता संयुक्त महाराष्ट्रमय झाली होती. जनतेचा ध्यास, श्वास, जनतेचे स्पंदन; संयुक्त महाराष्ट्र हेच होते. संयुक्त महाराष्ट्रासाठी मराठी जनता इतकी हळवी झाली होती, की काही विचारण्याची सोय नाही आणि याचे कारण संयुक्त महाराष्ट्राचे धगधगते यज्ञकुंड, आचार्य अत्रे यांचे दैनिक 'मराठा' हे एकमात्र वृत्तपत्र होय. काँग्रेसविरोधी सातत्याने लिहिणे, जनक्षोभ काँग्रेसविरोधी तयार करणे, काँग्रेसला दे माय धरणी ठाय करणे, काँग्रेसला पळता भुई थोडी करणे;

हे सर्व आचार्य अत्रे करीत होते. काँग्रेसला जनता पाण्यात पाहू लागली. काँग्रेसचे अक्षरश: पानिपत आचार्य अत्रे यांनी केले. सत्तावन्नच्या निवडणुकांमध्ये पश्चिम महाराष्ट्रात फक्त १. यशवंतराव चव्हाण (कराड) हे कसे निवडून आले हे आपण सविस्तरपणे मागेच पाहिले. २. बाळासाहेब देसाई (पाटण) ३. वसंतदादा पाटील (सांगली) ४. तुळसीदास जाधव (सोलापूर) ५. बाळासाहेब भारदे (अ. नगर) त्या वेळी ते बाळू भारदे होते. अवघे पाच आमदार पश्चिम महाराष्ट्रातून निवडून आले. बाकीचे सर्व काँग्रेसचे पुढारी निपचितपणे पडले. अक्षरश: त्यांची वाताहत झाली. काँग्रेसचे शिरकाण झाले. स्वत:च्या पोटाची राजकीय खळगी भरता येत नव्हती, असे जनसंघाचे रामभाऊ म्हाळगी तळेगावहून समितीतर्फे निवडून आले आणि जनसंघाचा भोपळा प्रथमच महाराष्ट्रात फुटला. सर्व पक्षांनी जसे आभार मानायला पाहिजेत, तसेच जनसंघानेदेखील आचार्य अत्रे यांचे आभार मानायला हवेत; कारण काँग्रेसविरोध म्हणजे इतर पक्षांना मदत, हे सूत्र काँग्रेसविरोधी सर्व राजकीय पक्षांनी ध्यानात ठेवले पाहिजे आणि आचार्य अत्रे यांचे ऋणात राहिले पाहिजे. जनसंघाचा एक उमेदवार निवडून आल्यावर त्यांचे काम झाले. त्यांनी समितीमधून पोबारा करण्याची तयारी चालविली होती. खरेतर त्यांना समितीमध्ये यायचे नव्हते. त्यांचा भाषावार प्रांतरचनेला विरोध होता. कम्युनिस्ट पक्ष, समाजवादी पक्ष, जनसंघ पक्ष, काँग्रेस पक्ष यांचा भाषावार प्रांतरचनेला विरोध होता. भाषावार प्रांतरचनेचे तत्त्व सातत्याने प्रत्येक अधिवेशनात पास करून घेऊन जनतेच्या आशा पल्लवित करणारा आणि जनतेचा विश्वासघात करणारा काँग्रेस पक्ष; काँग्रेसची भूमिका दुटप्पी, संधीसाधू आणि विश्वासघातकी होती. तेरा भाषिक प्रांतांना मान्यता द्यायची आणि महाराष्ट्राच्या मराठी भाषेला न्याय द्यायचा नाही. भारतातील सर्व प्रांतांना त्याच्या मनासारखा न्याय आणि तेच धोरण महाराष्ट्राला नाही. महाराष्ट्राबद्दलचा हा दुजाभाव सर्वच पक्षांत आहे. महाराष्ट्राच्या मराठी भाषेचा प्रांत निर्माण करण्याचा, कसोशीने सर्व शक्तिनिशी विरोध करायचा, हे कोणत्या नीतीत बसते? सर्वांना न्याय आणि महाराष्ट्राला अन्याय. गुजरातचे यात काहीच नुकसान नव्हते. कारण गुजरातच्या फायद्यासाठी सारा उपद्व्याप चालला होता. मुंबई गुजरातला द्यायची हे वल्लभभाई पटेल, ढेबरभाई, गांधी, नेहरू, गोविंद वल्लभपंत, देशातील बडे भांडवलदार यांचे कटकारस्थान होते. सत्ताधीश सर्व मराठी विरोधी होते, म्हणजेच जनविरोधी होते. श्रमिक, कष्टकरी, सामान्य जनता, होतकरू जनता, कामकरी, शेतमजूर, मध्यमवर्ग एका बाजूला; तर मुंबईतील गिरणीमालक, बडे भांडवलदार, सत्ताधारी, केंद्र सरकार, देशातील मोठे भांडवलदार, आणि भांडवलदारांचे पाठराखे नेहरू मंडळ असा सामना होता. खरेतर संयुक्त महाराष्ट्र आंदोलन एकप्रकारे वर्गलढाच होता. वरकरणी भाषिक लढा, भावनिक लढा असे स्वरूप राज्यकर्त्यांनी आणि त्यांच्या

बगलबच्च्यांनी दिले असले; तरी तो महाराष्ट्रातील कष्टकरी सामान्य जनता आणि देशातील बडा भांडवलदार यांच्यातील वर्ग लढाच होता. मुंबई गुजरातला द्यायची, महाराष्ट्राला द्यायची नाही, यासंबंधीचे कटकारस्थान अगोदरपासूनच रचण्यात आले होते. स्वातंत्र्यप्राप्तीपासूनच रचण्यात आले होते. भाषावार प्रांतरचनेचा प्रश्न आला; की आता कोठे स्वातंत्र्य मिळाले आहे, इतर महत्त्वाचे प्रश्न मार्गी लावायचे आहेत. जातीय दंगलीत देश भरडला जात आहे. देशाच्या एकतेला सुरुंग लागला जात आहे, अशा वेळी प्रांतीयवादाला खतपाणी घालण्यात अर्थ नाही. तेरा भाषिक प्रांत आपोआप निर्माण झालेच होते. त्यांना काहीच कमवायचे नव्हते किंवा गमवायचे नव्हते. त्यांचे काम झाले होते. मुंबई इलाखा आणि मद्रास इलाखा यांच्यात समाविष्ट असलेल्या निरनिराळ्या भाषिक प्रदेशाचा प्रश्न होता. त्यांना न्याय द्यायचा नाही. विशेषत: महाराष्ट्राला न्याय द्यायचा नाही, मुंबई महाराष्ट्राला तर द्यायची नाहीच नाही! म्हणूनच मुंबईचा गुजरातमध्ये समावेश, मुंबई स्वतंत्र, मुंबई केंद्रशासित, मुंबई महाराष्ट्र आणि गुजरात असे मिळून महाद्विभाषिक; असे निरनिराळे पर्याय देण्यात आले. हेतू एकच, महाराष्ट्राला मुंबई द्यायची नाही, काय वाटेल ते झाले तरी. म्हणूनच दहा वर्षे आंदोलन, एकशे पाच हुतात्मे, काँग्रेसचे पानिपत, मुंबईसाठी सातत्याने लढा, रक्तपात, दंगली, निदर्शने, लढे– सर्व प्रकारचे लढे, निदर्शने, सभा, मोर्चे, निवडणुका, साराबंदी, दिल्लीवर दोन मोर्चे, प्रतापगडचा मोर्चा, महाराष्ट्रात सर्वच मोर्चे आणि लढ्याचे वातावरण याला नेहरूंनी वाटाण्याच्या अक्षता लावल्या. महाराष्ट्रावर अन्याय करायचाच हाच खाक्या होता. काँग्रेस पक्षाने खरेतर महाराष्ट्रावर अन्याय केला होता. इतरांना तेरा भाषिक जनतेला न्याय आणि महाराष्ट्राला अन्याय. खरेतर संयुक्त महाराष्ट्राचा लढा हा लोकशाहीचाच लढा होता. एवढा विशाल, सर्वव्यापी, जनव्यापी लढा, स्वातंत्र्यलढासुद्धा नव्हता; कारण स्वातंत्र्यलढ्यात ४८००० कारागृही सत्याग्रही होते, तर संयुक्त महाराष्ट्राच्या लढ्यात ६८००० सत्याग्रही कारागृहात होते. म्हणजे साधारण वीस हजार सत्याग्रही जास्त होते. इतकी व्याप्ती मोठी होती तरीही केंद्र सरकार आडमुठी भूमिका घेऊन महाराष्ट्रावर अन्याय करीत होते आणि मुंबई महाराष्ट्राला देत नव्हते. याचा अर्थ कट, कारस्थान, आकस आणि मुंबई महाराष्ट्राला द्यायची नाही याचा पक्का निर्णय; नव्हे कारस्थान रचलेले होते आणि त्याचे धुरीण भांडवलदारांचे मुखंड पंडित जवाहरलाल नेहरू हेच होते. लोकशाहीचा डंका जगात पिटणाऱ्या काँग्रेसने दहा वर्षे एखाद्या प्रांतावर अन्याय करावा, हे कोणत्या लोकशाहीचे द्योतक होय? कारण मुंबई महाराष्ट्रापासून तोडायचीच हा पक्का निश्चय, दृढ निश्चय झाला होता. आणि मराठी जनतेने निकराने, नेटाने, नेकीने लढा देऊन महाराष्ट्रात काँग्रेसच्या ठिकऱ्या ठिकऱ्या केल्या. त्यावर ही मंडळी जागी झाली आणि आता आपले महाराष्ट्रात काही खरे नाही, आता

आपली महाराष्ट्रात धडगत नाही, आपले पानिपत होणार; या भयाने पंडित नेहरूंनी मुंबईचा समावेश महाराष्ट्रात करण्यास संमती दिली. त्या दहा वर्षांच्या काळात काँग्रेसचे बडे पुढारी दिसत नसत. दिसत असत ते कोण तर यशवंतराव चव्हाण, भाऊसाहेब हिरे, सदोबा पाटील, मोरारजी देसाई, मामा देवगिरीकर, शंकरराव देव, तुळशीदास जाधव. यांचेवर सारा राग जनता काढीत असे. समोर दिसेल त्याला कापला असा खाक्या मराठी जनतेचा होता. काँग्रेस पुढारी दिसला रे दिसला की लाग त्याच्या मागे, दाखव त्याला काळे निशाण, घाल त्याच्या गळ्यात खेटराची माळ, फेक त्याच्यावर जोडा, कर त्याचा निषेध; असा सर्वत्र भावनेचा तीव्र निषेध प्रकार अव्याहत चालला होता.

आचार्य अत्रे आणि यशवंतराव चव्हाण यांच्यातील द्वंद्वयुद्ध हे भाषिक होते, शाब्दिक होते. तात्त्विक होते. महाराष्ट्राच्या अस्मितेला, अभिमानाला डंख यशवंतराव चव्हणांनी मारलेला होता. त्यातून हे शाब्दिक युद्ध निर्माण झाले होते. सर्व महाराष्ट्रभर त्याचे पडसाद उमटले होते. सारा महाराष्ट्र ढवळून निघाला होता. यशवंतरावांची ओळख सूर्याजी पिसाळ म्हणूनच जास्त होत होती. सत्ता, संपत्ती आणि इतर सांपत्तिक साधनांची मुबलक उपलब्धता आणि सत्तेला सलाम करणारी मंडळी आणि सत्तेच्या मलिद्यासाठी हपापलेली प्रसिद्धिमाध्यमे; यांच्या जोरावर यशवंतरावांनी आपली मलिन, भग्न पावलेली प्रतिमा सुधारण्याचा प्रयत्न केला आणि त्यात त्यांना चांगलेच यश आले. त्या त्यांच्या उज्ज्वल प्रतिमेचा सातत्याने बोलबोला होत राहिल्याने, सारखे कानावर आदळल्याने, वारंवार यशवंतराव चव्हाण यांच्या कीर्तीचा नगारा वाजत ठेवल्याने; यशवंतराव चव्हाण एखाद्या योद्ध्याप्रमाणे समाजात वावरू लागले. एरव्ही सत्ता, संपत्ती आणि सांपत्तिक उपसाधनांची उपलब्धता आणि सत्तेच्या जोरावर प्रसिद्धिमाध्यमे आपलीशी केली गेली नसती; तर यशवंतरावांची नाचक्की, नामुष्की त्यांना परत काही मिळवता आली नसती. त्यांना आत्महत्या करावी लागली असती. पण सत्ता मिळाली, संपत्ती मिळाली आणि कीर्तीही मिळाली आणि महाराष्ट्राचे शिल्पकार आणि महाराष्ट्राचा मंगल कलश यशवंतराव चव्हाणांनी आणला; यासारखी तद्दन खोटी, सत्याचा अपलाप करणारी, नीतीचा मुडदा पाडणारी, धर्माच्या चिंधड्या उडविणारी, यशवंतरावांच्या भोवती मिरविणारी बिरुदावली; सातत्याने त्यांना मिरविता आली नसती. १९६२ साली निवडणुकीत आपला धुव्वा उडणार. १९५७ साली काँग्रेसचे नाक कापता कापता वाचले आणि १९६२ मध्ये आपले पानिपत होणार आणि भारतातील एक पुरोगामी प्रांत आपल्या हातातून जाणार. सजग, देशभक्त, परचक्राला रोखणारा योद्धा प्रदेश आपल्या काँग्रेससत्तेच्या पंजाखालून सुटणार म्हणून पंडित नेहरूंची खात्री पटल्याने संयुक्त महाराष्ट्राची निर्मिती करण्याचा निर्णय मोठ्या जड अंत:करणाने घेतला गेला. त्यातून आता आपली सुटका नाही,

या न्यायाने पंडितजींनी संयुक्त महाराष्ट्र निर्मितीचा निर्णय घेतला आणि महाराष्ट्रातील सत्तासोपान आपल्याच सारथ्यांच्या ताब्यात राहील; याची निश्चिती झाल्यावर मग मोठ्या कष्टाने, जड अंत:करणाने महाराष्ट्राचा निर्मितीनिर्णय झाला. पण जाता जाता महाराष्ट्राचे जितके पाहिजे तितके नुकसान करण्याचा त्यांचा अंतस्थ हेतू त्यांनी पुरवून घेतला. बेळगाव, कारवार, खानापूर, भैसंदी, निपाणी वगैरे ११६५ गावे कर्नाटकात घालण्यास यशवंतरावांनी परवानगी दिली. खानदेशातील १३५ गावे, डांग, उंबरगाव यशवंतरावांनी गुजरातला दिली. गोवा केंद्रशासित करण्याला यशवंतरावांनी परवानगी दिली. दादरा, नगर हवेली, दिव, दमण हा भाग केंद्रशासित करण्याच्या कृतीला यशवंतरावांनी पंडितजींच्या हाताला हात लावून, 'मम' म्हणून उदक सोडून, आंदण म्हणून अर्पण केला. मध्य प्रदेश खरेतर मराठी भाषिक प्रदेश. जबलपूर, भोपाळ, ग्वाल्हेर, इंदोर, रायपूर, झाशी, बस्तर, मांडू, धार हा सर्व प्रदेश मराठी भाषिक असताना बैतुल आणि छिंदवाडा मध्य प्रदेशाला देऊन यशवंतरावांना झालेली सत्तासंपादनाची घाई पूर्ण करता आली. महाराष्ट्र या नव्याने निर्माण झालेल्या भाषिक राज्याचा राज्याभिषेक करून घेण्याची यशवंतरावांची घाई चालूच होती. खरेतर सर्व लटपटी, खटपटी करून प्रसिद्ध पुरुषोभव या न्यायाने यशवंतरावांनी सर्व युक्त्या प्रयुक्त्या केल्या.

भारताला स्वातंत्र्य देताना भारतासारख्या सनातन देशाची फाळणी, रक्तपात, खंडणी, विभागणी, लचकेतोड, फसवणूक करीत इंग्रजांनी भारताला स्वातंत्र्य दिले. पाकिस्तान निर्माण केले आणि फाळणीचे लांछन डोक्यावर मिरवत स्वातंत्र्य आले. तसेच महाराष्ट्राची फाळणी करीत, रक्तपात करीत, १०५ हुतात्म्यांचा रुधिराभिषेक यशवंतरावांनी करून घेतला. १९४७ साली भारताचे पंतप्रधान होण्यासाठी पंडितजींना झालेली घाई, तीच घाई यशवंतरावांना होती. त्या वेळी काश्मीर प्रश्न जसा लोंबकळत ठेवला, तसाच बेळगाव सीमाप्रश्न लोंबकळत ठेवून, महाराष्ट्राची लचकेतोड करून; खंडित हिंदुस्थानप्रमाणे खंडित महाराष्ट्र निर्माण झाला. त्या सर्व तडजोडी यशवंतरावांनी केल्या. हिंदुस्थानने ५५ कोटींची खंडणी पाकिस्तानला दिली. महाराष्ट्राने जवळ जवळ ७० कोटींची खंडणी गुजरातला दिली. स्वातंत्र्याच्या लढ्यात ४८००० सत्याग्रही होते, तर महाराष्ट्र स्वातंत्र्यलढ्यात ६८००० सत्याग्रही होते. ब्रिटिशांनी वापरलेली 'फोडा आणि झोडा' नीतीच केंद्र सरकारने महाराष्ट्राबाबत वापरून ब्रिटिश सत्ताधाऱ्यांच्या पावलावर पाऊल टाकले आणि आपण ब्रिटिश सरकारचे वारस असल्याचे जाहीर केले. तीच रणनीती, तेच डावपेच, त्याच हालचाली, तीच जनतेच्या असाह्यतेचा फायदा घेण्याची प्रवृत्ती; हे सर्व असाहाय्य जनतेच्या माथी मारून तुम्हाला स्वराज्य पाहिजे होते ना? मग घ्या स्वराज्य. तुम्हाला भाषिक महाराष्ट्र हवा ना? मग घ्या भाषिक महाराष्ट्र. जसा भग्न, छिन्नविछिन्न हिंदुस्थान तीन

तुकडे करून भारतीयांच्या पदरात टाकला; तसाच भग्न, छिन्नविच्छिन्न महाराष्ट्र मराठी जनतेच्या पदरात केंद्र सरकारने टाकला आणि महान ऐतिहासिक कार्यस्फूर्तीचा डंका पिटत; धन्योऽहम्, धन्योऽहमूच्या डरकाळ्या फोडीत, शङ्ख ठोकीत; जितम् मया जितम् मयाचा घोष करीत, ही मंडळी जनतेत मिरवत राहिली. त्या वेळी पंडित नेहरू, या वेळी यशवंतराव.

१९४७ साली पंडितजींना जशी राज्याभिषेकाची घाई झाली, तशी १९६० साली यशवंतरावांना महाराष्ट्रात राज्याभिषेकाची घाई झाली होती. पहिला पंतप्रधान म्हणवून घेण्यातली धन्यता पंडितजींना प्रिय होती, तशीच महाराष्ट्राचा पहिला मुख्यमंत्री म्हणून मिरविण्यात यशवंतरावांना धन्यता अनुभवायची होती. १९४७ साली जसा पंडितजींना उत्साह, जोश होता; तसाच उत्साह आणि जोश १९६० साली यशवंतरावांना होता.

वास्तविक पाहता भारताच्या स्वातंत्र्यासाठी लोकमान्य टिळक, आगरकर, सावरकर, कॉ. डांगे, कॉ. मिरजकर, कॉ. अधिकारी यांसारख्या नेत्यांनी अनेक वर्षे तुरुंगवास भोगला. भगतसिंग, राजगुरू, सुखदेव, चाफेकर बंधू, कान्हेरे, चंद्रशेखर आझाद यांनी स्वातंत्र्यासाठी बलिदान केले. स्वातंत्र्याच्या वेळी भारत-पाकिस्तान अशी फाळणी झाली, तेव्हा अनेक ठिकाणी हिंदू-मुसलमान यांच्यात जातीय दंगे झाले व रक्तपात झाला. त्याच वेळी अनेक माता-भगिनींवर अत्याचारही झाले. या पार्श्वभूमीवर 'महात्मा गांधींनी अहिंसात्मक मार्गाने स्वराज्य मिळविले,' हे म्हणणे टिकणारे नाही. पण काँग्रेसवाल्यांनी ठरविलेच होते, गांधींना हिरो करायचे. मग 'देदी हमे आझादी बिना खड्ग बिना ढाल, साबरमती के संत तुने कर दिया कमाल' या गीताची लोकप्रियता वाढविण्यात धन्यता मानणारे काँग्रेसजन मागे कसे राहतील आणि अहिंसेचा जयजयकार करण्यात मागे कसे राहतील. बाकीची घराणीच्या घराणी स्वातंत्र्यासाठी बरबाद झाली त्यांचा साधा उल्लेखसुद्धा नाही. त्यांचा रक्तपात, त्यांचे बलिदान, त्यांचा त्याग याला सीमा नाही. पण अहिंसात्मक स्वराजाचा नारा लावण्यात काँग्रेसवाले यशस्वी झाले; कारण जनतेची स्मरणशक्ती क्षीण असते.

भारतीय स्वातंत्र्यलढ्याप्रमाणेच संयुक्त महाराष्ट्राच्या आंदोलनात १०५ जणांनी हौतात्म्य पत्करले. या आंदोलनातही अनेक ठिकाणी मोठमोठ्या नेत्यांच्या सभा झाल्या, निदर्शने झाली. सीमावासीयांसाठीचा साराबंदीचा लढा आणि मुंबईतील कामगार जनतेचे असंख्य लढे लढले गेले. ६८००० सत्याग्रहींनी या आंदोलनात आपले योगदान दिले. कॉ. डांगे, साथी एस. एम., आचार्य अत्रे, सेनापती बापट, प्रबोधनकार ठाकरे, क्रांतिसिंह नाना पाटील यांसारख्या पुढाऱ्यांनी तुरुंगवास पत्करला. महाराष्ट्रासाठी सर्वस्व विसरून फक्त महाराष्ट्रावरील अन्याय दूर करण्यासाठी; आचार्य अत्र्यांनी आपल्या लेखणीचा आणि वाणीचा उपयोग केला. इतक्या प्रयत्नांनंतरसुद्धा

ज्याप्रमाणे स्वातंत्र्य मिळवताना भारताची फाळणी केली गेली; त्याचप्रमाणे महाराष्ट्राचीसुद्धा लचकेतोड, लांडगेतोड करून; खंडित आणि छिन्नविच्छिन्न असा महाराष्ट्र मराठी जनतेला दिला गेला. डांग-उंबरगाव, गोवा, कारवार-बेळगाव, दादरा-नगर हवेली, दीव-दमण, बैतुल-सिंदवाडा यांचा समावेश महाराष्ट्रात केला नाही. 'भारताच्या नकाशावर वाघासारखा पसरलेला महाराष्ट्र मला पाहायचाय,' हे मराठी जनतेचे स्वप्न धुळीला मिळाले. 'महाराष्ट्राचा मंगल कलश रक्तपाताशिवाय यशवंतरावांनी आणला,' हेच मराठी जनतेच्या गळी उतरवण्यात आले. 'मंगल कलश यशवंतरावांनी आणला' याचे नगारे सर्वत्र बडविण्यात येऊ लागले. आजही हेच नगारे वाजविण्यात काँग्रेसवाले धन्यता मानीत आहेत आणि सत्याचा अपलाप करीत आहेत. सत्ता, संपत्ती, साधनांची विपुलता, दमणयंत्रणा याचा पुरेपूर वापर करून; असत्य हेच सत्य असल्याचा साक्षात्कार जनतेला दाखविण्याचा झपाटा लावला जात आहे. वरील सर्व वाघासारखा पसरलेला महाराष्ट्र निर्माण झाला असता, तर उत्तर प्रदेशपेक्षा मोठा महाराष्ट्र झाला असता आणि मराठी पंतप्रधान झाला असता. आमचेही नव्वद खासदार मराठी असते आणि आमचे पंतप्रधान शरद पवार होऊ शकले असते. पण मराठी माणसाच्या हातात राजसूत्रे द्यायची नाहीत, हे कटकारस्थान होते आणि आजही आहे. म्हणून महाराष्ट्राची न्याय्य मागणी मान्य करायची नाही. मग अयोग्य मागणीबद्दल तर बोलायला नकोच. बाकीच्या प्रांतांच्या अयोग्य मागण्यादेखील योग्य होतात आणि महाराष्ट्राच्या योग्य मागण्या अयोग्य होतात, यातच महाराष्ट्रद्वेष असतो. महाराष्ट्रातील प्रत्येक पक्षाचा सभासद प्रथम भारतीय, हिंदुस्थानी असतो आणि मग तो प्रांतिक म्हणजे मराठी असतो. इतर प्रांतात तो प्रथम प्रांतिक असतो आणि जमले तर शेवटी तो भारतीय असतो. हा मराठी आणि इतर प्रांतिक यांच्यामधला फरक आहे. म्हणूनच मराठी निराळेपणाला मूठमाती दिली जाते. भारताने पाकिस्तानला जशी ५५ कोटींची खंडणी दिली तशीच किंवा त्यापेक्षा जास्त ७० कोटींची खंडणी महाराष्ट्राने गुजरातला दिली, म्हणजे खरेतर मुंबई महाराष्ट्राची असूनदेखील ती विकत घ्यावी लागली. स्वत:ची मालमत्ता असताना एखाद्याला कोर्टकचेरी करून धटिंगणाला बाजूला सारावे लागते, तसे भांडवलदाराला बाजूला सारण्यासाठी मराठी जनतेला आकाशपाताळ एक करावे लागले, हे त्रिकालाबाधित सत्य होय.

शौर्यातून, त्यागातून, बलिदानातून, जनतेच्या अभंग आणि अभेद्य एकजुटीच्या लढ्यातून; संयुक्त महाराष्ट्र १ मे १९६० रोजी भारताच्या नकाशावर मोठ्या डौलाने विराजमान झाल्यावर, मराठी माणसाचे स्वप्न पूर्ण झाल्यावरदेखील मराठी माणसाची एकजुटीची अभंगता आणि अभेद्यता या वज्रमुठीची पकड सैल करता येत नाही हे त्यांच्या लक्षात आले. मराठी माणसाची लढाऊ एकजूट भंग पावत नाही, हे

पाहिल्यावर यशवंतराव गप्प बसले नाहीत. मग त्यांनी समितीत फूट पाडण्याची कामगिरी हाती घेतली. त्या वेळी १९६२ चे चीनचे आक्रमण झाले. मग समिती कम्युनिस्टांची बटीक आहे, समिती भटाबामणांची आहे, समितीला पेशवाई आणायची आहे, त्यांना बामणशाही आणायची आहे, त्यांना जेवणावळी घालायच्या आहेत, असे आरोप केले गेले. समितीत हा आपला म्हणून जातीयवादींना हाताला धरून फोडायचे. यशवंतराव मोहिते, शंकरराव मोहिते पाटील, माधवराव बागल, बाबुराव सणस, दत्ता देशमुख यांसारखे मोठे मोठे मासे यशवंतरावांच्या गळाला लागले. समितीच्या घटक पक्षाला आमिषे दाखवून आपलेसे केले. समाजवाद्यांना दोन बसेस राष्ट्र सेवा दलाला देऊन आपलेसे केले. दत्ता देशमुख मागे राहतील काय? आपल्या लाल निशाण पक्षाला काही मिळावे म्हणून ते सह्याद्रीवर तळ ठोकून राहिले. समाजवादी भारतात, समाजवादी महाराष्ट्राचे स्वप्न पाहणाऱ्या जनतेला छिन्नविच्छिन्न करण्याचा सपाटा लावला. कम्युनिस्टांना देशद्रोही म्हणून अलग पाडण्याचा डाव टाकला. प्रजासत्ताकवाद्यांना हिंसावादी कम्युनिस्टांपासून दूर राहा, म्हणून इम्रेनाज प्रकरण समितीत घुसडण्यात आले. अर्थाअर्थी इम्रेनाजनचा समितीशी काहीही संबंध नसताना त्या प्रकरणावरून रणकंदन माजविण्यात यशवंतराव वरचढ ठरले. जातीयवादी पुढाऱ्यांना आपलेसे केले. कोणाला आमिषे दाखविली. महामंडळांच्या खिरापती वाटल्या. 'आज मी मुख्यमंत्री आहे. उद्या अण्णा मुख्यमंत्री असतील;' अशी शिवाजी पार्कच्या पटांगणात उघड्या जीपमधील यशवंतराव चव्हाण, एस. एम. जोशी यांची हातमिळवणी, हातात हात घातलेला फोटो मराठ्यात झळकला आणि 'एकशे पाच हुतात्म्यांच्या रक्ताने माखलेल्या हातात तुम्ही हात कसे घालता,' या सवालाने एसेम आणि त्यांच्या पक्षाच्या काँग्रेस सलगीचे छुपे इरादे आचार्य अत्रे यांनी जनतेला दाखविले. अण्णा जोशी मुख्यमंत्रिपदाच्या लालसेने नरम झाले. अण्णा भोळेसांब नि यशवंतराव वाकबगार, त्यांनी यशवंतनीतीचा वापर केला. चाणक्यनीती, विदुरनीती, कृष्णनीती तशीच यशवंतनीती महाराष्ट्रात प्रसिद्ध आहे. यशवंतनीतीचा वापर करून समिती फोडली. समितीचे ऐतिहासिक कार्य संपले म्हणून दवंडी पिटण्यात यशवंतराव धन्यता मानू लागले आणि स. म. समितीला खिंडार पाडू लागले. समितीचे तारू काँग्रेसच्या खडकावर फोडण्यात यशवंतराव यशस्वी झाले. अशाप्रकारे विरोधकांना नामोहरम करून; आपल्या मार्गातील काटे, गोटे दूर करून काँग्रेस पक्ष आपल्या सलग नेतृत्वाखाली आणण्यात यशवंतराव यशस्वी झाले. नेहरूंचा वरदहस्त हा एक मोठा रामबाण यशवंतरावांच्या भात्यात होता. नेहरू हे शंकरदेव. नेहरूंशी सलगी साधायला यशवंतरावांसारखा नंदीबैल हवाच होता. आपली डाळ शिजायची असेल, तर नेहरूदेवाचे आशीर्वाद हवेच; हीच महाराष्ट्रातील काँग्रेस पुढाऱ्याची मन:स्थिती हेरून, यशवंतरावांनी नेहरूंना आपलेसे केले. 'महाराष्ट्रापेक्षा नेहरू मोठे'

या घोषणेचादेखील प्रसाद यशवंतरावांना मिळाला होता. नेहरूदेव यशवंतरावावर प्रसन्न होते. कारण आपल्या संमतीशिवाय यशवंतराव कोणताही निर्णय घेणार नाहीत, याची नेहरूंना खात्री होती. म्हणूनच यशवंतरावांसारखा अंध नेहरूभक्त आपल्या मंत्रिमंडळात हवाच. आपले हात बळकट करण्यासाठी असली हो ला हो करणारी प्यादी, नेहरूंना हवीच होती. त्यातले मोठे प्यादे यशवंतराव होते. समितीचे तीनतेरा आणि नऊबारा वाजवून यशवंतरावांनी आपला मार्ग सुकर केला आणि आपण संयुक्त महाराष्ट्र लढ्यात महाराष्ट्रद्रोह केला होता, त्याचा आपल्या चारित्र्यावरील कलंक धुवून काढण्यासाठी जनताभिमुख धोरणे राबविण्याचा सपाटा लावून; आपली मलिन छबी अधिक शुद्ध, सात्त्विक आहे असे दाखविण्यासाठी जलद कामे करण्याचा सपाटा लावला. त्यातच निवडणुका जिंकायला हव्यात म्हणून पानशेत धरणाची घाई झाली आणि मातीचे पानशेत धरण कोसळून जी जीवितहानी, वित्तहानी झाली; त्या पापाचे धनी यशवंतराव चव्हाणच होते, हे सामान्य जनता विसरली असली तरी सजग जनतेने हे विसरावे ही खेदजनक बाब नव्हे काय?

महाराष्ट्रद्रोह, पानशेतमुळे झालेल्या वाताहतीचा जनक म्हणून यशवंतरावांची झालेली मलिन प्रतिमा यशवंतरावांना धुवून काढायची होती म्हणून त्यांनी विकासाचा सपाटा लावला. सहकाराची जलद वाटचाल करण्यासाठी त्यांनी सहकारी बँका व सहकारी साखर कारखाने यांना मुक्तहस्ते परवानग्या दिल्या. त्यात आपल्याच जातीच्या लोकांचे वर्चस्व राखण्यात व त्यांतील मलिदा त्यांना वाटण्यात, यशवंतराव धन्यता मानू लागले. मग यशवंतरावांच्या अंगी असणाऱ्या अवगुणांचा लोकांना विसर पडला. 'सर्वगुणा कांचनम् आश्रयन्ते' असे म्हणतात ते उगाचच नाही. इथे तर सत्ता, संपत्ती, सर्व साधनांची अनुकूलता, दमणयंत्रांचा सुकाळ, जातीयवादी धोरणे; यामुळे झपाट्याने विकास करण्याच्या यशवंत खेळीला यश आले आणि यशवंतराव हा शेतकऱ्याचा मुलगा विमानात बसला; यात विमानात न बसलेला शेतकरी धन्यता मानू लागला. आपला जातीयबंधू या एवढ्याच नात्याने यशवंतरावांनी स्वत:चे स्थान सिमेंट काँक्रीट केले. आणि यशवंतराव महाराष्ट्राचे शिल्पकार म्हणून मिरवू लागले. खरेतर यशवंतराव महाराष्ट्राचे 'पल्प'कार आहेत. जातीयवाद, फाटाफूट, अंदाधुंदी, विस्कळीत समाज आणि भरमसाट पीक यशवंतरावांनी महाराष्ट्रात काढले आणि आपल्याच जातीच्या लोकांना झुकते माप दिले. बहुजन समाज म्हणायचे; मात्र किती माळी, सोनार, शिंपी, दलित जातीच्या पुढाऱ्यांना प्रतिनिधित्व यशवंतरावांनी दिले? ब्राह्मणाचे सोडूनच द्या हो, कारण सर्व बहुजन समाज ब्राह्मणविरोधी आहे. आणि सत्ता संपादनाचे प्रमुख हत्यार ब्राह्मणद्वेष हेच आहे. त्यावरच सत्ता संपादनाचा सेतू यशवंतरावांनी उभा केला, हेच सत्य होय.

संयुक्त महाराष्ट्र स्थापन झाल्यावर आचार्य अत्रे आणि यशवंतराव चव्हाण

यांच्यातील वैरभावाला उतरती कळा लागली. तरीदेखील आचार्य अत्रे यशवंतरावांच्या वक्तव्यावर बारीक लक्ष ठेवून होते. खरे म्हणजे पूर्वीपासून कराडचा खरा उच्चार आणि खरे नाव कऱ्हाड असेच होते. खरेतर मूळ नावात बदल करण्याचे काहीच कारण नाही. नावात मार्दवता आणण्याच्या आणि हिंदी भाषेच्या अनावश्यक आहारी जाण्याच्या प्रवृत्तीमुळे, कऱ्हाडचे कराड करण्यात आले. कोल्हापूरचे कोलापूर, जिथे कठोर नाम किंवा व्यंजने होती; तेथे मृदू आणि मुलायम नाम किंवा व्यंजन वापरण्याचा सपाटा लावला गेला. आडनावेसुद्धा मांढरे याऐवजी मांडरे अशी आणि अशाच प्रकारची अनेक आडनावे बदलण्यात आली. पण कऱ्हाडचे कराड हे नाव खुद्द यशवंतरावांनीच केले. खरेतर कऱ्हाड म्हणण्यात जो अर्थ, कठीणता, ऐतिहासिकता होती, ती कराड म्हणण्यात नाही. कराडमधील राड मात्र यशवंतरावांच्या आणि इतर मराठी जनतेच्या डोळ्यात खुपली नाही किंवा खुपत नाही. यशवंतराव म्हणाले, "मी कराडचे पुणे करणार आहे." त्यावर आचार्य अत्रे म्हणाले, "तुम्ही कराडचे पुणे जरूर करा; पण पुण्याचे कराड करू नका." यशवंतरावांनी कराडला सर्व प्रकारच्या शैक्षणिक सुविधा पुरविण्याचा सपाटा लावला. फक्त शेतकी कॉलेज त्यांना काढता आले नाही. कारण त्यासाठी लागणारी हजारो एकर जमीन त्यांना उपलब्ध झाली नाही. नाहीतर सर्व प्रकारच्या शैक्षणिक सुविधा कराडला करण्यात ते यशस्वी झाले असते. आणि यशवंतरावांनी कऱ्हाडचा असा विकास केल्यावर, याचाही पायलट प्रोजेक्ट म्हणून किंवा कराड पॅटर्नचा आदर्श सर्वत्र होऊ लागला. लोणीचे विखे-पाटील यांनी री ओढली. शंकरराव चव्हाणांनी नांदेडमध्ये तोच कित्ता गिरवला. डी. वाय. पाटील यांनी कोल्हापूरला तेच रूप देण्याचा प्रयत्न केला. पतंगराव कदमांनी कुंडललाही तोच प्रयोग केला आणि त्याचा विस्तार सर्वत्र केला. सांगलीला वसंतदादा पाटील, वाळव्याला राजाराम पाटील, रामाप्पा कुंभार, तुलसीदास जाधव यांनीदेखील यशवंत मॉडेलचे अनुकरण केले. मग इतर ठिकाणची काँग्रेस पुढारी मंडळी या मार्गापासून दूर कशी राहतील. त्यांनी आपापल्या भागाचा कराड पॅटर्न पूर्ण करण्याचा सपाटा लावला. लातूर, बारामती, इंदापूर ही तशी आडवळणाची गावेदेखील, त्या त्या भागातील नेतृत्वाच्या साहाय्याने महाराष्ट्राच्या नकाशावर चमकू लागली आणि अशा प्रकारे यशवंतरावांचे अनुकरण होऊ लागले. खरेतर समाजवादी भारतात, समाजवादी महाराष्ट्र आणि सत्तेचे विकेंद्रीकरण आणि ग्रामीण भागाचा विकास ही आणि अशीच समितीची ध्येये, धोरणे यशवंतरावांनी राबविली किंवा अमलात आणली असे म्हणावे लागेल. समितीची विकासाची ब्लू प्रिंट यशवंतरावांनी जशीच्या तशी राबविली. हे चाणाक्षपण यशवंतरावांच्या अंगी होते, हे मात्र खरे. आपल्या आयुष्यातील अपकृत्ये, महाराष्ट्रद्रोह, जातीद्रोह यावर पांघरूण घालण्यासाठी; इतिहासातील आपल्या अक्षम्य चुका लपविण्यासाठी; आदर्श राजाप्रमाणे,

आदर्श मुख्यमंत्री म्हणून मिरविण्यासाठी त्यांनी घाईघाईने सर्वत्र विकासाचा सपाटा लावला. यात त्यांच्या धोरणामुळे सहकारी साखरसम्राट, शिक्षणसम्राट जागोजागी निर्माण झाले. साखर आणि शिक्षण यांत अत्युच्च विकास होण्याऐवजी; माझा अधिकार मोठा, माझे साम्राज्य मोठे, हीच प्रवृत्ती बळावत चालली.

प्रशासकीय यंत्रणा आणि सरकारी यंत्रणा आणि पक्षीय यंत्रणा यांचे नेहमीच एक प्रतिपादन असते की; मोठ्या अधिकारावर असणारी व्यक्ती ही आतमधून म्हणजे प्रशासनांर्तगत, सरकारांर्तगत किंवा पक्षांर्तगत; निरनिराळ्या क्लृप्त्या, कारवाया, कृती, हिकमती, मुत्सद्देगिरी करीत असतात; पण त्यांना उघडपणे जनतेची बाजू घेता येत नाही. म्हणजे तो मालकाच्या पुढे बोलू शकत नाही. त्या वेळी मानापमान सोसून तसेच चालू ठेवायचे, का अन्यायाचा प्रतिकार करून मालकाची चाकरी सोडून द्यायची; हा ज्याचा त्याचा प्रश्न आहे. पण अन्याय सहन करणे, जनतेसमोर त्याची भलावण करणे, आपल्या मालकाचे गोडवे गाणे आणि त्यासाठी आपला स्वाभिमान सोडणे; अस्मितेला तिलांजली देणे; स्वत्व पायदळी तुडविणे याला गद्दारी, फितुरी आणि जनताविरोधी कारवाई अशीच संज्ञा प्राप्त होते. सत्य, न्याय, कीर्ती, धर्म सर्व एकच गोष्ट खरी मानत असेल आणि जनतेचेदेखील तेच मत असेल; तर सार्वजनिक जीवनातील व्यक्तीने जनतेबरोबर राहून, त्यांना एकत्र आणून, त्यांची एकजूट बांधून, त्यांना मार्गदर्शन करून लढा उभारणे आणि जनतेच्या भावनांची कदर करणे; आपण जनतेच्या बरोबर आहोत, आपण सत्याच्या बरोबर आहोत हे दाखविणे आणि असणे हीच त्या सरकारी यंत्रणेतील महत्त्वाची जागा अडवून बसलेल्या व्यक्तीची जबाबदारी असते. येथे एकशे पाच हुतात्म्यांच्या रक्ताला आपण काय किंमत देता, याला तुमची प्रशासकीय मेहनत कामी येत नाही. तुम्ही अन्याय केला; तुम्ही माणुसकी सोडली; तुम्ही मांगल्याची होळी केलीत; लोकशाहीला काळिमा फासलात; दमण यंत्रणेच्या जोरावर, सत्तेच्या जोरावर; संपत्तीच्या जोरावर न्याय, नीती, सत्य, धर्म दडपून टाकू लागलात; त्या वेळी पक्ष श्रेष्ठ की जनता श्रेष्ठ असा प्रश्न पडला तर अशा वेळी शहाणा माणूस जनतेच्या बाजूने उभा राहील आणि स्वार्थी माणूस, मतलबी माणूस पक्षाच्या बाजूनेच उभा राहील.

सत्य, धर्म, नीती, न्याय ही जीवनाची सर्वोत्तम तत्त्वे आहेत. त्या तत्त्वांना पायदळी तुडवून जर एखादा दीडशहाणा म्हणत असेल की, आतून जनतेच्या बाजूलाच होतो आणि त्यांची वकिली करीत होतो, या त्याच्या म्हणण्यावर कुत्रेदेखील विश्वास ठेवणार नाही; कारण जनतेसमोर घेतलेली भूमिका हीच त्याची वृत्ती असते आणि त्याप्रमाणे त्याची सर्व वागणूक असते. येथे महाराष्ट्रात जनक्षोभ सत्ताधारी पक्षाच्या विरोधात म्हणजेच न्याय, नीती, सत्य, धर्म याच्या बाजूने असताना जनतेला मोठे म्हणण्याऐवजी पंतप्रधानांना मोठे म्हणणे म्हणजे जनतेशी द्रोह तर

आहेच, शिवाय मानवजातीच्या महान तत्त्वाविरुद्ध लाचारी पत्करायची आणि मानहानी सहन करीत जगायचे हा वैयक्तिक पातळीवर एखाद्या व्यक्तीचा खासगीत प्रश्न त्याचा, त्याचा होतो. पण सार्वजनिक जीवनात मानवी मूल्ये आणि जनता हीच सर्वश्रेष्ठ मानतो, तोच खरा जनतेचा प्रतिनिधी होतो. जनतेविरुद्ध भूमिका घेणारा मग तो कितीही मोठा असलेला पुढारी; दगलबाज, फितूर, विश्वासघातकी म्हणूनच गणला जातो. यशवंतरावांनी स्वत:च्या स्वार्थासाठी पंडित नेहरूंची आणि काँग्रेसची कास धरली. ती जनताविरोधी असताना त्यांच्या मांडीला मांडी लावून बसले, तेव्हा तेदेखील जनतेच्या भावनेची कदर करणारे नाहीत असा पक्का समज जनतेचा होतो. आणि त्या समजाला कितीही पटविण्याचा प्रयत्न केला; प्रशासकीय, सत्ता स्थानांतर्गत, पक्षांतर्गत कारवाया केल्या तरी त्याला जनतेच्या दृष्टीने शून्य किंमत असते. जो जनतेला दगा देतो, त्याला जनता कालत्रयी माफ करत नाही; पण त्यांचे अनुयायी पक्षबांधव, प्रशासनातील अधिकारी त्यांचीच री ओढीत असतात आणि प्रशासकीय क्षेत्रांतील बडी असामी आहे म्हणून मान देत असतात. पण स्वत:ची कामे करून घेण्यासाठी मग त्याच्या जनताद्रोही भूमिकेला विसरून; संधीसाधूपणा करीत आपले काम करून घेताना, स्वत्वाचा बळी देतात. त्याला सामान्यत्व प्राप्त होते. त्याला कोणीही किंमत देत नाही. तेव्हा पक्षांतर्गत, प्रशासनांर्तगत आणि सत्तांर्तगत पातळीवर केलेल्या प्रयत्नांना कोणीही किंमत देत नाही; कारण ती पद्धत लांगूलचालन, हांजी हांजी करण्याच्या वृत्तीतून जन्माला आलेली असते. राजकारणात काहीही क्षम्य असते असे म्हणण्याची एक पद्धत आहे. मग महान तत्त्वाचा गाजावाजा करायचा आणि त्याच्या प्राप्तीसाठी प्रयत्न करायचाच कशाला? कणाहीन प्राण्याप्रमाणे, इतर जनावरांत आणि मनुष्यप्राण्यात फरकच उरत नाही. आपण माणुसकीला हरताळ फासता; पण आपण आपली जीवनमूल्ये श्रेष्ठ की आपला स्वार्थ श्रेष्ठ हे तपासून पाहिले पाहिजे. वैयक्तिक पातळीवर तुम्ही केलेल्या चुकांबद्दल तुम्हाला जाब कोणीही विचारू शकत नाही. कारण तो माझा खासगी, वैयक्तिक प्रश्न आहे म्हणून बाजूला सारू शकतो. पण सार्वजनिक जीवनात सत्याला, नीतीला, न्यायाला, धर्माला (धर्म या ठिकाणी प्रचलित धर्म असा न घेता, मानवधर्म हा अर्थ अभिप्रेत आहे किंवा तत्त्व म्हणून धर्म किंवा गुणधर्म या संज्ञेचा अर्थ घ्यावा) तिलांजली देतो; तो महान कसा ठरणार? सत्ता, संपत्ती, साधनसंपत्ती आणि दमणयंत्रणा याचा उपयोग करून जनक्षोभ दडपण्याचा प्रयत्न करणारी व्यक्ती; मग ती कितीही महान पदावर असो, तसेच त्याची तरफदारी करणारी शासकीय प्रभावळ असो; ती दोन्ही मंडळी तितकीच दोषी असतात. जगातील सर्व शक्तींमध्ये वरची शक्ती महान आहे असे मानणाऱ्या शक्तीला तरी वंदन करायचे की नाही? त्याला आपण भ्यायचे की नाही? तसेच आत्मप्रतारणा हीच प्रेरणा घेऊन जगायचे का? आणि कोडगेपणाने

त्याचे समर्थन करीत जीवन तसेच आणि तिथेच जगायचे या वैयक्तिक पातळीवर एखाद्याचा खासगी प्रश्न असतो. पण सार्वजनिक जीवनात तो सार्वजनिक प्रश्न आणि जीवनमूल्यांचा प्रश्न म्हणून सामोरा येतो, त्या वेळी त्याला त्या व्यक्तीला दोषच द्यावा लागतो. हा त्रिकालबाधित सत्याला धरून असलेला नियम आहे. यशवंतरावांनी आणि त्यांच्या प्रभावळीतील भागीदारांनी कितीही समर्थन केले, तरी ती गद्दारीच होते आणि त्याचे समर्थन करणाऱ्या मंडळीचे हसे होते. कारण ती मंडळी स्वत:चे नाक कापून हसे निर्माण करीत असतात आणि आपल्या जीवनमूल्यांचा बाजार मांडतात. त्यांना बाजारातदेखील काहीही मूल्य नसते. त्यांचे हसे होते. गोबेलच्या नियमाप्रमाणे, सातत्याने त्याची मांडणी केल्यावर; असत्य सत्य ठरते, या न्यायाने 'यशवंतरावांची कारकीर्द संयुक्त महाराष्ट्र पूरक होती आणि ते संयुक्त महाराष्ट्रवादी होते,' असे पटविण्यात गोबेलांची पिलावळ सज्ज असते आणि त्यांचा उदोउदो करीत राहणे हा त्यांचा धर्म असतो. कारण खाल्ल्या अन्नाला जागणे ही त्यांची वृत्ती असते. पायापुरते पाहणे हा त्यांचा खाक्या असतो. त्याला आपण धर्म म्हणू शकत नाही. सार्वजनिक जीवनात एकदा केलेली चूक सुधारता येत नाही; कारण जनतेला ज्या वेळी त्यांची खूपच जरूरत असते, त्या वेळी जनतेशी प्रतारणा करून, सत्य, न्याय, नीती, धर्म दडपण्याचा प्रयत्न करणे आणि ते करणाऱ्या यंत्रणेत सामील होणे म्हणजे जनतेशी गद्दारी आहे आणि ती गद्दारी हा किताब त्याला सातत्याने जनता देत राहणार, कारण देशाच्या आयुष्याच्या दृष्टीने त्याची ती कृती गर्हणीय असते.

संयुक्त महाराष्ट्राच्या निर्मितीनंतर आचार्य अत्रे यांच्या यशवंतरावांवरील रागाला ओहोटी लागली; पण यशवंतरावांच्या त्यांच्याबद्दलच्या भावनेला मात्र ओहोटी लागली नाही. वरकरणी ते आपण विसरलो असे दाखवीत असले, तरीदेखील आतमधून त्यांचा अत्रेद्वेष कायम होता. कारण यशवंतराव हे मुत्सद्दी होते. आचार्य अत्रे हे भावनाप्रधान, आरपार पारदर्शक होते. आत एक आणि बाहेर एक अशी त्यांची रीत नव्हती. ती जीवनपद्धती यशवंतरावांची होती. यशवंतरावांची मलिन प्रतिमा सुधारण्यासाठी त्यांच्या अनुयायांनी, पक्षीय बांधवांनी, त्यांच्या प्रशासकीय अधिकाऱ्यांनी; त्यांच्या स्थानाच्या आधारावर मलिन प्रतिमा साफ करण्याचा सपाटा लावला आणि त्यात आचार्य अत्रे यांच्या भावनेला हात घालून, यशवंतरावांबद्दलची त्यांची मते बदलण्याचा प्रयत्न केला. आचार्य अत्रे गुणांचे पूजक असल्याने, त्यांनी यशवंतरावांनी संरक्षणपद स्वीकारल्यावर आपला यशवंतरावांबाबतीतला रोष थोडासा बाजूला सारला. पण यशवंतरावांनी आचार्य अत्रे यांच्याबद्दलचा द्वेष काही बाजूला सारला नाही. यशवंतरावांनी आपल्या प्रभावळीतील काही महाभागांना आचार्य अत्रे यांच्याशी जवळीक साधण्याचा प्रयत्न करायला सांगितले. त्यांची असमर्थनीय

भूमिका त्यांची नव्हती, असे सांगण्याचा प्रयत्न केला आणि यशवंतराव हे एक महान पुढारी आहेत, जनतेचे कैवारी आहेत हे पाढे सातत्याने आचार्य अत्रे यांच्यापुढे वाचण्याचा सपाटा यशवंतभक्तांनी लावला. मग आचार्य अत्रे यांच्यातील यशवंतद्वेषाची धार बोथट झाली आणि इतकेच नाही, तर आचार्य अत्रे यांनी आपले मोरूची मावशी हे नाटक यशवंतरावांना अर्पण केले. एकदोन नाटकांचे उद्घाटनदेखील यशवंतरावांच्या हस्ते झाले. समारंभात आचार्य अत्रे यांच्या शेजारी बसणे, यातून जनता एक अर्थ काढत असे की; आता या दोघातील द्वंद्वं संपले. पण आचार्य अत्रे यांच्या जीवनातून द्वंद्व संपले असले, तरी यशवंतरावांच्या मनातून अत्रेद्वेष संपला नव्हता. 'महाराष्ट्र' या नावासाठी आचार्य अत्रे यांनी सतत तीन महिने अग्रलेख लिहून, 'महाराष्ट्र' हेच नाव किती सार्थ आहे; हे पटवून दिले, तरी 'मुंबई प्रदेश' हेच नाव नवीन मराठी भाषिक प्रांताला देण्याचा आणि नेहरूंना खूश करण्याचा मार्ग यशवंतरावांनी पत्करला आणि परत एकदा आपला महाराष्ट्रद्वेष चव्हाट्यावर आणला. एस. एम. जोशी, नानासाहेब गोरे यांच्याकडे यशवंतराव गेले आणि म्हणाले, ''नेहरू आता प्रसन्न झालेत. ते भाषिक राज्य देण्यास तयार झाले आहेत, पण नाव मात्र 'मुंबई प्रदेश' असेच राहणार!''

या ठिकाणी एक गोष्ट लक्षात ठेवली पाहिजे की, समिती मोडण्याची वेळ आली होती. एस. एम. जोशी यांची ओढाताण होत होती. 'जनतेची झालेली अभेद्य एकजूट मोडायची का?' याबद्दल त्यांच्या मनात द्वंद सुरू होते. केवळ समिती कम्युनिस्टांच्या आहारी गेली, या वरवरच्या आरोपातून कसे बाहेर पडायचे? जनता आपल्याला माफ करणार नाही याची भीती, तसेच पक्षांतर्गत सभासदांचा एस. एम.वरील वाढता दबाव; यामुळे एस.एम. हैराण झाले होते आणि सामान्य जनतेमध्ये कम्युनिस्टांपेक्षा काँग्रेसवरील ही धारणा बळावत होती. यशवंतरावांच्या करणीने एस.एम. मृदू होत होते. नानासाहेब तर समितीविरोधीच होते. ''मी आग्बादच्या तुरुंगात नसतो, तर समिती होऊच दिली नसती,'' हे उद्गार खुद्द नानासाहेब गोरे यांचे आहेत. यावरून ही मंडळी शंभर नंबरी महाराष्ट्रवादी होती काय, असा प्रश्न जनतेला पडला तर नवल नाही. अशा परिस्थितीत दहा वर्षे चाललेला लढा आणि त्याला अंतिम रूप येत आहे, या आपल्या चळवळीला यश प्राप्त होत आहे, या भावनेतून आणि समितीतील सर्वांत कमकुवत दुवा असलेल्या एस.एम., नाना या दुकलीला आपलेसे केल्यावर; मग महाराष्ट्राला आपलेसे करणे फारच सोपे जाईल, या यशवंतनीतीने यशवंतरावांनी एस.एम. आणि नाना गोरे यांना गाठले आणि आता संयुक्त महाराष्ट्र येतोय नाव मात्र मुंबई प्रदेश आहे असे सांगितले. सर्व विदर्भ, मराठवाडा, उत्तर महाराष्ट्र, पश्चिम महाराष्ट्र, कोकण, मुंबईसह संयुक्त महाराष्ट्र एकत्र येत आहे; तेव्हा या प्रांताला आपण 'मुंबई प्रदेश' नावासकट मान्यता

द्यावी. यावर एस.एम. म्हणाले, ''महाराष्ट्र या नावाबद्दल आचार्य अत्रे फार आग्रही आहेत. त्यांच्याकडे आपण जाऊ या आणि त्यांचेशी आपण चर्चा करू या. म्हणून यशवंतराव, एस.एम., नानासाहेब गोरे ही मंडळी आचार्य अत्रे यांना भेटायला आली. त्या वेळी सुदैवाने मी तेथेच होतो. आणि आचार्य अत्रे यांना नानासाहेब गोरे म्हणाले की, ''नेहरूंनी संयुक्त महाराष्ट्राला संमती दिली आहे. सर्व महाराष्ट्र एकत्र येत आहे. विदर्भ, मराठवाडा, कोकण, पश्चिम महाराष्ट्र, उत्तर महाराष्ट्र असलेला एकत्र एकभाषिक प्रदेश एकत्र येत आहे. एक भाषिक प्रांत निर्माण होत आहे. आपले ध्येय पूर्ण होत आहे. फक्त नावाचा प्रश्न आहे. 'संयुक्त महाराष्ट्रा'ऐवजी 'मुंबई प्रदेश' हे नावच नेहरूंना पसंत आहे. आणि आता सर्व काही आपल्या मनासारखे होत आहे. शिवाय शेक्सपिअर म्हणतोच नावात काय आहे.'' असे नानासाहेब यांनी उच्चारताच आचार्य अत्रे ताड्कन म्हणाले, ''त्या गाढवाला काय कळते आहे की, नावात सर्वस्व असते. महाराष्ट्र हे नाव इतिहासाने आमच्या प्रदेशाला इतक्या समर्पक रीतीने दिले आहे, इतके सुंदर नाव सोडून 'मुंबई प्रदेश' हे नाव आम्ही स्वीकारत नाही. 'महाराष्ट्र' या नावासाठी समिती पुन्हा एकदा लढा देईल.'' असे आचार्य अत्रे यांनी ठासून सांगितल्यावर यशवंतराव जरा खाली आले आणि बैठक संपली. पण यशवंतरावांनी त्याच्या मुत्सद्दीगिरीला सुरुवात केली. शासनाची भूमिका 'मुंबई प्रदेश (महाराष्ट्र)' अशी होती. आचार्य अत्रे म्हणत, 'महाराष्ट्र हा कंसात राहणारा देश नाही. आम्ही कंसाचा संहार करणारे लोक आहोत. कंसाला अंकगणितात पूर्वी पोट म्हणत. महाराष्ट्र पोटात राहणार नाही. आम्ही पोट फोडणाऱ्यांच्या वंशातील आहोत. अहो मुंबईसाठी एवढा लढा झाला. ती मुंबई मोठ्या महाराष्ट्राची मुलगी आहे आणि मुलीच्या पोटात आई कोंबताय? हे नीतीला धरूनच नाही. सत्याला धरून नाही आणि न्यायालाही धरून नाही.'

'महाराष्ट्र' हे जितके सुंदर नाव आहे की, त्यात राष्ट्रीय भावना आपोआपच दिसते; तेव्हा महाराष्ट्राला पर्याय नाही. महाराष्ट्र या नावालाही पर्याय नाही, असे ठणकावून सांगायला आचार्य अत्रे यांनी सुरुवात केली. आपल्या अग्रलेखांतून, भाषणांतून, संभाषणांतून नावासंबंधी चर्चा करून; लोकमत तयार करण्याचा सपाटा लावला आणि आचार्य अत्रे यांची कर्तबगारी यशवंतराव ओळखून होते. त्यांनी आपला इरादा बदलला आणि 'महाराष्ट्र' हे नाव देण्याचे जाहीर केले. त्या वेळी आचार्य अत्रे यांच्या आणि पर्यायाने महाराष्ट्राच्या आनंदाला भरती आली आणि 'महाराष्ट्र' हे चौदावे राष्ट्र- प्रांत निर्माण झाला. त्यावर आचार्य अत्रे म्हणत, 'काँग्रेसला आम्ही चौदावे रत्न दाखविले.' मराठीत चौदावे रत्न ही एक म्हण आहे, वाक्प्रचार आहे. चारीमुंड्या चीत करून विजय मिळविणाऱ्याला, चारीमुंड्या चीत करून नामोहरम करणाऱ्याला; चौदावे रत्न दाखविले, असे म्हणण्याचा प्रघात होता

आणि मराठीत या वाक्प्रचाराला एक निराळी धार होती. गोविंद वल्लभपंत यांनी द्विभाषिक पुनर्रचना बिल मांडताना, चौदावे महाराष्ट्र आणि पंधरावे गुजरात अशी दोन राष्ट्रे-प्रांत जन्माला येत आहेत; अशी ग्वाही लोकसभेत दिली. त्यावर आचार्य अत्रे यांनी 'चौदावे रत्न दाखविले,' अशी तत्काळ, हजरजबाबी, इन्स्टंट घोषणा केली, शेरेबाजी केली; आणि चौदावे रत्न रामाने जसे रावणास दाखविले किंवा कृष्णार्जुनाने कौरवांस जसे चौदावे रत्न दाखविले, तसे समितीने काँग्रेसला चौदावे रत्न दाखविले, असे मोठ्या दिमाखाने, अभिमानाने, अस्मितेने सांगण्यास सुरुवात केली. काँग्रेसला नामोहरम करण्याची एकही संधी आचार्य अत्रे सोडत नसत. त्यांच्या तुफानी प्रचाराने काँग्रेसचे अक्षरश: पानिपत झाले होते. काँग्रेस नेस्तनाबूत झाली होती, म्हणून काँग्रेसवाल्यांचा तिळपापड होत होता. आणि तो तिळपापड करणारा, चौदावे रत्न दाखविणारा दुसरातिसरा कोणी नसून; बलाढ्य आचार्य अत्रे होते हे काँग्रेसवाल्यांच्या लक्षात आले. त्यामुळेच आचार्य अत्रे हे काँग्रेसचे शत्रू आहेत, त्यांना एकाकी पाडायचे हे काँग्रेसने ठरविले. काँग्रेसचे पानिपत हा जसा महाराष्ट्राचा फायदा होता, तसाच इतर पक्षांचादेखील होता. काँग्रेसची ताकद, शक्ती कमी होणे; म्हणजे समाजवादी, रिपब्लिकन पक्ष, कम्युनिस्ट, जनसंघ, डावे यांची ताकद वाढणे हे होय. म्हणजेच आचार्य अत्रे यांनी या सर्व डाव्या पक्षांना बळ दिले, हे आपण विसरून कसे चालेल. पण स्वतःच्या मोठेपणाला हपापलेल्या पक्षांना हे जनतेला सांगणे कमीपणाचे वाटते; कारण आपली कर्तबगारी पाच-दहा लाख सदस्य असणाऱ्या पक्षापेक्षा एक व्यक्ती सर्व शक्तिमान ठरते आहे, हे महत्त्व लक्षात येते आणि मग स्वतःचे खुजेपण लक्षात येते आणि म्हणूनच त्या व्यक्तीचा उल्लेख न करण्याचा मुत्सद्दीपणा पक्षीय नेते आपल्यात आत्मसात करतात आणि आम्हीच केले, असे आपल्या पक्षीय बांधवांना सांगत फिरतात.

संयुक्त महाराष्ट्र निर्मितीनंतर काँग्रेसची प्रतिमा स्वच्छ आणि जनताभिमुख करण्यासाठी आणि यशवंतरावांची छबी अधिकाधिक स्वच्छ, शुद्ध आणि सात्त्विक करण्याचा सपाटा काँग्रेस मंडळींनी लावला. आचार्य अत्रे यांनी 'राज्यकर्ता कसा आदर्श असावा,' यावर लेख लिहिताना जसा पालक किंवा पिता आपल्या पुत्रावर प्रेम करतो, तसेच राज्यकर्त्यांनी आपल्या जनतेवर पुत्रवत् प्रेम केले पाहिजे, असे प्रतिपादन केले. आवेशात्मक आणि आवेगाच्या भरात यशवंतराव निपुत्रिक असल्याने आणि त्यामुळे त्यांना पुत्रप्रेमाचा गंध नसल्याने, 'निपुत्रिक जनतेवर पुत्रवत् प्रेम ते कसे करणार असा प्रश्न केला? त्यावर काँग्रेस मंडळींनी यशवंतरावांचे महत्त्व वाढविण्यासाठी यशवंतरावांच्या स्वातंत्र्यलढ्यातील कामगिरीवर भर देण्याचा सपाटा लावला. यशवंतरावांनी ब्रिटिश सोजिरांचा कसा मार खाल्ला, त्याच ब्रिटिश सोजिरांच्या अत्याचाराला कसे तोंड द्यावे लागले आणि त्यात त्यांचे कुटुंबदेखील

ब्रिटिश राजसत्तेच्या जुलूमशाहीला बळी पडले; याच्या सुरस कथा पसरविण्यात काँग्रेसची मंडळी वाकबगार ठरली. यशवंतराव कसे श्रेष्ठ देशभक्त होते, त्यांनी किती त्याग केला, तेच कसे खरे पत्री सरकारचे प्रमुख होते, वगैरे कपोलकल्पित कथा रंगविण्यात आल्या. यशवंतरावांना लार्जर दॅन लाइफ कसे मोठे केले, याची त्या वेळच्या जनमानसाला कल्पना आहे आणि माहिती आहे. आचार्य अत्रे यांनी हे प्रकरण फार चिघळत चालले, म्हणून आवरते घेतले आणि काँग्रेसवाल्यांनी आचार्य अत्रे यांनी माफी मागावी अशी भूमिका जनमानसात सोडून दिली. काँग्रेस अगदी काही वाईट नाही, ती जनताभिमुख आहे. जनतेच्या सुखदु:खाचा विचार करीत आहे. काँग्रेसमधील सत्ताधारी आदर्श सत्ताधीश आहेत, हे सिद्ध करण्यासाठी आणि काँग्रेस विरोधकांचीदेखील किती काळजी घेतात, हे दाखविण्यासाठी; आचार्य अत्रे यांच्या शेवटच्या आजारपणात सदोबा पाटील– आचार्य अत्रे यांचे शत्रू, यांनी आचार्य अत्रे यांना उपचारासाठी अमेरिकेत पाठविण्याचा इरादा प्रकट केला व ते आचार्य अत्रे यांच्या पासपोर्टसाठी धावपळ करू लागले. सदोबांना धावपळ करण्याची गरज नव्हती, ते अनभिषिक्त सम्राट होते. एका इशाऱ्यावर त्यांची कामे होत होती. बरे याअगोदर आचार्य अत्रे शास्त्रींच्या लंडन भेटीचे वृत्तांकन करण्यासाठी, खुद्द लंडनला गेले होते. याचा अर्थ त्यांचे जवळ पासपोर्ट होता. त्याहीअगोदर रशियाला शांतता परिषदेसाठी जागतिक साहित्यिकांचे एक शिष्टमंडळ पश्चिम युरोपला गेले होते. त्यात मुल्कराज आनंद आचार्य अत्रे यांचेबरोबर होते. आचार्य अत्रे यांनी जपानचे प्रवासवर्णन लिहिले आहे. याचा अर्थ आचार्य अत्रे यांचे जवळ पासपोर्ट होता. पण काँग्रेसवाले कसे दिलदार आहेत, ते शत्रूलादेखील मदत करण्यात तत्परता दाखवितात असे काँग्रेसला दाखवायचे होते. तसे असते तर आता ऊठसूट कलाकारांना, साहित्यिकांना, राजकीय पुढाऱ्यांना सरकारी इतमामाने अखेरचा निरोप देण्यात येतो, तसा सरकारी इतमामामध्ये अखेरचा निरोप आचार्य अत्रे यांना का देण्यात आला नाही? आजदेखील आचार्य अत्रे यांची उपेक्षा का होते? संयुक्त महाराष्ट्र आणि मुंबई मिळविण्यात सर्वांत जास्त फायदा काँग्रेसवाल्यांचा झाला. आयत्या पिठावर रेघोट्या मारण्याचा सपाटा काँग्रेसवाल्यांनी लावला. किंवा आयत्या बिळात नागोबा या न्यायाने अथक प्रयत्नातून मिळविलेल्या भाषिक सलग प्रांतावर अधिराज्य गाजविण्यात आणि त्याचे सारे श्रेय उपटण्यात, काँग्रेसवाले वाकबगार ठरले आणि त्याची सर्व फळे आज काँग्रेसवाले चाखतात. आज मुंबई महाराष्ट्राची राजधानी आणि भारताची आर्थिक राजधानी असल्याने ९० हजार कोटी ते एक लाख कोटी इतका महसूल मुंबईतून महाराष्ट्राला मिळतो. नाहीतर महाराष्ट्राचे वाळवंट झाले असते आणि आचार्य अत्रे नसते, तर मुंबई महाराष्ट्राला मिळालीच नसती. महाराष्ट्राचे राज्यपाल, महाराष्ट्राचे मुख्यमंत्री, महाराष्ट्राचे खासदार, महाराष्ट्राचे आमदार, महाराष्ट्राचे मोठे

पुढारी हे शब्दप्रयोग आणि ही पदेदेखील निर्माण झाली नसती. कारण महाराष्ट्र निर्मितीला काँग्रेसवाल्यांचा विरोध होता. त्याच विरोधकांनी महाराष्ट्राला लुटून काढले, हे आदर्श घोटाळ्यावरून दिसून येत नाही काय?

संयुक्त महाराष्ट्र समितीने महाराष्ट्रासाठी आंदोलने केली, मोर्चे काढले, निदर्शने केली, प्रदर्शने आणि परिषदा भरवल्या, अनेकांचे रक्त सांडले. पण याची फळे मात्र काँग्रेसवाल्यांनी आणि युती सरकारने चाखली. आचार्य अत्रे यांना काय मिळाले? आचार्य अत्रे यांनी काही मिळावे, या भावनेने लढा दिला नाही. समर्पित भावनेने, नि:स्वार्थी भावनेने त्यांनी लढा दिला. निष्काम कर्म करीत राहणे, या गीतेतील आदर्श तत्त्वाला अनुसरून लढा दिला. 'केले तुका आणि झाले माका' या न्यायाने काँग्रेसवाले यशावर आरूढ झाले आणि श्रेयाबरोबर सत्तेचा मलिदा गेली साठ वर्षे चाटीत, ओरपीत राहिले. त्या काँग्रेसवाल्यांना आणि विरोधी पक्षांना आचार्य अत्रे यांची आठवण तरी येते काय? स्वत:च्या कुटुंबाच्या पंचवीस पिढ्यांची बेगमी करण्यात मग्न-गुंग असलेल्या काँग्रेस पुढाऱ्यांना हे करायचे नाही; पण विरोधी पक्षदेखील कृतघ्न ठरले. आचार्य अत्रे यांचे बाबतीत यशवंतराव राज्यकर्ते होते, त्यामुळे त्यांनी स्वत:चे स्थान आणि पक्ष भक्कम करण्यासाठी विरोधकांची वाताहत लावली यात गैर काय, असा सवाल काही मंडळी करतात. यात गैर नाही; पण ती वाताहत करताना ज्या पद्धतीने ती केली ती वाईट होती. समिती भटांच्या आहारी गेली आहे, समितीला पेशवाई आणायची आहे, समितीला जेवणावळी घालायच्या आहेत, असा जातीयवादी विषारी प्रचार करून; स्वत:ची योग्यता सिद्ध करण्यासाठी ठोस मार्ग उपलब्ध नसताना, दीर्घ द्वेषाच्या राजकारणाचा आधार घेत आणि जातीत तेढ, द्वेष, मत्सर जागा करीत; महाराष्ट्रात जातीद्वेषाचा वणवा पेटविला तो यशवंतराव चव्हाणांनी आणि वरकरणी 'हे मराठी राज्य आहे, मराठ्यांचे राज्य नाही;' अशी शहाजोगपणे दवंडी पिटण्यात यशवंतराव आणि त्यांचे भाईबंद यशस्वी ठरले. त्याचा प्रतिकार करणारा आचार्य अत्रे यांच्यासारखा दुसरा कोणी बलाढ्य विरोधक निर्माण झाला नाही. यशवंतरावांच्या आणि काँग्रेसच्या कृत्याला तोडीस तोड मुकाबला करणारा; प्रभावी, शक्तिमान नेता आचार्य अत्रे हाच होता. त्यामुळे आचार्य अत्रे नसल्याने यशवंतरावांना रान मोकळे मिळाले आणि 'महाराष्ट्राचे सर्वेसर्वा' ही उपाधी त्यांना काही न करता बहाल करण्यात आली. जे विरोधी पक्ष त्यांच्या धोरणाला बळी पडले, त्यांना खिरापती वाटीत यशवंतरावांनी आपलेसे केले. यशवंतरावांचा मार्ग निष्कंटक केला, त्यांची स्मारके उभारण्यात यशवंतरावांनी पुढाकार घेतला. नाहीतर ती स्मारके झाली नसती, जसे आचार्य अत्रे यांचे स्मारक झाले नाही. आचार्य अत्रे यांच्या निधनानंतर आचार्य अत्रे हे देशभक्त होते, अशी गुळमुळीत श्रद्धांजली वाहून यशवंतरावांनी वेळ निभावून नेली. चटावरील श्राद्ध

उरकण्यात येते, तशी यशवंतरावांनी प्रतिक्रिया दिली. याउलट यशवंतरावांची संरक्षणपदी निवड झाल्यावर, 'यशवंत हो, जयवंत हो, यशवंतरावांचे अभीष्टचिंतन!' नावाचा अग्रलेख आचार्य अत्र्यांनी लिहिला. तसेच राम प्रधानांनी त्यांच्या लिहिलेल्या आठवणीत आचार्य अत्रे यांचे भाषण देण्यात आले आहे. आचार्य अत्रे म्हणाले, ''तारेदेखील मातीचे बनलेले असतात. यशवंतरावदेखील मातीतून बनलेले आहेत. त्यांनी आपले तारेपण सिद्ध केले आहे. माणसे एकदम मोठी होत नाहीत, ती शिकत शिकत मोठी होतात. ती प्रक्रिया आणि उत्क्रांती यशवंतरावांच्या जीवनात झाली आणि महाराष्ट्राच्या नशिबी असा तारा उदयाला आला.'' असे भावपूर्ण उद्गार काढले आणि कोणताही वैरभाव मनात, हृदयात न ठेवता त्यांची महती गायली. पण यशवंतराव पडले हाडाचे मुत्सद्दी आणि 'मरणांती वैराणी' या महान तत्त्वाची महती त्यांना कशी पटणार. ते पटण्यासाठी मनाची श्रीमंती लागते. ती मनाची श्रीमंती यशवंतरावांच्या ठिकाणी नव्हती, हे मात्र खरे!

स. आ. शुक्ल यांच्या समारंभात आणि आणखी अनेक समारंभात यशवंतराव हे आचार्य अत्रे यांच्या बरोबरीने वावरले. मांडीला मांडी लावून बसले. आमचे वैर संपले, हे दाखविण्यासाठी हा सर्व देखावा यशवंतरावांनी केला. नाटके एकत्र पाहिली. नाटकाच्या उद्घाटन समारंभाला एकत्रित हजेरी लावली. नांदेडच्या नाट्य संमेलनात आचार्य अत्रे म्हणाले, ''काय यशवंतराव तुमच्या मराठवाड्यातील रस्ते. सर्वत्र धूळच धूळ. काय तुम्ही सुधारणा करता?'' हे म्हणताच, ''ही संतांच्या भूमीतील धूळ होय, तुम्ही धूळ चारता, आता थोडी धूळ तुम्ही चाखा.'' त्यावर आचार्य अत्रे म्हणाले, ''धूळफेक करणारे पुढारी धूळ चाखण्यात यशस्वी होत नाहीत.'' स्वतःच्या कर्तबगारीने यशवंतराव आचार्य अत्रे यांना धूळ चारू शकले नाहीत, तर त्यासाठी त्यांना निसर्गाचा आधार घ्यावा लागला. आचार्य अत्रे काँग्रेसवर टीका करण्याची एकही संधी सोडीत नव्हते. काँग्रेसवर सारखे धपाटे घालीत होते.

जगाला दाखवायचे की मी कसा आदर्श आहे, मी शत्रूलादेखील समान वागणूक देतो; पण आतून मात्र मी द्वेषच करतो, ही यशवंतरावांची वृत्ती होती. यशवंतरावांचे दाखवायचे दात निराळे आणि खाण्याचे दात निराळे होते. कारण त्यांना स्वार्थ साधायचा होता, सर्वेसर्वा नेतेपणाचा. यशवंतराव मनाने नितळ, निर्मळ आणि निष्पाप नव्हते. त्यांनी आचार्य अत्रेंबाबतीत कधीही सहानुभूती बाळगली नाही. आता यशवंतराव चव्हाण नाट्यसंकुल उभे राहिले आहे. ती जागा आचार्य अत्रे यांच्या स्मारकासाठी एकमुखी न्यायाने मुंबई नगरपालिकेने दिली असता; यशवंतराव चव्हाण, पु. ल. देशपांडे, व. पु. काळे या मंडळींनी विरोध केला. त्या वेळी यशवंतराव संरक्षणमंत्री होते आणि त्या जागेत एक विहीर होती. ती विहीर संरक्षण मंत्रालयाच्या अखत्यारीत होती. ती बुजविण्याची असमर्थता यशवंतरावांनी जाणूनबुजून

दाखविली आणि स्मारकास विरोध केला.

आचार्य अत्रे यांच्या स्मारकाच्या जागेवरच यशवंतरावांचे स्मारक उभारून, काँग्रेसवाल्यांनी अशाप्रकारे सूड उगविला. दुसऱ्या कोणत्याही प्रकाराने ते आचार्य अत्रे यांचा पाडाव करू शकत नव्हते. मरण पावल्यावर त्यांच्यावर सूड उगविण्याची एकही संधी यशवंतरावांनी आणि त्यांच्या काँग्रेसने वाया घालविली नाही. यशवंतरावांची आचार्य अत्रे यांच्या संदर्भातील ही भूमिगत मोहीम लोकांना माहीत नसल्याने; यशवंतराव अजातशत्रू होते, महान होते, सर्वेसर्वा होते. जनतेचे तारणहार होते आणि त्यांची तळी उचलणारे अनेक निर्माण झाले होते. कारण यशवंतराव सत्तेचा मलिदा वाटीत होते. सत्तेच्या मलिद्यासाठी चटावलेला काँग्रेस पक्ष आचार्य अत्रे यांना कसा न्याय देईल? आपल्या अपकृत्यांवर पांघरूण घालण्यासाठी, आचार्य अत्रे यांचा उल्लेखदेखील ते हेतुपुरस्सर टाळीत आहेत आणि टाळीत राहणार, ही वस्तुस्थिती आहे.

संरक्षणमंत्री असताना सीमेवरील जवानांची पाहणी करण्यासाठी यशवंतराव चव्हाण लडाखला गेले आणि त्या वेळी वाऱ्याने त्यांचे धोतर उडाले आणि धोतर उडतानाचा फोटो वर्तमानपत्रात प्रसिद्ध झाला. उडत्या धोतराचा फगारा आणि यशवंतरावांची धोतर सावरताना उडालेली तारांबळ बघून आचार्य अत्रे म्हणाले, "खरेतर संरक्षणमंत्र्याला संरक्षण दलासारखा युनिफॉर्म हवा. त्याचेकडे पाहून सैन्याचे धैर्य वाढेल, असा युनिफॉर्म हवा.''

आचार्य अत्रे आणि यशवंतराव चव्हाण यांचे अहिनकुल सख्य होते. या आख्यानाचे निरूपण संयुक्त महाराष्ट्राच्या आंदोलनातील गाजलेल्या विनोदाने करण्याचा मोह टाळता येत नाही. आचार्य अत्रे यांच्या नवयुग साप्ताहिकाच्या डोक्यावर 'बेळगाव, कारवार, निपाणी, खानापूर, भालकी, मुंबईसह संयुक्त महाराष्ट्र झालाच पाहिजे' अशी घोषणा असे. तसेच संयुक्त महाराष्ट्र समितीच्या सभेअगोदर 'बेळगाव, कारवार, कालकी, निपाणी, खानापूर, मुंबईसह संयुक्त महाराष्ट्र झालाच पाहिजे.' या घोषणा देण्यात येत असत. तसेच काँग्रेसच्या मंत्र्यांच्या विरोधात, काँग्रेस पुढाऱ्यांच्या पुढ्यात निदर्शने करताना 'बेळगाव, कारवार, खानापूर, निपाणी, भालकी, मुंबईसह संयुक्त महाराष्ट्र झालाच पाहिजे' या घोषणांनी आसमंत दणाणून जात असे आणि निदर्शकांत चैतन्य, उत्साह, जोश, जोम याचे उधाण येत असे. त्यावर यशवंतराव चव्हाण म्हणाले, "बेळगाव, कारवार, भालकी, निपाणी, खानापूर, मुंबईसह संयुक्त महाराष्ट्र झाला पाहिजे,' ही घोषणा योग्य आहे; पण झालाच पाहिजेत 'च' कशाला हवा?'' त्यावर आचार्य अत्रे यांनी ताड्कन उत्तर दिले, "चव्हाणसाहेब तुम्हाला तरी 'च'चे महत्त्व कळायला हवे. कारण तुमच्या आडनावात 'च' आहे. तो 'च' काढून टाकल्यावर नुसते 'व्हाण' राहील आणि तीच वहाण लोक

तुम्हाला मारतील. तेव्हा झालाच पाहिजे याला फार महत्त्व आहे. या भावनेत तीव्रता, निश्चय आहे. जोश, जोम आणि अभिमान, अस्मिता सामावली आहे. त्यामुळे 'झालाच पाहिजे'ला पर्याय नाही.''

आचार्य अत्रे यांचे स्मारक झाले नाही; तरी ज्या ज्या वेळी यशवंतरावांचे नाव घेतले जाईल, यशवंतरावांच्या पुतळ्याचे अनावरण केले जाईल किंवा यशवंतराव चव्हाणांच्या पुतळ्याचे दर्शन घडेल, यशवंतराव चव्हाण संकुलाचे स्मरण होईल; त्या वेळी आचार्य अत्रे यांचा 'च'चे महत्त्व सांगणारा विनोद आणि चव्हाणांनी नेहरूंपुढे केलेली चमचेगिरी लोकांच्या मनात आणि नजरेत भरेलच भरेल, यात काय शंका? 'च' चव्हाणमधला या न्यायाने चव्हाणांच्या नावाबरोबर आचार्य अत्रे यांच्या नावाची चर्चा होतच राहणार आहे. चव्हाण हे आडनाव जोपर्यंत समाजात मिरवत राहील, तोपर्यंत आचार्य अत्रे यांचे 'च' पुराण चर्चेत राहील; तेव्हा आचार्य अत्रे यांच्या 'च'ला केव्हाही, कुठेही मरण नाही. ही 'च'ची साठा उत्तराची कहाणी सुफळ संपूर्ण झाली. संयुक्त महाराष्ट्र मुंबईसह झालाच झाला. तरीदेखील 'च'चे पुराण आणि 'च'च्या महत्त्वाची चर्चा महाराष्ट्रात सातत्याने होतच राहणार आणि चमचेगिरीतून मंगल कलश मिळत नसतो, तर स्वाभिमानी लढ्यातून मंगल कलश मिळत असतो आणि तो मंगल कलश यशवंतरावांच्या हातात आचार्य अत्रेंसारखा एखादा लढवय्या ठेवीत असतो आणि यशवंतराव तोच मंगल कलश मिरवत आहेत, हे सत्य जनतेच्या स्मरणातून जाणारच नाही; हे मात्र खरे!

आता यशवंतराव चव्हाणांच्या जन्मशताब्दीनिमित्त यशवंतरावांना भारतरत्न हा किताब मरणोत्तर देण्यात यावा, अशी त्यांच्या चाहत्यांनी मागणी केली आणि महाराष्ट्र सरकारने आपल्या विधिमंडळात यशवंतरावांना 'भारतरत्न' हा किताब द्यावा असा ठराव पास करून घेतला. केंद्र सरकार त्याला मंजुरी देईल आणि यशवंतराव चव्हाणांना मरणोत्तर 'भारतरत्न' हा किताब बहाल केला जाईल. आचार्य अत्रे असते, तर ते म्हणाले असते; 'खरा भारतरत्न एकच अण्णासाहेब कर्वे. यशवंतराव हे काय रत्न आहे?' यशवंतराव हे काय रत्न आहे, यात सगळं रामायण आलं.

यशवंतराव हे संयुक्त महाराष्ट्राच्या आंदोलनामध्ये महाखलनायकाची भूमिका वठवीत होते, तर आचार्य अत्रे हे महानायकाची भूमिका साकारत होते. जवळजवळ १९५२ ते १९६२ पर्यंत म्हणजे दहा वर्षे आचार्य अत्रे यशवंतरावांच्या मागे हात धुऊन लागले होते. त्यांच्यावर बारीक नजर ठेवून होते. त्यांच्या प्रत्येक हालचालीवर आणि उद्गारावर आचार्य अत्रे यांनी टीका करायचा सपाटा लावला होता. यशवंतराव चव्हाणांनीदेखील संयुक्त महाराष्ट्र विरोधी सूर, त्या आंदोलनाला बदनाम करणाऱ्या हालचाली, वक्तव्ये आणि सत्ता, संपत्ती आणि दमन यंत्रणेचा वारेमाप वापर करून काँग्रेसच्या ध्येयधोरणाची अंमलबजावणी अगदी काटेकोरपणे केली. नेहरूंपेक्षा

जास्त महाराष्ट्रद्वेषाचे प्रदर्शन करण्यात, नेहरूंनादेखील यशवंतराव मागे टाकीत होते. म्हणतात ना, खऱ्या हिंदूपेक्षा बाटगा हिंदू अतिशय धोकेबाज असतो. त्या न्यायाने यशवंतराव अतिशय धोकेबाज आणि महाराष्ट्राच्या निर्मितीत अडसर होऊन बसले होते.

यशवंतरावांचे समर्थक आणि बगलबच्चे असे म्हणत की, यशवंतरावांनी आतून कारवाया करून, काँग्रेसश्रेष्ठींचे मन वळवून महाराष्ट्राचा मंगल कलश आणला. तुम्हाला यशवंतरावांनी पडद्यामागून काय काय हालचाली केल्या आणि खरेतर यशवंतराव हे महाराष्ट्रवादीच होते. त्यांचे धोरण महाराष्ट्रनिर्मिती पूरकच होते. माणूस हा जगात वावरताना कसा वागतो, बोलतो, कृती करतो, कोणती धोरणे राबवितो; यावरून जग त्याची योग्यता ठरवीत असते. त्याने अंधारात किंवा पडद्यामागे काय केले, याची त्याला पर्वा नसते. उद्या सूर्याची गती मीच सांभाळतो. आणि पडद्यामागून मीच सूर्याचा नियंत्रक आहे, असे म्हणू लागल्यावर; त्यावर कुत्रेदेखील विश्वास ठेवणार नाही. मग यशवंतरावांच्या यशवंतकृतीवर महाराष्ट्राने काय म्हणून विश्वास ठेवावा? पारदर्शकता म्हणजे जनतेसमोरील आपली कारकीर्द होय. मी पडद्यामागून सूत्रे हालवत होतो ही लबाडीची भाषा झाली, मुत्सद्दीपणाची भाषा झाली, श्रेय लाटण्याची भाषा झाली.

जनमानसाची कदर करून यशवंतराव जनतेच्या लढ्यात सामील झाले असते, तर महाराष्ट्राचे ते मुकुटमणी झाले असते. पण काही न करता; विरोधी सूर लावून विरोधी कारवाया करून, आंदोलने दडपून टाकायची; जनतेवर गोळीबार करून जनतेचे मुडदे पाडायचे आणि नाक वर करून म्हणायचे की, मी मंगल कलश आणला. हे स्वतःचे नाक कापून अपशकुन करण्यासारखे आहे आणि कोडगेपणाचेदेखील आहे. लबाडी, लुच्चेपणा आणि कोडगेपणाची परिसीमा; यशवंतरावांच्या जीवनात ओतप्रोत भरलेली आहे. प्रशासन कुशलता ही स्वतःचे आसन टिकविण्यासाठी प्रत्येक प्रशासकाला अनिवार्य असते; ती यशवंतरावांनी केली, त्यात विशेष काय? सारांश, यशवंतरावांची कामगिरी तुम्हाला समजणार नाही; ही त्यांच्या बगलबच्च्यांची भाषा लबाडीची आहे. कारण यशवंतरावांमुळे मलिदा त्यांना मिळालेला आहे. मग 'ज्याची खावी पोळी त्याची वाजवावी टाळी,' या न्यायाने यशवंतरावांच्या कर्तबगारीचे नगारे त्यांचे चमचे वाजवित असतात. प्रशासकीय अधिकारी त्यांचीच 'री' ओढीत असतात; कारण ते तितकेच त्यांच्या कुकर्मात भागीदार असतात.

आचार्य अत्रे यांनी यशवंतरावांचे अभीष्टचिंतन करताना खूप अपेक्षा व्यक्त केल्या होत्या. त्या अपेक्षा केवळ आचार्य अत्रे यांच्याच नव्हत्या. त्या तमाम मराठी जनतेच्या, भारतीय जनतेच्या होत्या. मग एवढी सत्ता, संपत्ती असताना त्यांना जनोपयोगी गोष्टी का करता आल्या नाहीत. महाराष्ट्रात समाजवाद का आणता आला

नाही? हे मराठी राज्य आहे. मराठ्यांचे राज्य नाही, म्हणून किती टाहो फोडला तरी सर्व जातींना कुठे यशवंतरावांनी प्रतिनिधित्व दिले? ब्राह्मणांचे सोडून द्या कारण ब्राह्मणांना सर्वांनी वाळीत टाकले आहे. पण महाराष्ट्रातील दलित, माळी, सोनार, शिंपी यांना तरी कुठे सत्तेत भागीदारी दिली? माळी, सोनार, शिंपी या जाती तर पुढारलेल्या आहेत ना? मग त्यांना का निवडणुकीत तिकिटे दिली नाहीत? मागासलेल्या जातींचे उन्नयन का केले नाही? जे करता आले नाही, ते विरोधकांमुळे करता आले नाही आणि जे विरोधकांनी केले, ते मी पडद्यामागून सूत्रे हलवून केले; अशी शेखी प्रत्येक राज्यकर्ता मारीत असतो. तशी शेखी यशवंतरावांची आहे. महाराष्ट्रात सर्वधर्म समभाव का राबविला नाही, का जाती जाती भक्कम झाल्या? ज्या जातींची लोकसंख्या जास्त त्या जातीच्या उमेदवाराला सत्तेत आणण्यासाठी आटापिटा करायचा आणि सर्वधर्म समभावाचा डंका वाजवायचा; ही सर्व राज्यकर्त्यांची नित्याची धूळफेक होय. जनतेच्या मनातील अपेक्षा पूर्ण करता आल्या नाहीत, हे यशवंतरावांच्या राजकीय कारकिर्दीवरील लांछन होय. जयवंतराव टिळक म्हणतात, ''यशवंतराव हे कुंपणराव आहेत. कारण त्यांनी आणीबाणीला पाठिंबा दिला. नंतर जनता राजवटीत इंदिराविरोध केला, म्हणून इंदिरा गांधींनी त्यांची खरी जागा दाखविली. मग का काँग्रेसच्या ध्येयधोरणाशी प्रामाणिक राहिले नाहीत. ज्या वेळी जनमत खऱ्या अर्थी राज्यकर्त्यांच्या विरोधात असते, त्या वेळी जनतेला साथ द्यायची नाही आणि ज्या वेळी जनता राज्यकर्त्यांबरोबर असते, त्या वेळी त्याविरुद्ध कृती करायची. त्यामुळे खरेतर यशवंतरावांना 'जनमत' समजलेच नाही. खरेतर संयुक्त महाराष्ट्राचा आगडोंब पेटला असता, विरोधी भूमिका आणि संयुक्त महाराष्ट्र झाल्यावर श्रेय ओरबडण्यात सर्वांत पुढे. काम करण्याला मोठा भाऊ आणि खाण्याला मी मेजवानीत पहिल्या पंगतीला, अशी संधीसाधू भूमिका यशवंतरावांनी घेतली होती आणि संधीसाधूपणा हेच त्यांच्या जीवनाचे सार होय.''

आता 'यशवंतराव चव्हाण - बखर एका वादळाची' या सरकारी सिनेमासंबंधी काही लिहिले नाही, तर यशवंतराव किती महान होते! ते सर्वेसर्वा होते! ते जनतेचे तारणहार होते! ते भारताचे भाग्यविधाते होते! असाच शाश्वत समज जनतेत पसरेल आणि सत्याचा अपलाप होईल, या भावनेतून आणि सत्याला स्मरून शेवटचे निरूपण करीत आहे.

महाराष्ट्रात २०१३-२०१४ साली दुष्काळ पडला होता. शेतकरी मोठ्या प्रमाणात आत्महत्या करीत होते. प्रशासनावर आर्थिक बोजा मोठा होता. अशा परिस्थितीत यशवंतरावांची जन्मशताब्दी साजरी करण्यासाठी १०० कोटींची तरतूद करण्यात आली. त्या वेळी ज्या शेतकऱ्यांनी या 'शेतकऱ्याच्या मुलाला जन्म दिला, तो शेतकरी आठवला नाही' कारण यशवंतराव नेहमी 'मी शेतकऱ्याचा मुलगा

आहे,' हे तुणतुणे वाजवीत आणि 'शेतकऱ्याचे पोर विमानात बसले,' याचा भावनिक फायदा यशवंतराव सातत्याने उठवीत असत. बरे यशवंतरावांचे पुतळे महाराष्ट्रात जागोजागी आहेत. मुंबईत मंत्रालयासमोर जगन्नाथराव जोशी मार्गावर 'यशवंतराव सदन' हे भव्यदिव्य आणि सर्वार्थाने आलिशान स्मारक आहे. शरदरावांची कृपा फळाला आली. कऱ्हाडला प्रीतिसंगमावर यशवंतरावांचे मोठे नयनमनोहर, निसर्गरम्य स्मारक कृष्णा-कोयनेच्या घाटावर-संगमावर शासनाने उभारले आहे. यशवंतरावाच्या नावे अनेक शासनसंस्था आहेत. 'यशदा'सारख्या अनेक शासनसंस्था यशवंतरावांच्या नावे आहेत. यशवंतराव चव्हाण मुक्त विद्यापीठ नावाची एक प्रचंड शिक्षण संस्था, सबंध महाराष्ट्रात ललामभूत ठरलेली आहे. कऱ्हाडला, साताऱ्याला आणि महाराष्ट्रातील अनेक ठिकाणी 'यशवंत पुतळे' डौलाने उभे असताना आणि महाराष्ट्रात दुष्काळ असताना, तसेच शेतकरी आत्महत्यांची संख्या वाढत असताना (विदर्भ-मराठवाडा शेतकऱ्यांची स्मशाने झाली) १०० कोटींचा खर्च यशवंतरावांच्या स्मारकासाठी करण्याची तरतूद करण्यात आली; म्हणजे या शासनकर्त्यांना शेतकऱ्यांचे काही दु:ख आहे, का त्यांचा उमाळा पूतना मावशीचा आहे; हे जनतेने ठरवावे. पण काहीही म्हणा, हे सरकार शेतकरी विरोधी आहे; हे मात्र खरेच. कारण दीर्घ मुदतीची शेतकरी कल्याणकारी योजना, या सरकारला आखताच आली नाही.

महाराष्ट्रातील विदर्भ, मराठवाडा येथील शेतकऱ्यांच्या आत्महत्या, त्या ठिकाणच्या शेती व्यवसायाची उडालेली दारुण अवस्था आणि केंद्र सरकार तसेच राज्य सरकार यांची शेती व्यवसायाबाबतची उदासीनता; कोणत्याही परिस्थितीत तिरस्करणीय होय. सरकार या प्रश्नांकडे केव्हा गांभीर्याने बघणार, हा खरा प्रश्न आहे. दुष्काळ, शेतीची दुर्दशा अशा परिस्थितीत यशवंतराव चव्हाण या चित्रपट निर्मितीसाठी १०० कोटी रुपयांची उधळपट्टी करण्यात आली. त्यावर सरकारने तर मूग गिळलेच आहेत. पण विरोधी पक्षांनीदेखील मिठाच्या गुळण्या घेतल्या आहेत. शिवसेनेने खरेतर सरकारच्या त्या प्रकल्पाला जबर विरोध करायला हवा होता. पण बाळासाहेबांचे स्मारक शरद पवारांनी पुढाकार घेतल्याने साकारले जाईल, म्हणून मग यशवंतरावांच्या १०० कोटींच्या या प्रकल्पाला कशाला विरोध करायचा. मग उरलेल्या विरोधी पक्षांनी त्याबद्दल मौन बाळगले. जब्बार पटेल यांनी या चित्रपटाच्या निमित्ताने जी उधळपट्टी केली, याला मात्र तुलनाच नाही. एअरकन्डिशन्ड बसेस, वातानुकूलित रूम्स, खाण्यापिण्याची चंगळ; जणू काही फूड फेस्टिव्हल. हजारो वाहने तैनातीला. वाई गावाजवळ एका ठिकाणाची शूटिंगसाठी निवड आणि त्या ठिकाणी या सर्व सुखसोयी. मॉब सीनमधील एका एक्स्ट्रॉ कलाकारावर, तीन-चार दिवसांसाठी पंधरा ते वीस हजारांचा खर्च. एखाद्या हिंदी सिनेमाला लाजवील असा जंगी लवाजमा आणि त्यावरचा खर्च, हे सर्व पाहून स्वर्गीय यशवंतराव चव्हाणांनी आपले डोळे

आधीच मिटले असतील. आणि याबद्दल स्वत:च स्वत:ची पाठ थोपटून घेतली असेल.

'यशवंतराव चव्हाण - एका वादळाची बखर' हा सिनेमा निर्माण करताना मात्र जब्बार पटेलांनी आपले सर्व दिग्दर्शनीय कौशल्य पणाला लावले आहे. तसेच या चित्रपटाचे कथालेखक अरुण साधूंची त्यांना मिळालेली साथ, म्हणजे उंदराला मांजराची साथ. दोघेही आचार्य अत्रे द्वेष्टे. एकाला लपवावे आणि दुसऱ्याला बाहेर काढावे. दोघेही समाजवादी. या दोघांनी यशवंतरावांना प्रदर्शित करताना सत्याचा सत्यानाश केला आहे. त्यांना सत्याची चाड नाही, ना नीतीची चाड. त्यांना फक्त आचार्य अत्रे यांना बदनाम करायचे होते. त्यांनी बुद्धिबळातील प्यादेही वजीर दाखविले आहे. आणि वजीर प्याद्याच्या जागी दाखविले आहे. शाहीर अमर शेख, गव्हाणकर, अण्णा भाऊ साठे यांना प्रथम क्रमांकावर दाखवून; आचार्य अत्रे यांना पहिल्या लढ्याच्या भागात दाखविलेच नाही. यांना या लढ्यात हिरो बनवले आहे. त्यांच्या कामगिरीला तुलना नाही; पण त्यांच्यापेक्षा आचार्य अत्रे यांची कामगिरी सरस होती, हे एखादे शेंबडे पोरदेखील सांगेल. पण आचार्य अत्रे यांना बदनाम करायचे, हाच निश्चय केलेल्या या जब्बार-साधू दुकलीने ते साध्य करून सिद्धीस नेले आहे. हिरड्यांना जायफळाचा भाव दिला आहे आणि जायफळाला हिरड्याचे स्थानी दाखविले आहे.

बरे आचार्य अत्रे यांची त्या सिनेमातील तीन दृश्ये आततायी, संतापलेली, आक्रस्ताळी दाखविली आहेत. आचार्य अत्रे यांच्यावरील दृश्ये बघून आचार्य अत्रे यांच्याबद्दल घृणा वाटावी, असे चित्रण केले आहे आणि आपली कंड शमवून घेतली आहे. खरेतर 'संयुक्त महाराष्ट्र लढ्या'तील आचार्य अत्रे हे नायक होत आणि यशवंतराव खलनायक होत, हे सारे जग जाणते; पण जब्बार पटेल आणि अरुण साधू यांनी नेमके उलटे दाखवून, आपला आचार्य अत्रे यांच्यावरील द्वेष-चीड दाखवून आणि यशवंतरावांना उदात्त दाखवून १०० कोटींचे सार्थक केले आहे. आणि काँग्रेसच्या मिठाला ही जोडगोळी चांगलीच जागली आहे. ज्या पद्धतीने त्यांनी दिग्दर्शनातील चलाखी, कौशल्य दाखवून जनतेची दिशाभूल केली आहे; त्याला सारे काँग्रेसवाले आणि यशवंतप्रेमी दाद दिल्याशिवाय राहणार नाहीत.

जब्बार पटेल-अरुण साधू या दुकलीने मोठ्या हिकमतीने, सत्याचा अपलाप केला आहे आणि जनतेच्या डोळ्यांत धूळ फेकली आहे, त्याला तोड नाही. एखाद्या चांगल्या ऐतिहासिक घटनेचा कसा बोजवारा उडवावा आणि सत्य, नीती, सिनेमाधर्म पायदळी तुडवावा, हे या दोघांकडून शिकावे.

मला दिलीपकुमारची आठवण होते. राज कपूरला 'संगम' बनवायचा होता, सानेगुरुजींच्या तीन मुले या कथेवर. तसेच त्यात राज, दिलीप आणि नर्गिस या त्रिकुटाने काम करावे, असे त्याला वाटत होते. नर्गिस राज कपूरला सोडून गेली

होती. नर्गिस राजपासून कित्येक योजने दूर गेली होती. दिलीपने गोपालची भूमिका करावी, असा प्रस्ताव घेऊन राज दिलीपकडे गेला आणि त्यांने संगमची स्टोरी सांगितली. त्यावर दिलीपकुमार म्हणाला, "I do not mind doing this role or that role but I do not want you to be director." यावरून डायरेक्टर काय करू शकतो, याची जाण दिलीपकुमारला होती. तशीच जाण महाराष्ट्र सरकार या निर्मात्याला जब्बार पटेल-साधू या दुकलीची होती. ते यशवंतरावांना नायक आणि आचार्य अत्रे यांना खलनायक ठरवतील याची खात्री होती.

एका ऐतिहासिक घटनेचा इतक्या खालच्या पातळीवर जाऊन सूड घेतील आणि आचार्य अत्रे यांच्या बाबतच्या द्वेष भावनेला खतपाणी घालून, अशा प्रकारे दिग्दर्शन करून दाखवतील; याबाबत मराठी जनतेला कल्पना नव्हती. पण निर्माते जे काँग्रेस सत्ताधीश- सरकारला तेच दाखवायचे होते. खरा इतिहास जनतेपासून लपवायचा होता. या संयुक्त महाराष्ट्र लढ्याला आता ६०-६५ वर्षे झाली. बरीचशी मंडळी काळाच्या पडद्याआड गेली. आचार्य अत्रे यांचे वंशज यासंदर्भात आवाज उठवण्यास समर्थ नाहीत. मराठी जनतेला आणि पक्षीय वर्गात विभक्त झालेल्या जनतेला आचार्य अत्रे यांच्याबद्दल उदासीनता आहे. कारण ब्राह्मण-ब्राह्मणेतर वाद या महाराष्ट्रात चांगलाच रुजला आहे. आता दलितांवर होणारे अत्याचार ब्राह्मण थोडेच करतो. नामांतर चळवळ; खैरलांजी, खर्डा, जवळका, कोठेवाडी येथील दलित अत्याचार ब्राह्मणांनी थोडेच केले; पण ब्राह्मणांवर हल्ला केल्याशिवाय त्यांचा एकही क्षण जात नाही, कारण त्याच एका भांडवलावर निवडणुका होतात. ब्राह्मणांना ठोकून काढण्यातच धन्यता मानण्यात येते. आपली कर्तबगारी काही दाखविता येत नाही, मग हाणा ब्राह्मणांना. जब्बार पटेल खरे तर मुसलमान, पण पडले समाजवादी. आचार्य अत्रे यांनी समाजवादी पक्ष समितीतून बाहेर पडल्यावर तो पक्ष संपविण्यासाठी विडा उचलला होता. समाजवादी मंडळींनी आचार्य अत्रे यांचा खून करण्यासाठी कट रचण्यापर्यंत मजल गाठली होती. त्यांना समाजवादी पक्षावरील टीका झोंबली आणि त्यांनी त्याचा अशा प्रकारे आचार्य अत्रे यांच्या मृत्यूनंतर सूड उगविला. त्यांनादेखील ब्राह्मणांबद्दल आस्था असण्याचे कारण नाही. यशवंतराव प्रेमाचा त्यांना इतका पुळका आला; कारण जब्बार पटेल, अरुण साधू ही दुक्कल काँग्रेसच्या रसदीवर गुजराण करणारी आहे. त्यांच्या मलिद्यावर डोळा ठेवून सरकारशी नेहमी जवळीक साधायची. आगेमागे, फाळके ॲवार्ड किंवा साधूंना ज्ञानपीठ पटकावयाची तीव्र इच्छा असणार आणि या पक्षांच्या वळचणीला राहिल्याशिवाय ही महत्त्वाकांक्षा पुरी होणे शक्य नाही. वरकरणी बघता आपल्याला हा सिनेमा चांगलाच वाटणार; पण Between the lines मधून वाचणाऱ्या माणसाला त्यातील छुपा हेतू काय, याची कल्पना येते. खरे या माणसाला काय दाखवायचे आहे, याचा

पक्का अंदाज येतो. आणि कशासाठी या सिनेमाचा उपद्व्याप केला आहे याची कल्पना येते. संयुक्त महाराष्ट्राच्या लढ्यात पहिल्या फळीचा नेता डावलून किरकोळ कामगिरी करणाऱ्यांना महत्त्व दिल्याने, त्यांना वाटले आपण आचार्य अत्रे यांच्या कामगिरीला गाडून टाकले. आपण दाखविली तशीच आणि तितकीच त्यांची कामगिरी होय आणि त्यांची कामगिरी अगदी किरकोळ होती, त्याची दखल घेतली नाही तरी चालेल. संयुक्त महाराष्ट्राच्या चळवळीला काहीही बाधा येणार नाही. खलनायक-यशवंतरावांचे महत्त्व तर वाढवायचे, त्याचबरोबर नायकाकडे दुर्लक्ष करून; ते जिवंत असताना आपण जे करू शकलो नाही, ते त्यांच्या मृत्यूनंतर करायचे. आपल्याला सूड उगविल्याचे समाधान तरी मिळेल, निदान सिनेमात तरी. खुद्द यशवंतराव चव्हाणांनादेखील आचार्य अत्रे यांचे चित्रण वस्तुस्थितीला धरून नसल्याचे जाणवले असते; कारण ते खरे संस्कृतीप्रिय होते, असे त्यांचे चाहते म्हणतात. तसे ते असते, तर त्यांना जब्बार पटेल आणि अरुण साधूंचे हे छुपे वार आवडले नसते. पण म्हणतात ना गुरूपेक्षा चेल्याला फार लागलेले दिसते. आपल्या मनातील सारी मळमळ जब्बार पटेल यांनी ओकून काढली आणि त्यांच्या ओकाऱ्या काढायला अरुण साधूने साधून घेतले आणि आपला खरा चेहरा साधूचा नसून बोके संन्याशाचा आहे, नंग्या साधूचा आहे हे साऱ्या जगाला दाखवून दिले आणि आपण किती हिडीस कृत्य करतोय, याची जाणदेखील आपल्या आतल्या आवाजाने दाबून टाकली. इतक्या कौशल्याने, योजनापूर्वक, विचारपूर्वक, छद्मीपणाचा वापर करून त्यांना संपूर्ण सिनेमा बनवायला जेवढा वेळ लागला असेल, त्याच्या दुपटीने वेळ त्यांना आचार्य अत्रे यांच्या चित्रीकरणाला लागला असणार, कारण सामान्य लोकांच्या डोळ्यात आपण धूळ घालू शकतो; पण खरा इतिहास जाणणाऱ्या प्रेक्षकांच्या डोळ्याची धूळफेक आपण कशी थांबवणार! या 'यशवंतराव चव्हाण- एका वादळाची बखर' या सिनेमाच्या दोन-तीन आवृत्त्या काढल्या असणार आणि मोठ्या विचारपूर्वक त्याची आखणी करून मोठ्या खुबीने त्या वितरित केल्या असाव्यात. पुण्यात एक आवृत्ती, कऱ्हाडात दुसरी आणि इतरत्र तिसरी आवृत्ती दाखविण्यात आली असावी. आचार्य अत्रे यांचे चित्रीकरण करताना त्यांची त्रेधातिरपीट उडाली असणार, हे मात्र नक्की. पण आपण कितीही आचार्य यांना खलनायक म्हणून दाखविण्याचा प्रयत्न केला, तरी सत्य मात्र नेहमीच बाहेर येते. यशवंतराव हे संयुक्त महाराष्ट्राविरुद्ध होते आणि त्यांनी शिवरायांच्या महाराष्ट्राचा विश्वासघात केला, त्यांनी मराठी जनतेशी गद्दारी केली; ही सत्य घटना कधी ना कधी बाहेर आणणारा गब्बर जन्माला येईल आणि यशवंतरावांचे खरे चित्र जनतेसमोर मांडेल. बरे, 'एका वादळाची बखर' हे उपशीर्षक देऊन जब्बार पटेल, अरुण साधू यांनी काय साधले? मुळात यशवंतराव हे वादळ नसून; दलदलीतील येणाऱ्या, कुजक्या,

नको असणाऱ्या वाऱ्याची एक लहर होय. अशी खलनायकी मंडळी समाजात नगण्य असतात. खलनायकांचा समाजात सुकाळ झाला असता, तर समाज लयाला गेला असता. यशवंतराव मात्र संयुक्त महाराष्ट्र आंदोलनातील एक खलनायक, म्हणूनच त्यांची प्रतिमा होती, आहे आणि तीच प्रतिमा शेवटपर्यंत राहणार? आचार्य अत्रे यांच्या दु:खद निधनाला आता अर्धशतक लोटले. लोकांच्या, जनतेच्या स्मृती क्षीण झाल्या. आँखो देखा हाल पाहणारी मंडळी काळाच्या पडद्याआड गेली, शिवाय महाराष्ट्रात ब्राह्मण-ब्राह्मणेतर चळवळ या पार्श्वभूमीवर कोण जाब विचारणार? आणि सरकारचे पाठबळ असणाऱ्या दिग्दर्शकाला कोण जाब विचारणार? या विचारांचा जब्बार आणि अरुण साधूंनी फायदा घेतला आणि इतिहासाचा, सत्य घटनेचा निर्घृण खून केला असेच इतिहास सांगेल. हा सिनेमा म्हणजे शर्करावगुंठित गोळी आहे असे दाखविण्याचा प्रयत्न या दुकलीने केला असला, तरी सिनेमाची शर्करावगुंठित गोळी नसून उलटी आणणारी - जुलाब गोळी आहे, हे मात्र खरे!

खरेतर कुंपणराव हीच त्यांची ओळख दिल्लीत होती, हे सारा भारत जाणत होता. यशवंतरावांनी आणीबाणीला विरोध केला होता. 'आणीबाणी आणि इंदिरा गांधी' ही वेगाने धावणारी आगगाडी होती, त्यामुळे साखळी ओढून ती थांबविता येणे शक्य नसल्याने; पायखान्यातील घाण साफ करण्यासाठी जशी आपण टँकची चेन ओढून पाण्याचा फवारा उडवितो, तशी संडासची साखळी ओढण्याचा प्रयत्न यशवंतरावांनी केला आणि सहा महिने काँग्रेस प्रवेशाची दारे स्वत:च बंद करून घेतली. सहा महिन्यांत इंदिरा गांधींनी त्यांची मानहानी, अपमान, अवहेलना केली आणि यशवंतरावांचे खरे रूप हिंदुस्थानला दाखवून दिले.

त्याच काळात वेणूताईंना पतीच्या खऱ्या स्वरूपाचा बोध होऊन त्यांनी स्वर्गाचा रस्ता धरला आणि पत्नी वियोगाने आणि इंदिरा गांधींच्या अवहेलनेने मेल्याहून मेले झालेले यशवंतराव, भारतात आणि महाराष्ट्रात अतिशय केविलवाणे फिरू लागले. एखादा मालक त्याच्या कुत्र्याला लवकर तुकडा टाकत नाही; त्या वेळी कुत्रा लाळ टाकत, ताटकळत जसा वाट पाहतो, तशी काँग्रेस प्रवेशाची वाट पाहत लाजिरवाणे जिणे यशवंतरावांच्या वाट्याला आले आणि जिथे फुले वेचली, त्या ठिकाणी गोवऱ्या वेचायची वेळ यशवंतरावांवर आली.

◆

स्वतंत्र मुंबई राज्य!

अठरा ते एकवीस नोव्हेंबरपर्यंतच्या अवघ्या चार दिवसांत मुंबईची लढाई संयुक्त महाराष्ट्रवाद्यांनी जिंकली आणि 'स्वतंत्र मुंबई राज्या'ला भडाग्नी देऊन 'मुंबई ही महाराष्ट्राची आहे!', अशी चौपाटीच्या वाळवंटावरून द्वाही पुकारली. त्याचाच परिणाम होऊन मुंबई विधानसभेत 'त्रिराज्य योजने'ची चर्चा दुसऱ्या दिवशी स्थगित करण्यात आली.

अठरा नोव्हेंबरला चौपाटीवर भरलेल्या सदोबा-मोरारजींच्या सभेत काही लोकांनी दगडफेक आणि जोडेफेक करून जी हुल्लडबाजी केली, त्याच्या प्रायश्चित्तादाखल शंकरराव देवांनी 'पाच दिवसांचे उग्र उपोषण' दुसऱ्या दिवसापासून सुरू केले. सदोबा आणि मोरारजी यांचा मराठी लोकांनी जो अपमान केला, त्याबद्दल शंकररावांनी त्यांची क्षमा मागितली. आणि चौपाटीच्या सभेत झालेल्या सर्व हुल्लडबाजीच्या दोषाचे खापर त्यांनी 'संयुक्त महाराष्ट्रा'च्या नावावर फोडले. शंकररावांच्या या ढोंगी आक्रस्ताळेपणामुळे लोक त्यांच्यावर आणखीनच चिडले.

म्हणजे गंमत पाहा की, या सभेत मोरारजी आणि सदोबा यांनी मराठी जनतेला उद्देशून जी वाह्यात शिवीगाळ केली; तिची निर्भर्त्सना करण्याची शंकररावांना जरुरी भासली नाही. एकवीस तारखेला नाहक गोळीबार करून मोरारजींनी पंधरा माणसांचे बळी घेतले, त्याचाही निषेध करण्याची शंकररावांना आवश्यकता वाटली नाही.

पण शंकररावांच्या या उपोषणामुळे एक गोष्ट मात्र झाली. 'संयुक्त महाराष्ट्रा'ची बदनामी करायला काँग्रेसच्या भांडवलशाही वृत्तपत्रांना चांगले हत्यार सापडले. शंकररावांच्या पत्रकातील काही वाक्यांचा आधार घेऊन 'संयुक्त महाराष्ट्र'वादी दंगेखोर गुंड आहेत आणि आता ही चळवळ अत्याचारी लोकांच्या हाती जात चालली आहे, अशी त्यांनी मनसोक्त आरडाओरड केली. शंकररावांच्या या अप्रामाणिक आणि पक्षपाती वर्तनामुळे मराठी जनतेच्या मर्जीमधून ते एकदम जे उतरले, ते कायमचे!

'संयुक्त महाराष्ट्र परिषदे'तर्फे आणि 'महाराष्ट्र प्रदेश काँग्रेस'च्या वतीने दिल्लीला जाऊन संयुक्त महाराष्ट्राबाबतच्या सर्व वाटाघाटी काँग्रेसश्रेष्ठींशी करण्याचा मुखत्यारपणा शंकरराव देव आणि भाऊसाहेब हिरे यांच्याकडे आल्यामुळे साहजिकच 'दिल्ली दरबारी' त्यांचे महत्त्व वाढत चालले की काय असा भीतीचा गोळा या सुमारास यशवंतराव चव्हाणांच्या पोटात उठला.

खरे पाहता शंकररावांचे 'सार्वजनिक नेतृत्व' त्याच वेळी निकालात निघाले होते. पण वाटाघाटी करण्यासाठी काँग्रेसश्रेष्ठी अद्याप त्यांना व हिऱ्यांना दिल्लीला बोलावित होते. शिवाय संयुक्त महाराष्ट्राच्या प्रश्नावर हिरे राजीनामा देऊन बाहेर पडतील, अशी त्या वेळी 'हवा' पसरली होती; म्हणून जनतेमध्ये हिऱ्यांचा विशेष दबदबा होता. तेव्हा देवांच्या नि हिऱ्यांच्या संयुक्त नेतृत्वाला सुरुंग लावण्याचे एक गुप्त कारस्थान, ते दोघे दिल्लीला गेले असे पाहून; यशवंतराव चव्हाणांनी मालोजी नाईक निंबाळकर आणि गणपतराव तपासे यांच्या साहाय्याने फलटणच्या 'मनमोहन' राजवाड्यात ९ डिसेंबर १९५५ रोजी रचले.

या महाराष्ट्रद्रोही कारस्थानाची बातमी बाहेर जनतेत फुटल्यामुळे हजारो लोक काळी निशाणे घेऊन यशवंतरावांच्या धिक्काराच्या गर्जना करीत मनमोहन राजवाड्यावर चालून गेले आणि त्यांनी वाड्याला गराडा दिला. सारी दारे बंद करून घेऊन गुप्तपणे आत भरलेल्या, त्या सूर्याजी पिसाळांच्या सभेत यशवंतरावांनी पुढील वक्तव्य केले, "राजीनामे, उपवास, निदर्शने, संप हे मार्ग संयुक्त महाराष्ट्राचे उद्दिष्ट साध्य होण्याच्या दृष्टीने योग्य नव्हेत. नुकतीच मुंबईत जी निदर्शने झाली, त्यामुळे मुंबई आणि महाराष्ट्र यांतील अंतर अधिक वाढले आहे. शंकरराव देव यांचे नेतृत्व मान्य करण्यास आपण तयार नाही. मुंबई विधानसभेचे अधिवेशन चालू असता मी राजीनामा दिला नाही. उलट देणाऱ्यांना विरोध केला, याबद्दल मला अभिमान वाटतो. पंडित नेहरू आणि 'संयुक्त महाराष्ट्र' असा जर प्रश्न निर्माण झाला तर पंडित नेहरूंचे नेतृत्व मी डोळे झाकून स्वीकारीन. या प्रश्नावर भावनेच्या आहारी जाण्यात अर्थ नाही! कारण महाराष्ट्रापेक्षा नेहरू मोठे आहेत."

'संयुक्त महाराष्ट्राच्या निर्मितीसाठी आपण प्राणपणाने लढू,' अशी प्रतिज्ञा

ज्यांनी काही वर्षांपूर्वी शिवाजी पार्कवर आपला 'लाल लंगोट' दाखवून केली होती आणि अवघ्या दोनच महिन्यांपूर्वी 'शंकरराव देव हे संयुक्त महाराष्ट्राच्या चळवळीचे आत्मा आहेत' असे घसा खरडून जे ओरडत होते; त्याच यशवंतरावांनी शंकरराव देवांचे नेतृत्व तर झुगारून दिलेच! त्याचे मोठेसे नाही, 'पण तीन कोटी मराठी माणसांच्या लोकशाही हक्कापेक्षा नेहरूंचे नेतृत्व आपल्याला अधिक प्यार आहे,' अशी घोषणा करून यशवंतरावांनी महाराष्ट्रद्रोहाचे महाघोर पातक केले आणि आपल्या द्विभाषिक राज्याच्या भावी मुख्य प्रधानपदाचा पाया घातला! चव्हाण, तपासे नि नाईक-निंबाळकर यांनी 'संयुक्त महाराष्ट्रा'विरुद्ध फलटणच्या 'मनमोहन' राजवाड्यात जे हे कारस्थान रचले, त्याला उद्देशून 'फलटणचे तीन हरामखोर' हा जळजळीत अग्रलेख मी 'नवयुग'च्या १८ डिसेंबर १९५५ च्या अंकात लिहिला. तो खूपच गाजला.

◆

किती गमजा करशील रे यशवंता?

यशवंतराव चव्हाणांनी फलटणच्या राजवाड्यात जाऊन महाराष्ट्रवाद्यांचे 'शेण' जेव्हा राजरोसपणे खाल्ले, त्या दिवसापासून महाराष्ट्राच्या सार्वजनिक जीवनामधून यशवंतराव एकदम उठले. 'सूर्याजी पिसाळ चव्हाण' म्हणून साऱ्या महाराष्ट्रातून त्यांच्या नावाने एकदम आरोळी उठली. महाराष्ट्रातले पाच वर्षांचे पोरसुद्धा त्याला 'हरामखोर चव्हाण' अशी शिवी देऊ लागले. अलीकडच्या काळात उभ्या महाराष्ट्रामध्ये एका माणसाला एवढ्या भयाण शिव्या क्वचितच मिळाल्या असतील. त्यानंतर पुष्कळ दिवसांपर्यंत यशवंतराव तोंड लपवून बसले होते. बाहेर कुठेही जायची त्यांची मुळी छातीच नव्हती. खुद्द त्यांच्या स्वतःच्या गावी म्हणजे कऱ्हाडला ते व्याख्यानासाठी जाणार आहेत, अशी काही दिवसांपूर्वी बातमी प्रसिद्ध झाली होती. कऱ्हाडची जनता 'अनवाणी' पायांनी आणि प्रचंड संख्येने कऱ्हाडच्या स्टेशनवर कित्येक दिवस त्यांची वाट पाहत होती. पण यशवंतराव काही कऱ्हाडला गेले नाहीत. पण या महिन्याच्या पहिल्या आठवड्यात सांगली येथे पोलिसांच्या कडेकोट बंदोबस्तात, त्यांनी एक जाहीर व्याख्यान देऊन आपल्या विरोधकांवर मनसोक्त तोंडसुख घेण्याचे धैर्य दाखविले. त्यानंतर अकोला, श्रीरामपूर आणि कोपरगाव येथे निरनिराळ्या निमित्ताने प्रकट होण्याचा त्यांनी प्रयत्न केला. प्रत्येक ठिकाणी अर्थातच त्यांच्याभोवती पोलिसांचा गराडा

होता. तरीदेखील शेकडो निदर्शकांनी प्रत्येक ठिकाणी काळ्या निशाणांनी त्यांचे 'स्वागत' करून, 'हरामखोर चव्हाण परत जा! चालते व्हा!' अशा आरोळ्यांनी त्यांचा गौरव केला. काळे निशाण ही आता मुंबईच्या चारही मराठी मंत्र्यांची कायमची निशाणीच ठरून गेल्यासारखी झाली आहे. ते जेथे जेथे म्हणून यापुढे जातील, तेथे तेथे त्यांना काळ्या निशाणांचाच 'गार्ड ऑफ ऑनर' यापुढे मिळत जाईल. यशवंतराव चव्हाणांची महाराष्ट्रात एवढी शोभा होत असली, तरी त्यांची गुर्मी मात्र अजून कमी झाली नाही. त्यांची मुजोरी अद्याप आहे तशीच आहे. मोरारजींच्या पोलिसी बंदुकीचा त्याला पाठिंबा आहे ना? श्रीरामपूर येथे काळ्या निशाणवाल्यांनी 'चालते व्हा' म्हणून जेव्हा यशवंतरावांना सांगितले, तेव्हा ते संतापून म्हणाले, "तुम्ही मला श्रीरामपुरातून 'जा' म्हणणारे कोण? भारताचा नागरिक या नात्याने या देशात कोठेही जाण्याचा अधिकार मला घटनेने दिला आहे. काळ्या निशाणांना घाबरून मी माझी भूमिका मुळीच सोडणार नाही. काळी निशाणे दाखवून आपणास किंवा महाराष्ट्रास मुंबई मिळणार असेल, तर असली कोट्यवधी काळी निशाणे पाहण्यास मी आनंदाने तयार होईन. विरोधकांनी मला काळी निशाणे दाखवू नयेत. या निदर्शकांना माझे आव्हान आहे की, मी ज्या मतदारसंघातून निवडणुकीसाठी उभा राहणार आहे; तेथे त्यांनी यावे आणि माझा पराभव करून दाखवावा. मी वादग्रस्त व्यक्ती म्हणून आज महाराष्ट्रात प्रसिद्ध झालो आहे. माझ्याभोवती चाललेल्या वादातून शेवटी मी 'यशवंत' होईन, असा मला विश्वास वाटतो." साऱ्या महाराष्ट्राने एवढे तोंडाला डांबर फासले, तरी जोर बघा कसा आहे यशवंतरावांचा! जित्याची खोड तशी थोडीच जाणार आहे? मागच्या निवडणुकीतच यशवंतरावांचे थोबाड त्यांच्या मतदारांनी जवळजवळ फोडले होते. शेवटी नाना तऱ्हेच्या कारवाया होऊन ते कसेबसे 'यशवंत' झाले, ही गोष्ट जगजाहीर आहे. असे असता आपल्या मतदारसंघामध्ये येऊन आपल्या विरोधकांनी आपला पराभव करून दाखवावा, अशी नाटकी आव्हाने जी यशवंतराव आता देत सुटले आहेत; ती वाचून बाहेरच्या काही लोकांचा थोडाफार गैरसमज होण्याचा संभव असला, तरी त्यामुळे त्यांच्या मतदारसंघातील लोकांची भरपूर करमणूक झाल्यावाचून राहणार नाही. कारण त्यांना पुरते ठाऊक आहे की, आता पुढील निवडणुकीत यशवंतराव उभे राहिले, तर त्यांच्या 'डिपॉझिट'सकट त्यांची सपशेल विल्हेवाट लागल्यावाचून राहणार नाही. उभ्या महाराष्ट्रामध्ये यशवंतरावांचे नाक जाहीररीत्या कापले गेले, तरी अखेर या वादामध्ये मी 'यशवंत' होईन अशी घोषणा जो बेमुरवतखोरपणे करतो, त्याचा निर्लज्जपणा किती पराकाष्ठेपर्यंत पोहोचला गेला आहे; याची कल्पनाच न केलेली बरी. यशवंतरावांचा मतदारसंघही त्यांना छातीठोकपणे आव्हान द्यायला तयार आहे की, 'कसा लेका पुढल्या निवडणुकीत तू 'यशवंत' होतो आहेस ते आम्ही बघतो.' 'काळ्या निशाणांना घाबरून मी माझी

भूमिका सोडणार नाही,' असे श्रीरामपूरच्या निदर्शकांना यशवंतरावांनी मोठ्या गुर्मीने सांगितले. कोणाला वाटेल की काय हा यशवंतराव शूर आहे! काळ्या निशाणांनासुद्धा तो दाद देत नाही. पण यशवंतरावांच्या या शौर्याचा उगम त्यांच्याभोवती असलेल्या पोलिसांच्या लाठ्यांमध्ये आणि बंदुकांमध्ये आहे. यशवंतरावांना आम्ही सांगतो की, "एवढ्या छातीचे आणि पराक्रमाचे वीर पुरुष तुम्ही आहात, तर पोलिसांचे संरक्षण घेऊन भागुबाईसारखे काय हिंडताहात गावोगाव? असे बाहेर या एकटे जनतेमध्ये आणि 'यशवंत' होण्याची द्या आव्हाने, तुम्हाला काय द्यायची आहेत ती! मग पाहू तुमचे शौर्य किती उसळ्या मारते आहे ते?" यशवंतराव चव्हाणांबद्दल एका जाहीर सभेत भाषण करताना नाना पाटील एकदा विनोदाने म्हणाले होते, "किती गमजा करशील रे यशवंता?" यशवंतरावांची अलीकडची ही मुक्ताफळे ऐकून महाराष्ट्रामधला प्रत्येक माणूस नाना पाटलांप्रमाणेच यशवंतरावांना विचारील की, "किती गमजा करशील रे यशवंता?"

◆

काँग्रेस
महाराष्ट्र

अहिंसात्मक शिवाजीचे अभिनंदन करा!

तथापि, सांगली येथे पोलीस बंदोबस्तात भरलेल्या जाहीर सभेत यशवंतरावांनी आपल्या अंत:करणामधले महाराष्ट्रद्रोहाचे सर्व हलाहल जे प्रकट केले, त्याचा खरपूस समाचार घेणे जरूर आहे. आपल्या भाषणाच्या प्रारंभी यशवंतराव म्हणाले, "वादग्रस्त परिस्थितीत मी येथे आलो आहे. माझ्यावर लोकांचा राग आहे. त्यांचा राग मी समजू शकतो; पण त्यांच्याबद्दल मला सहानुभूती वाटते. मला माझे मत मांडण्याचा अधिकार आहे. वाटल्यास फेकून द्या, पण माझे मत मांडण्याचा या लोकशाही भारतातील अधिकार कोणीही काढून घेऊ शकणार नाही. गेले तीन महिने 'महाराष्ट्राचा मारेकरी', 'आधुनिक सूर्याजी पिसाळ' या शिव्या मला दिल्या जात आहेत. याच्या वेदना माझ्या अंत:करणात आहेत. पण हे आरोप तुम्ही कोणत्या दृष्टीने माझ्यावर करता? मी सूर्याजी पिसाळ, तर या प्रश्नांतील शिवाजी आणि औरंगजेब कोण? हा शिवाजी काय काळी निशाणे घेऊन हिंडतो?" 'महाराष्ट्राचा मारेकरी' किंवा 'आधुनिक सूर्याजी पिसाळ' या शिव्यांमुळे यशवंतरावांच्या अंत:करणाला वेदना होताहेत, हे त्यांनी आपल्या तोंडाने कबूल केले हे ठीक झाले. यावरून यशवंतरावांच्या शरीरात मराठी अंत:करणाचा थोडा तरी तुकडा अजून शिल्लक आहे असे दिसते. तथापि असे असूनही 'लोकांबद्दल मला सहानुभूती आहे!' असे ज्या अर्थी म्हणतात, त्या अर्थी

त्यांच्या डोक्यामध्ये काही तरी बिघाड झाला असला पाहिजे असे दिसते. यशवंतरावांच्या कसल्याही सहानुभूतीची लोकांना यत्किंचितही गरज नाही, एवढे न समजण्याइतके का यशवंतरावांचे टाळके बथ्थड झाले आहे? 'मला माझे मत मांडण्याचा अधिकार आहे' असा जो यशवंतरावांनी स्वत:चा भ्रम करून घेतला आहे, त्याबद्दल त्यांचे कान सणसणून उपटायला हवेत. मतदार म्हणून यशवंतरावांना स्वत:चे मत आहे. पण दुसऱ्या मतदारांच्या मतांच्या जोरावर मुंबई कायदेमंडळात निवडून येऊन मंत्रिपदावर आरूढ झाल्यानंतर, आता यशवंतरावांना स्वत:चे मत राहिलेले नाही. आता मतदारांचे मत किंवा जनतेचे मत हेच यशवंतरावांचे मत आहे. 'साऱ्या महाराष्ट्रापेक्षा मी नेहरूंना श्रेष्ठ मानतो' असे महाराष्ट्राची अवहेलना करणारे, जे बेअकलीपणाचे उद्‌गार फलटणच्या 'मनमोहन राजवाड्या'मधून यशवंतरावांनी काढले किंवा 'मुंबई महाराष्ट्रात सामील करून घेण्यासाठी आता चळवळ करण्याची जरुरी नाही' असे 'संयुक्त महाराष्ट्रा'च्या चळवळीचा द्रोह करणारे जे उद्‌गार यशवंतराव आता उच्चारताहेत, हे काय यशवंतरावांना निवडून देणाऱ्या मतदारांचे मत आहे? नाही. ते यशवंतरावांचे स्वत:चे मत आहे. स्वत:चे मंत्रिपद टिकवण्याच्या दृष्टीने त्यांनी नेहरू आणि मोरारजी या दोघांची शुद्ध 'मस्केबाजी' चालविलेली आहे. स्वत:च्या फायद्यासाठी ते महाराष्ट्राचा आणि मराठी जनतेचा सपशेल विश्वासघात करीत आहेत. म्हणून त्यांना लोक 'सूर्याजी पिसाळ' म्हणत आहेत आणि काळ्या निशाणांनी महाराष्ट्रामध्ये सर्वत्र त्यांचे स्वागत होत आहे. लोकशाहीच्या अधिकाराच्या, नाक वर करून यशवंतराव ज्या गप्पा मारीत आहेत; त्यांना आम्ही विचारतो की, 'संयुक्त महाराष्ट्रापेक्षा काँग्रेस किंवा नेहरू हे मोठे आहेत' हे तुमचे मत तुम्हाला निवडून देणाऱ्या मतदारांना मान्य आहे किंवा नाही, याची चौकशी करण्याचा तुम्ही एकदा तरी कधी प्रयत्न केला होता काय? आपल्या मतदारांच्या सभेत तुमचे हे मत एकदा जाहीरपणे मांडून पाहा. नाही तुमचे मुस्काट फोडून मतदारांनी तुमच्या हातात दिले, तर आम्ही महाराष्ट्राच्या जनतेची नाडी मुळी ओळखलीच नाही असे कबूल करू. यशवंतराव विचारतात की, "मी सूर्याजी पिसाळ तर शिवाजी कोण आणि औरंगजेब कोण?" एवढी साधी गोष्टसुद्धा यशवंतरावांच्या डोक्यात शिरत नाही यावरून त्यांचा किती अध:पात झाला आहे, हे लक्षात येते. आम्ही यशवंतरावांना त्यांच्या या अजागळ प्रश्नाचे उत्तर देतो. 'संयुक्त महाराष्ट्र' हा शिवाजी आणि त्या 'शिवाजी' वर आक्रमण करणारे दिल्लीश्वर काँग्रेसश्रेष्ठी हे औरंगजेब. औरंगजेबाने शिवाजी महाराजांना दिल्लीला बोलावून त्यांचा घात करण्याचा जसा प्रयत्न केला; त्याप्रमाणे 'संयुक्त महाराष्ट्रा'च्या वाटाघाटी करण्यासाठी म्हणून महाराष्ट्राच्या प्रतिनिधींना दिल्लीला बोलावून, काँग्रेसश्रेष्ठींनी त्यांना 'बनवून', संयुक्त महाराष्ट्राचा घात केला. या काँग्रेसश्रेष्ठी औरंगजेबाची आज थुंकी झेलून, त्याची हांजी हांजी यशवंतराव

करीत आहेत; म्हणून लोक त्यांना आज 'सूर्याजी पिसाळ' म्हणत आहेत. यशवंतरावांना आश्चर्य वाटते की, आजचा हा 'संयुक्त महाराष्ट्रा'चा शिवाजी काळी निशाणे घेऊन का हिंडतो? आम्ही यशवंतरावांना सांगतो की, आजचा हा 'संयुक्त महाराष्ट्रा'चा शिवाजी हातामध्ये केवळ काळी निशाणे घेऊन हिंडतो आहे; हे तुमचे नशीब समजा. तो जर का 'वाघनखे' घेऊन हिंडू लागला, तर 'संयुक्त महाराष्ट्रा'शी निमकहरामी करणाऱ्या सूर्याजी पिसाळांचे कोथळे बाहेर आल्याखेरीज राहणार नाहीत. म्हणून आधुनिक शिवाजी हातामध्ये फक्त काळी निशाणे घेऊन हिंडतो आहे. याबद्दल काँग्रेसवाल्यांनी या अहिंसात्मक शिवाजीचे अभिनंदनच करायला हवे. यशवंतराव आपल्या भाषणात पुढे म्हणाले की, "पूर्वीच्या दोन कमिशनांपेक्षा (म्हणजे 'दार कमिशन'पेक्षा आणि 'जे.व्ही.पी. कमिशन'पेक्षा) 'फाजलअल्ली कमिशन'मुळे दोनतीन गोष्टी अधिक झाल्या. त्या कोणत्या, तर मराठवाडा महाराष्ट्रात आला. पण विदर्भाचे स्वतंत्र राज्य करून त्यांनी महाराष्ट्रावर जो अन्याय केला, त्याचविरुद्ध 'महाराष्ट्र प्रदेश काँग्रेस'ने आवाज उठविला; म्हणून मग विदर्भाचे स्वतंत्र राज्य करण्याची योजना टाकून देण्यात आली. महाराष्ट्र प्रदेश काँग्रेस कमिटीने नाकारले, म्हणून राज्यपुनर्रचना समितीचे द्विभाषिक गेले. ते कोणत्याही काळ्या निशाणांनी गेले नाही. महाराष्ट्र काँग्रेसने ते घालविले हे पुन्हा एकदा सांगतो. आठ जिल्ह्यांचा विदर्भ महाराष्ट्र काँग्रेसच्या प्रयत्नामुळे महाराष्ट्रात आला." यशवंतरावांच्या या विधानामधले अक्षरन् अक्षर खोटे आहे. तीन कोटी मराठी भाषिकांनी मुंबई, विदर्भ, मराठवाडा, बेळगाव आणि कारवार यांच्यासकट 'संयुक्त महाराष्ट्रा'ची मागणी केली होती. ही मागणी गेली कित्येक वर्षे 'संयुक्त महाराष्ट्र परिषदे'तर्फे केली. त्या परिषदेत काही काँग्रेसवाले असले, तरी 'महाराष्ट्र काँग्रेस'चा आणि 'संयुक्त महाराष्ट्र चळवळी'चा सुतराम संबंध नव्हता. सर्व महाराष्ट्रात संयुक्त महाराष्ट्राच्या गर्जना उठत असता 'महाराष्ट्र काँग्रेस' मुडद्यासारखी पडून राहिली होती. 'संयुक्त महाराष्ट्रा'बाबत सर्व प्रयत्न आणि खटपटी 'संयुक्त महाराष्ट्र परिषदे'ने आणि मराठी जनतेने केलेल्या आहेत, ही सूर्यप्रकाशासारखी स्वच्छ गोष्ट आहे. 'फाजलअल्ली समिती'ने आपल्या अहवालात महाराष्ट्राला मुंबई दिली नाही, विदर्भ दिला नाही, बेळगाव दिले नाही किंवा कारवार दिले नाही. तेव्हा मराठवाडा देणे जरूरच होते. नाही तर 'फाजलअल्ली समिती'च्या कोडगेपणाला आणि बेशरमपणाला काही सीमाच राहिली नसती. महाराष्ट्राला 'मराठवाडा' मिळाला, हे काही 'फाजलअल्ली समिती'ने महाराष्ट्रावर उपकार केले नाहीत. 'आता आठ जिल्ह्यांचा विदर्भ जो महाराष्ट्राला मिळाला, तो महाराष्ट्र काँग्रेसच्या प्रयत्नाने मिळाला,' या यशवंतरावांच्या विधानावर महाराष्ट्रातले कुत्रेदेखील विश्वास ठेवणार नाही. 'फाजलअल्ली समिती'ने शिफारस केलेल्या द्विभाषिक राज्याचा आम महाराष्ट्राने एकमताने धिक्कार केला. उभ्या महाराष्ट्रात हजारो लोकांनी जाहीर सभा भरवून, त्या

अहवालाचा निषेध केला. यांपैकी एकही सभा काँग्रेसने भरवलेली नाही. किंबहुना सबंध जनता 'रा. पु. अहवाला'वर चिडली असतानाही महाराष्ट्र काँग्रेस त्याबाबत मूग गिळून बसली आहे, हे पाहून महाराष्ट्र काँग्रेसवरच मराठी जनता भडकून उठली होती. शंकरराव देवांच्या सांगण्यावरून महाराष्ट्र काँग्रेसने विदर्भासह महाद्विभाषिक राज्याची मागणी केली. याचाच अर्थ महाराष्ट्र काँग्रेसने 'संयुक्त महाराष्ट्रा'चा द्रोह केला. महाद्विभाषिक राज्याला मोरारजी आणि गुजरात काँग्रेसने विरोध केला, म्हणून काँग्रेसश्रेष्ठींनी त्रिराज्य योजनेला मान्यता दिली. ती देतानाही त्यांनी स्पष्टपणे सांगितले की, 'स्वंतत्र मुंबई राज्याला महाराष्ट्र मान्यता देत असेल, तर विदर्भाला आम्ही महाराष्ट्रात जायला सांगू.' गोविंदवल्लभ पंतांनीही लोकसभेत भाषण करताना एकदा सांगितले की, 'आम्ही (म्हणजे काँग्रेसश्रेष्ठींनी) सांगितले म्हणून विदर्भ महाराष्ट्रात जायला तयार झाला. नाहीतर विदर्भाला महाराष्ट्रात जाण्याची बिलकूल इच्छा नव्हती.' अशी परिस्थिती असताना हा 'लुच्च्या यशवंता' लोकांना सांगतो आहे की, 'महाराष्ट्र काँग्रेस'च्या प्रयत्नामुळे विदर्भ हा महाराष्ट्राला मिळाला. आता याची कमाल आहे की नाही? 'रा. पु. समिती'चा द्विभाषिक राज्याचा सर्व डाव डाव्या गटाच्या नेतृत्वाखाली आज महाराष्ट्र जनतेने उखडून लावला; म्हणून ते द्विभाषिक राज्य मागे घेऊन काँग्रेसश्रेष्ठींना 'त्रिराज्य योजने'चा दुसरा डाव खेळावा लागला. साहजिकच मुंबईचे स्वतंत्र राज्य केल्यानंतर विदर्भ महाराष्ट्रात घातल्यावाचून काँग्रेसश्रेष्ठीना गत्यंतरच नव्हते. म्हणून विदर्भ महाराष्ट्रात जो आला, तो 'महाराष्ट्र काँग्रेस'च्या प्रयत्नांनी आला; हे यशवंतराव चव्हाणांचे विधान शुद्ध लुच्चेगिरीचे आणि अज्ञ जनतेच्या डोळ्यांमध्ये धूळ टाकणारे आहे.

◆

काँग्रेस
महाराष्ट्र

लोकशाहीचा खून!

त्यानंतर यशवंतराव म्हणाले, ''आता राहिली दोन दुःखे. एक मुंबईचा प्रश्न आणि महाराष्ट्राची दक्षिण सरहद्द. मुंबई महाराष्ट्राला मिळाली नाही, म्हणून प्रत्येक मराठी भाषिक माणसाला वाटणाऱ्या दुःखात मीही सहभागी आहे. पण विरोधकांची आज भूमिका अशी आहे की, तिकडे मुंबई मिळाली नाही- मुंबई गेली तरी हरकत नाही- पण आज काँग्रेस मरायला पाहिजे. पण अशाने काँग्रेस मरणार नाही. इतर सर्व पक्ष मरावेत आणि या देशात काँग्रेसचा कारभार राहावा, असे मला कधीच वाटले नाही. इतर पक्षही या देशाला पाहिजेत. माझी परमेश्वराजवळ एवढीच प्रार्थना आहे की, भारतात लोकशाही अखंड राहू दे. पक्ष, मग तो कोणताही असो. पक्ष हे अखिल भारतीय निष्ठेवर, तत्त्वांवर, संघटनेवर जिवंत राहतात.'' मुंबई गेल्याच्या दुःखात आपणही सहभागी आहोत, हे यशवंतरावांचे विधान शुद्ध ढोंगीपणाचे आहे. मुंबई महाराष्ट्रामधून जाते कशी? ही सामान्य घटना आहे? मुंबई महाराष्ट्रामधून जाणे, याचा अर्थ या देशात लोकशाही नाही असा आहे. ऐतिहासिक, भौगोलिक आणि आर्थिकदृष्ट्या मुंबई ही महाराष्ट्राची आहे; ही गोष्ट सूर्यप्रकाशासारखी स्पष्ट आहे. काँग्रेसश्रेष्ठींनासुद्धा नाइलाजाने का होईना, पण ती गोष्ट कबूल करणे भाग पडले. असे असताना मुंबई महाराष्ट्राची राजधानी कशी होऊ शकत नाही? 'रा. पु. समिती'

म्हणते, मुंबईत महाराष्ट्रीय ४३ टक्के आहेत. ही गोष्ट खोटी आहे. मुंबईमध्ये पन्नास टक्के लोक महाराष्ट्रीय आहेत. आणि 'मुंबई ही महाराष्ट्राची आहे,' अशी तीन कोटी मराठी लोक एकमुखाने मागणी करीत आहेत. एकभाषिक मद्रास राज्याची राजधानी मद्रास होऊ शकते, एकभाषिक बंगाल राज्याची राजधानी कलकत्ता होऊ शकते; मग एकभाषी महाराष्ट्र राज्याची राजधानी मुंबई का होऊ शकत नाही? हा काँग्रेसचा महाराष्ट्रावर शुद्ध जुलूम आहे. महाराष्ट्रापासून मुंबई हिरावून घेऊन काँग्रेसने या देशात लोकशाहीचा खून केलेला आहे. मुंबई गेली, म्हणून मी त्या दु:खात सहभागी आहे; असे भागुबाईसारखे जे यशवंतराव म्हणतात, तेवढे म्हणून चालणार नाही. मुंबई महाराष्ट्राला मिळविण्यासाठी प्रत्येक महाराष्ट्रीयाने लोकशाहीच्या आणि घटनेच्या सर्व मार्गांनी पराकाष्ठेचे प्रयत्न केले पाहिजेत. असे प्रयत्न यशवंतराव जर करायला तयार नसतील, तर त्यांच्या त्या नुसत्या दु:खाला काय जाळायचे आहे? 'मुंबई मिळाली नाही - मुंबई गेली तरी हरकत नाही, पण काँग्रेस मेली पाहिजे असे विरोधकांचे म्हणणे आहे', असा जो यशवंतरावांनी त्यांच्यावर आरोप केला तो शुद्ध ढोंगीपणाचा आहे. संयुक्त महाराष्ट्रवादी जनतेची ही निव्वळ बदनामी आहे. असे कोणीही म्हणत नाही- म्हणणार नाही. 'मुंबई गेली तरी हरकत नाही' असे शब्दसुद्धा पाक मराठ्याच्या तोंडून निघणार नाहीत. असे शब्द यशवंतरावांच्या थोबाडातून आपल्या शत्रूंना बदनाम करण्याकरिता का होईना; पण ज्याअर्थी निघताहेत, त्याअर्थी त्यांचे महाराष्ट्रीयत्व संशयास्पद आहे यात शंका नाही. 'संयुक्त महाराष्ट्रवादी' जे म्हणतात, ते असे म्हणतात की, "महाराष्ट्राला जर काँग्रेस मुंबई देणार नसेल, तर महाराष्ट्रामध्ये काँग्रेस मेली समजा." आणि ही गोष्ट सत्य आहे, शंभर टक्के सत्य आहे. उलट, सदोबा आणि मोरारजीसारखे काँग्रेसवालेच असे म्हणत आहेत की, "यावच्चंद्रदिवाकरौ महाराष्ट्राला मुंबई मिळणार नाही. काँग्रेस जिवंत आहे तोपर्यंत महाराष्ट्राला मुंबई मिळणार नाही." यशवंतरावांसारखे निमकहराम काँग्रेसवालेच असे म्हणत आहेत की, "काँग्रेस महाराष्ट्रापेक्षा श्रेष्ठ आहे." त्याचाच अर्थ, "महाराष्ट्र मेला तरी हरकत नाही, पण काँग्रेस देशात जगली पाहिजे." खरे भांडण, खरा वाद, खरा झगडा हा आहे; महाराष्ट्राने जगायचे का काँग्रेसने जगायचे? मुंबई महाराष्ट्रातून गेली की, महाराष्ट्र मेला आणि महाराष्ट्र मरणार असेल, तर काँग्रेसला आग लागली तरी महाराष्ट्राला तिचे सुतक धरण्याचे काय कारण आहे? राखरांगोळी होईना त्या काँग्रेसची! मुंबई महाराष्ट्राला मिळाली पाहिजे. महाराष्ट्र जगला पाहिजे तरच भारतवर्ष जगेल. तरच या देशात काँग्रेस जगेल. सेनापती बापट काय म्हणतात, "महाराष्ट्र मेला तरी राष्ट्र गेले. मराठ्याविना राष्ट्रगाडा न चाले॥ खरा वीर, वैरी पराधीनतेचा। महाराष्ट्र आधार ह्या भारताचा॥" सेनापती बापटांची ही महान वाणी त्या करंट्या महाराष्ट्रद्रोही यशवंतराव चव्हाणांच्या कानामध्ये कधी पडली आहे काय? इतर सर्व

पक्ष जगावेत आणि भारतात लोकशाही अखंड राहावी, अशी म्हणे यशवंतरावांची परमेश्वराजवळ प्रार्थना आहे. परमेश्वराचे नाव घेऊन तरी निदान यशवंतरावांनी असला ढोंगीपणा करू नये. हातात अधिकार आल्यापासून काँग्रेस इतकी उन्मत्त झालेली आहे की, राष्ट्रामधील कोणत्याही महत्त्वाच्या प्रश्नावर इतर पक्षांचे सहकार्य वा मत घेणेसुद्धा काँग्रेसला कमीपणाचे वाटते. राज्यपुनर्रचनेसारख्या देशव्यापी प्रश्नावर काँग्रेसने देशामधील दुसऱ्या कोणत्या पक्षाशी सहकार्य केले आहे? उलट, देशातील प्रमुख पक्षांनी ओरडून ओरडून काँग्रेसला सांगितले की, मुंबईचा समावेश महाराष्ट्रात करा. म्हणून कम्युनिस्ट पक्ष, प्रजासमाजवादी पक्ष, हिंदू महासभा यांनी मुंबई ही महाराष्ट्राची आहे; असे काँग्रेसला स्पष्टपणे बजावून सांगितलेले आहे. तथापि मुंबईमधल्या मूठभर भांडवलदारांना खूश करण्यासाठी म्हणून बाकीच्या सर्व पक्षांचा सल्ला काँग्रेसने साफ धुडकावून लावला. आणि यशवंतराव म्हणतात, बाकीचे सर्व पक्ष जगावेत अशी आपली इच्छा आहे. बाकीच्या सर्व पक्षांना पायांनी लाथाडायचे आणि तोंडाने म्हणायचे की, ते पक्ष जगले पाहिजेत. यापेक्षा अधिक ढोंग जगामध्ये दुसरे काही असू शकेल काय? यशवंतराव काहीही बरळले, तरी बाकीचे सर्व पक्ष मेले पाहिजेत आणि एकटी काँग्रेसच जगली पाहिजे; असेच स्वातंत्र्य मिळाल्यापासून गेल्या आठ वर्षांमधले काँग्रेसश्रेष्ठींचे एकंदर धोरण आहे. यामुळे आज या देशात लोकशाही नष्ट होऊन, काँग्रेसची एकपक्षीय हुकूमशाही प्रस्थापित झालेली आहे. काँग्रेस पक्ष हा भारतीय निष्ठेवर आधारलेला नसून, भांडवलशाही निष्ठेवर आधारलेला आहे. अशी काँग्रेस महाराष्ट्रापेक्षा श्रेष्ठ आहे, अशा यशवंतराव चव्हाण आरोळ्या ठोकतात म्हणूनच महाराष्ट्रातील जनता त्यांना 'निमकहराम चव्हाण' किंवा 'सूर्याजी पिसाळ चव्हाण' असे संबोधते.

◆

झालाच मधला 'च'!

यशवंतराव पुढे म्हणाले, ''माझी भूमिका अशी आहे की, संयुक्त महाराष्ट्र मिळवणारच ही भाषा चुकीची आहे. एका घरात राहणारे आम्ही भाऊभाऊ एकत्रित राहायचे की नाही, हा प्रश्न आहे. या प्रकरणात शिवाजीचे नाव वरचेवर घेतले जाते. पण शिवाजीनंतर तीनशे वर्षे इतिहास पुढे आला आहे, हे विसरू नका. शिवाजी त्या वेळी शत्रूबरोबर लढत होता. आज महाराष्ट्र कोणाला शत्रू मानतो? मी मुंबई नको, असे कधीही म्हटले नाही. मुंबईसाठी चळवळ नको असे मी म्हणत आहे. काँग्रेसनिष्ठेने स्वराज्य मिळवले. प्रजासत्ताक राज्य निर्माण झाले. त्याच निष्ठेने संयुक्त महाराष्ट्राचा प्रश्न सुटणार नाही काय? मुंबई मिळाली नाही म्हणून दुःख झाले.

ठीक आहे. म्हणून काय देश जाळायला जाणार काय? विरोधक सांगतात, काँग्रेसबाहेर या आणि झगडा करा. कोणाशी झगडा करायचा? भावाशी झगडा करायचा? झगड्याने, वैराने मुंबई मिळणार नाही आणि मिळाली तर ती मुंबई असणार नाही.'' संयुक्त महाराष्ट्रवादी जेव्हा 'मुंबईसह संयुक्त महाराष्ट्र झालाच पाहिजे', अशा गर्जना करतात, तेव्हा यशवंतराव चव्हाण आणि शंकरराव देव यांच्या काळजातील तंतू तटातट तुटतात. 'झालाच' मधला जो 'च' आहे, त्या 'च' ने त्यांच्या जिव्हारामध्ये अगदी सुरी खुपसावी; असे त्यांना दुःख होते. 'यावच्चंद्र दिवाकरौ तुम्हाला मुंबई मिळणार नाही.' 'काँग्रेस जिवंत असेतोपर्यंत मुंबई तुम्हाला मिळणार

नाही.' असे सदोबा-मुरारजीसारखे जबाबदार काँग्रेस नेते जेव्हा हातभट्टीची दारू प्यायल्याप्रमाणे महाराष्ट्राला ओरडून सांगतात, तेव्हा मात्र या ढोंगी यशवंतरावाला आणि शंकरराव देवाला दुःख होत नाही. आम्ही 'संयुक्त महाराष्ट्र झालाच पाहिजे' असे म्हटल्यानंतर मात्र अगदी स्वतःचा प्राण गेल्यासारख्या यांना वेदना होतात काय? यशवंतराव म्हणतात, 'शिवाजी परक्याबरोबर - शत्रूंबरोबर लढत होता. महाराष्ट्राने कोणाबरोबर लढायचे? महाराष्ट्र कोणाला शत्रू मानतो?' यशवंतरावांच्या या प्रश्नाला आम्ही उत्तर देतो. काँग्रेसचे राज्य म्हणजे स्वकीयांचे राज्य आले; म्हणून महाराष्ट्राने त्यांच्याविरुद्ध लढणे वगैरे आहे, असे यशवंतरावांना सुचवायचे आहे. काँग्रेसवाले जरी स्वकीय असले, भारतीय असले आणि महाराष्ट्रीयांच्या रक्तामांसाचे असले, तरी महाराष्ट्रातल्या जनतेबरोबर ते भांडवलवाल्यांना गहाण टाकणाऱ्या कारवाया आज करीत आहेत; म्हणून त्यांच्याशी लढणे हे आजच्या लोकशाहीमधले पहिले कर्तव्य आहे. तीनशे वर्षांपूर्वी शिवाजी महाराज परक्या शत्रूंबरोबर लढले असे जे यशवंतराव म्हणतात, त्यावरून त्यांच्या इतिहासाच्या अजब ज्ञानावर प्रकाश पडतो. शिवाजी महाराज परक्या शत्रूंबरोबर लढले हे अर्धसत्य आहे. परकी राज्यकर्त्यांच्या आश्रयाला दडलेल्या स्वकीय सरंजामशाहीशी शिवाजी महाराज शेतकऱ्यांच्या आणि मावळ्यांच्या मदतीने लढले, हे खरे सत्य आहे. आजही स्वकीय राजसत्तेच्या आड दडून, भांडवलशाही जनतेला दडपून नेस्तनाबूत करू पाहत आहेत. म्हणून शिवाजी महाराजांचे नाव घेऊन या लोकद्रोही भांडवलशाहीशी निकराचा लढा देणे, हे जनतेचे आद्य कर्तव्य आहे. भावाने भावाबरोबर का लढायचे या यशवंतरावांच्या ढोंगी भाषेने कोणीही फसणार नाही. आपण जर सगळे भाऊभाऊ, तर धाकट्या भावाची 'मुंबई' पळवून न्यायला थोरल्या भावाला शरम कशी वाटत नाही? धाकट्या भावावर जुलूम करायचा, त्याच्या हक्काची पायमल्ली करायची; हे थोरल्या भावाचे कर्तव्य आहे होय? आणि त्या दडपशाहीविरुद्ध धाकट्या भावाने आवाज उठवला; तर धाकट्या भावाला जबरदस्तीने तुरुंगात डांबून ठेवायचे, लाठी मारून त्याचे कपाळ फोडायचे आणि गोळी मारून त्याला ठार करायचे; हा थोरल्या भावाचा धर्म कोणत्या नीतीपुस्तकामध्ये लिहून ठेवला आहे? जनतेवर गोळ्या झाडणाऱ्या राज्यकर्त्यांना, जनतेची कत्तल करणाऱ्या राजकीय पक्षाला 'भाऊ' मानण्याइतकी मुर्दाड आणि बेवकूफ आजची जनता नाही हे यशवंतरावांनी लक्षात ठेवावे. काँग्रेसनिष्ठेने जसे स्वराज्य मिळाले किंवा लोकसत्ताक राज्य झाले, तसे काँग्रेसनिष्ठेने 'संयुक्त महाराष्ट्र' मिळेल; या यशवंतरावांच्या आश्वासनावर महाराष्ट्रातले कुत्रेसुद्धा विश्वास ठेवणार नाही. आत्तापर्यंत बहुसंख्य महाराष्ट्र हा काँग्रेसनिष्ठच होता. या काँग्रेसनिष्ठेचे महाराष्ट्राला काय फळ मिळाले? तर त्याचे मुंडके जे मुंबई आणि पाय जे बेळगाव आणि कारवार, तेच मुळी काँग्रेसने कापून टाकले. असे असता काँग्रेसनिष्ठेने महाराष्ट्राला

मुंबई, बेळगाव आणि कारवार मिळेल या यशवंतरावांच्या म्हणण्यावर कोणता महाराष्ट्रीय यापुढे विश्वास ठेवायला तयार होईल बरे? यशवंतराव म्हणतात, "मुंबई नको असे मी कधीच म्हटले नाही. पण मुंबईसाठी चळवळ नको असे माझे म्हणणे आहे." यशवंतरावांचा हा युक्तिवाद म्हणजे, "मला मुलगा पाहिजे; पण मी लग्न करणार नाही." असल्या षंढ माणसाच्या युक्तिवादाप्रमाणेच हास्यास्पद आहे. चळवळीवाचून मुंबई मिळणार असली, तर ती कोणाला नको आहे? आपले स्वत:चे नित्याचे रोजगार सोडून 'संयुक्त महाराष्ट्रा'च्या चळवळीत सर्वस्वाची होळी करण्याची कोणाला हौस आहे? पण एवढी चळवळ करून, लाखो लोकांच्या सभा भरवून, मोर्चे काढून, संप करवून, सत्याग्रह करून, तुरुंगात जाऊन, अश्रुधुराला आणि लाठीमाराला तोंड देऊन आणि अनेकांच्या प्राणांचे बलिदान करूनही; अद्याप मुंबई महाराष्ट्राला मिळत नाही, याचा अर्थ चळवळ नको आहे का? याचा अर्थ याहीपेक्षा अधिक नेटाची आणि निकराची चळवळ महाराष्ट्राने करायला हवी, असा काँग्रेसश्रेष्ठींचा एकंदर सूर दिसतो आहे. राजकारणात चळवळींवाचून काहीही मिळत नाही, हे राजकारणाचे मूलतत्त्व आहे. मग राज्य परक्यांचे असो वा स्वकीयांचे असो. एवढे साधे तत्त्व जर यशवंतरावांना कळत नसेल, तर त्यांनी मंत्रिपद सोडून द्यावे आणि कऱ्हाडच्या खुंटावर जाऊन बसावे.

◆

काँग्रेस महाराष्ट्र

मंत्री की सैतान?

शेवटी आपल्या भाषणात यशवंतराव म्हणाले, "ही लढ्याची भाषा बंद झाली पाहिजे. मुंबईचा प्रश्न सुटेल. पण केव्हा याचे वेळापत्रक मला सांगता येत नाही. मुंबई आज ना उद्या मिळेलच, हे मी तुम्हाला सांगतो. मी जो राजकारणात आलो, आज आहे, तो सेवेचा अधिकार घेऊन आलो आहे. लोकांना मी आवडलो नाही, तर मला असेंब्लीत पाठवू नका. पण माझ्या सेवेचा अधिकार कोणीही काढून घेऊ शकणार नाही; तसाच मीही काही अगदी पालापाचोळ्याचा नाही, की विरोधकांनी फुंकर मारून मी उडून जाईन. पंचवीस वर्षांचे माझे राजकीय जीवन जनतेपुढे आहे. मी त्याची जाहीर चौकशी करून घेण्यास तयार आहे. यात काडीइतकाही अहंकार नाही. यशवंतराव राजकारणातून सहजासहजी उडून जाणार नाही. कृष्णाकाठच्या पाण्यावर आणि मातीवर मीही वाढलो आहे. ज्यांनी या देशाला जीवन दिले, मातीतून सोने काढले; त्यांच्या धिक्काराच्या आरोळ्या ऐकण्याहून मरण चांगले. हे असे करणारी जनता महाराष्ट्रीय नाही. मी गांधी-नेहरूंना मोठा म्हणतो, म्हणून तक्रार आहे. त्यांना मोठे म्हणू नको, तर कोणत्या थोबाडाला मोठे म्हणू? स्वातंत्र्यदिनाच्या दिवशी घरावर काळे निशाण लावणाऱ्यांना का मोठा म्हणू? कणाकणाने राबून ज्यांनी या देशाचे स्वातंत्र्य आणले, या देशासाठी शेवटी प्राणही दिला; त्यांना मोठे म्हणू नको, तर म्हणू तरी कोणाला? आणि यासाठी

का मला तुम्ही सूर्याजी पिसाळ म्हणणार? महाराष्ट्राला अखेर मुंबई दिली जाईल, असा मला विश्वास वाटतो. या चळवळीची आग भडकली, तर त्यात महाराष्ट्राचे नशीब जळून जाईल. ही आग भडकवू नका. मंगल अंत:करणाने मिळालेले स्वीकारून, त्यातून जादा मंगल कसे करायचे याचा विचार करा.'' 'आज ना उद्या केव्हा तरी मुंबई मिळेल', हे भविष्य सांगायला यशवंतराव कशाला पाहिजेत? मुंबईच्या रस्त्याच्या कडेला बसलेला कोणताही कुडमुडा ज्योतिषी, पंचांग न पाहतासुद्धा हे भविष्य वर्तवू शकेल. मुंबईच्या दंगलीत गांधी-नेहरूंची विटंबना झाली, म्हणून यशवंतरावांना म्हणे मरणप्राय दु:ख झाले. गांधी-नेहरूंच्या धिक्काराच्या आरोळ्या यशवंतरावांना ऐकवेनात. यापेक्षा आपणाला मरण का येत नाही, असे म्हणे त्या वेळी त्यांना वाटले. गांधी-नेहरूंचा धिक्कार करणारी जनता महाराष्ट्रीय नाही, असे यशवंतराव निक्षून सांगतात. आम्ही यशवंतरावांना सांगतो की, मुंबईच्या दंगलीत जर गांधी-नेहरूंच्या धिक्काराच्या आरोळ्या उठल्या असतील आणि या दोन राष्ट्रपुरुषांची विटंबना झाली असेल; तर त्याला जबाबदार मुंबईची महाराष्ट्रीय जनता नसून, काँग्रेसश्रेष्ठींचे महाराष्ट्रघातकी धोरणच आहे. आजपर्यंत गांधी-नेहरूंच्या धिक्काराचे दृश्य महाराष्ट्रात कसे दिसले नाही बरे? आजपर्यंत महाराष्ट्र, गांधी-नेहरूंचा जयजयकारच करीत आलेला आहे. 'संयुक्त महाराष्ट्रा'च्या बाबतीत काँग्रेसश्रेष्ठींनी धादांत अन्याय आणि जुलूम केला आणि 'गांधी-नेहरूं'च्या नावाचा हवाला देऊन त्या अन्यायाचे समर्थन केले; म्हणून काही थोड्या लोकांनी गांधी-नेहरूंच्या नावांनी धिक्काराच्या आरोळ्या मारल्या, त्यात त्यांची काय चूक आहे? महाराष्ट्रात गांधी-नेहरूंची विटंबना होऊ नये असे जर काँग्रेसश्रेष्ठींना वाटत असेल, तर त्यांनी मुंबई महाराष्ट्राला देऊन टाकावी. म्हणजे साऱ्या महाराष्ट्रामधून गांधी-नेहरूंच्या जयजयकाराच्या गर्जना उठतील. गांधीजींची आणि त्यांच्या अहिंसेची सर्वांत भयंकर विटंबना कुणी केली असेल, तर ती मोरारजींनी. प्रत्येक व्याख्यानामध्ये पावलोपावली गांधीजींचे नाव घ्यायचे आणि 'गांधीजींच्या मार्गाने जा' म्हणून लोकांना सांगायचे आणि लोकांनी जरा कुठे विरोधी आवाज उठवला की, त्यांच्यावर लाठीमार करायचा किंवा बंदुकीच्या गोळ्या मारून त्यांच्या रक्ताचा पूर रस्त्यामधून वाहायला लावायचा; याच्यापेक्षा अधिक राक्षसी विटंबना गांधीजींची कोणी करू शकेल काय? मोरारजींचे पोलीस मुंबईमध्ये जेव्हा लोकांना गोळ्या घालून ठार करीत होते, तेव्हा त्यांतली प्रत्येक गोळी स्वर्गामध्ये महात्मा गांधींच्या आत्म्यालाही छिन्नविच्छिन्न करीत होती. ते दृश्य यशवंतरावांना कसे पाहवले? त्या वेळी 'आपले डोळे मिटवण्याबद्दल' यशवंतरावांनी परमेश्वराची प्रार्थना का केली नाही? गांधी-नेहरूंचा धिक्कार करणारे लोक महाराष्ट्रीय नाहीत असे यशवंतराव म्हणतात. पण महाराष्ट्रीय जनतेवर गोळ्या झाडणारे मोरारजी आणि त्यांच्या खुनी हाताला हात लावणारे हिरे-चव्हाण-निंबाळकर

आणि तपासे हे महाराष्ट्रीय मंत्री, तर माणसे नसून सैतान आहेत, असे आम्ही म्हणतो. गांधी-नेहरूंना यशवंतराव मोठे म्हणतात; म्हणून महाराष्ट्रातले लोक त्यांना (म्हणजे यशवंतरावांना) सूर्याजी पिसाळ म्हणतात, ही यशवंतरावांची तक्रार सर्वस्वी लुच्चेगिरीची आहे. 'महाराष्ट्रापेक्षा नेहरू मोठे आहेत', असे यशवंतराव म्हणाले म्हणून ते महाराष्ट्रद्रोही ठरतात. पंडित नेहरू कितीही मोठे असले; तरी श्री छत्रपती शिवाजी महाराजांच्या, श्री ज्ञानेश्वर, तुकाराम-समर्थ-एकनाथ महाराजांच्या, रानडे-गोखले-टिळक आणि विनोबा यांच्या महाराष्ट्रापेक्षा मोठे नाही; अशी महाराष्ट्रामधल्या प्रत्येक पाक मराठी माणसाची भावना आहे. 'नेहरू हे महाराष्ट्रापेक्षा मोठे आहेत', असे म्हणायला यशवंतरावांना शरम कशी वाटली नाही? महाराष्ट्र म्हणजे यशवंतरावांना काय आपल्या परसातली भाजी वाटली? देशाला स्वातंत्र्य मिळवून देण्याचे सर्व श्रेय गांधी-नेहरूंचे आहे, असे भासवून यशवंतराव महाराष्ट्राची बदनामी करीत आहेत. १८५७ पासून ते १९५५ पर्यंत गेल्या शंभर वर्षांत भारताच्या स्वातंत्र्यासाठी महाराष्ट्राने अग्रेसर भाग घेतलेला आहे आणि जास्तीत जास्त बलिदान केले आहे. नेहरू-गांधी यांचा सर्व पराक्रम महाराष्ट्राला मान्य आहे; पण महाराष्ट्राने भारतीय स्वातंत्र्याची आजपर्यंत केलेली ऊर्जस्वल सेवा गांधी-नेहरूंच्या काँग्रेसवाल्या अनुयायांना मान्य नाही. यामुळे हा सर्व झगडा निर्माण झालेला आहे. स्वातंत्र्याच्या होमात महाराष्ट्राने आजपर्यंत आपले वर्चस्व जाळून घेतले असता, महाराष्ट्राला साधा न्याय देण्यासदेखील काँग्रेसश्रेष्ठींची तयारी नसावी. यामुळे महाराष्ट्राच्या जिवाचा असा संताप होतो. महाराष्ट्राचा प्राण जो मुंबई, तो महाराष्ट्राच्या देहामधून लचका तोडून काँग्रेसश्रेष्ठींनी हिरावून घेतला. मग स्वातंत्र्यदिनाच्या दिवशी महाराष्ट्राने घरोघर काळी निशाणे लावू नयेत, तर काय घरोघर दिवाळी साजरी करून, मुंबई गेल्याबद्दल पंचपक्वान्नांवर हात मारावा? महाराष्ट्र हा काही मेल्या आईचे दूध प्यायलेला नाही. काँग्रेसश्रेष्ठींच्या अंत:करणात काहीएक मंगल नाही. अमंगल महाराष्ट्रद्वेषाने त्यांची हृदये सडलेली आहेत. चळवळीची आग भडकली, तर महाराष्ट्राचे नशीब तिच्यातून जळून जाईल ही यशवंतरावांची धमकी व्यर्थ आहे. संयुक्त महाराष्ट्राच्या चळवळीत जर काही खरोखर जळून जाणार असेल, तर हिरे-चव्हाण-तपासे-निंबाळकर असल्या महाराष्ट्रद्रोही निमकहराम मंत्र्यांची मंत्रिपदे! 'संयुक्त महाराष्ट्र' उद्या अस्तित्वात आला, तर असे हरामजादे महाराष्ट्रीय पुन्हा मंत्रिपदावर आरूढ झालेले दिसणार नाहीत. आपल्या पंचवीस वर्षांच्या राजकीय जीवनाची जाहीर चौकशी करून घ्यायला यशवंतराव तयार आहेत. फारच छान. महाराष्ट्राला हेच पाहिजे. उद्या निवडणुकीला यशवंतराव उभे राहिले; म्हणजे डाव्या गटाचे अनेक पुढारी यशवंतरावांच्या पंचवीस वर्षांच्या राजकीय जीवनाचा सार्वजनिक पंचनामा केल्यावाचून राहणार नाहीत, हे त्यांनी पक्के ध्यानात धरावे. म्हणजे गेल्या पंचवीस वर्षांत या माणसाने सातारा

जिल्ह्यामध्ये ज्या काही गोष्टी केल्या, त्या आपोआपच महाराष्ट्राच्या वेशीवर टांगल्या जातील. यशवंतराव मोठ्या अभिमानाने म्हणतात की, "मी कृष्णाकाठच्या पाण्यावर आणि मातीवर वाढलो आहे. सातारा जिल्ह्यातील डुकरेसुद्धा कृष्णाकाठच्या पाण्यावर आणि मातीवर आहेत. आम्ही यशवंतरावांना विचारतो की, कृष्णाकाठचे पाणी पिऊन आणि तिच्या काठचे धान्य खाऊन तुम्ही असे निमकहराम कसे हो झालात? कृष्णाकाठचे पाणी तुम्ही जे प्यायलात, ते काही 'संयुक्त महाराष्ट्रा'वर लघुशंका करण्यासाठी होय? कृष्णाकाठचे पाणी पिऊन क्रांतिकारक निर्माण होत असतात. तुमच्यासारखे निमकहराम निर्माण होत नाहीत. यशवंतरावांनी देशभक्तीचा आणि लोकसेवेचा कितीही मोठा आव आणला, तरी त्यांचे महाराष्ट्रद्वेष्टे स्वरूप आता लपणे शक्य नाही; त्यांच्या पापाचा घडा आता पूर्णपणे भरला आहे. म्हणून नाना पाटलांच्या स्वरात आम्ही त्यांना विचारतो की, "आता किती गमजा करशील रे यशवंता?"

◆

काँग्रेस महाराष्ट्र

पंडित नेहरू प्रतापगडाकडे!

तीस नोव्हेंबर १९५७ हा दिवस संयुक्त महाराष्ट्राच्या आंदोलनाच्या इतिहासात सुवर्णाक्षराने लिहून ठेवावा लागेल. गेल्या तीनशे वर्षांच्या इतिहासात मराठ्यांनी जे महान पराक्रम केले, त्या पराक्रमांच्या मालिकेत हा अभूतपूर्व पराक्रम ओवून ठेवावा लागेल.

दि. १ ऑगस्ट १९५६ रोजी पुण्यात रेस ग्राउंडवर 'मुंबई महाराष्ट्राला मिळाली तर मला अतिशय आनंद होईल. नव्हे मी त्यासाठी तुमची वकिली करीन!' अशी लोणकढी थाप मारून पंडितजी जे निघून गेले, ते पुन्हा आले ते एकदाच फक्त निवडणुकीच्या वेळी. मध्यंतरी ते परदेशी गेले आणि परत आले. पण त्यांनी मुंबई टाळली. ते जामनगरच्या मार्गाने दिल्लीला गेले. म्हणून ते जेव्हा प्रतापगडला यायचे जाहीर झाले, तेव्हा त्या प्रसंगी त्यांच्या समोर द्विभाषिकेविरोधी लोकांच्या मतांचे प्रदर्शन होणे अत्यावश्यक होते. द्विभाषिक राज्याविरुद्ध मराठी जनतेचा राग आणि संताप पहिल्याइतकाच जाज्वल्य आहे, असे नाही तर नेहरूंना आम्ही सांगणार होतो तरी केव्हा? हाच एक मोका होता. म्हणून मी 'बोला संयुक्त महाराष्ट्र कधी देता?' असा एक लेख लिहिला व त्यात म्हटले,

आज रोजी भारताचे पंतप्रधान पंडित नेहरू हे प्रतापगडावर शिवछत्रपतींच्या पुतळ्याचे उद्घाटन करण्यास जाणार आहेत. या प्रसंगी त्या ठिकाणी हजारोंच्या संख्येने हजर राहून श्री शिवछत्रपतींच्या

पुतळ्याला वंदन करायचे आणि 'बोला संयुक्त महाराष्ट्र कधी देता?' असे प्रचंड आरोळ्यांनी पंडित नेहरूंना रोखठोक विचारायचे असे 'संयुक्त महाराष्ट्र समिती'ने ठरविले आहे. समितीचा हा निर्णय महाराष्ट्राच्या मानी आणि बाणेदार स्वभावाला सर्वस्वी शोभण्यासारखाच आहे. श्री शिवरायांच्या तेजस्वी आणि स्वाभिमानी परंपरेला अनुसरून हा समितीचा निर्धार आहे. 'अन्यायाला आणि जुलूमशाहीला कदापि शरण जायचे नाही, त्यापेक्षा मरण पत्करू,' हे महाराष्ट्राचे कैक शतकांचे ब्रीद आहे. महाराष्ट्रधर्म ज्याला म्हणतात तो हाच आहे. तीन कोटी मराठी माणसे, सर्व मराठी भाषिकांचा 'संयुक्त महाराष्ट्र' मागत असताना, ती लोकशाही मागणी पंडित नेहरूंनी केवळ आपल्या सत्तेचा आणि वजनाचा दुरुपयोग करून धुडकावून लावली. लोकसभेत आपल्या हुकमतीखालील दोनशे एकतीस हात (ज्यामध्ये धनलक्ष्मीवर बलात्कार करण्याचा प्रयत्न करणाऱ्या दुरात्म्या नानू नीछाचा एक नीच हात होता.) वर उगारून द्विभाषिक राज्य पंडित नेहरूंनी, तीन कोटी मराठी अन् दोन कोटी गुजराती माणसांवर लादले आणि सेनापती बापट म्हणतात त्याप्रमाणे पंडित नेहरूंनी लोकशाहीचा राजरोसपणे खून केला! 'मुंबईसह संयुक्त महाराष्ट्र निर्माण होऊ नये' याबाबत सर्वांत जास्त कोणाचा कटाक्ष होता, तर तो पंडित नेहरूंचा. महाराष्ट्राने जे जे मागितले, ते ते नेहरूंनी लाथाडले. मराठी भाषिक लोक एका राज्यात एकत्र येऊ नयेत, म्हणून पंडितजींनी आपल्या प्रयत्नांची पराकाष्ठा केली. बेळगाव, निपाणी, कारवार, बिदर हे महाराष्ट्राच्या सरहद्दीवरचे सर्व मराठीभाषिक मुलूख महाराष्ट्रापासून अगदी आकसाने तोडून, त्यांनी म्हैसूरमध्ये जबरदस्तीने घातले. महाराष्ट्राच्या हातापायांची अशी काटछाट करून, उरलेला रक्तबंबाळ महाराष्ट्र त्यांनी लोकसभेतील पाशवी आणि पातकी बहुमताच्या जोरावर द्विभाषिकांच्या कबरीत कोंबला. महाराष्ट्राबाबत एवढा राक्षसी पक्षपात अन् अन्याय करून, पुन्हा पंडितजी दैवताच्या स्मारकाचे उद्‌घाटन करतात! यापेक्षा जगामधे अधिक काही ढोंग असू शकेल काय? संयुक्त महाराष्ट्राचे आंदोलन दडपून टाकण्यासाठी नरराक्षस मोरारजींनी जो गोळीबार केला, त्याला काय पंडित जवाहरलाल नेहरूंची संमती नव्हती, असे आम्ही समजायचे होय? छत्रपतींच्या १०५ लेकरांची हत्या करण्याचे पातक पर्यायाने नेहरूंच्याही हाताला लागलेले आहे, यात काय संशय? शिवरायांच्या लाडक्या महाराष्ट्राच्या पाठीत खंजीर खुपसायचा आणि त्याच हाताने छत्रपतींचा पुतळा उघडायला जायचे, याला फारच अलौकिक, नैतिक धैर्य अंगी असायला पाहिजे. पंडित नेहरूंनी महाराष्ट्रावर जो अक्षम्य अन्याय केला आहे, त्याचा जबाब यथाकाल त्यांना इतिहास देईलच. पण आज शिवछत्रपतींच्या पुतळ्याचे उद्‌घाटन करायला ते मोठ्या रुबाबाने महाराष्ट्रात येत असताना, त्यांना तीन कोटी मराठी जनतेच्या 'संयुक्त महराष्ट्रा'च्या मागणीची आठवणसुद्धा करून द्यायची नाही.

यापेक्षा अधिक भ्याडपणा दुसरा कोणता असू शकेल? या भ्याडपणाला महाराष्ट्राच्या भावी पिढ्या कधीही क्षमा करणार नाहीत!

समितीचा आदेश शिरसावंद्य करून महाराष्ट्रामधून हजारो लोकांची प्रतापगडाच्या रोखाने एकसारखी रीघ लागून राहिली आहे. समितीच्या निदर्शनाविरुद्ध काँग्रेसची सारी वृत्तपत्रे ठणाणा करून राहिली आहेत. वाटेल त्या खोट्यानाट्या नावाखाली वाचकांची बनावट पत्रे निर्माण करून, ही वृत्तपत्रे समितीवर बेशरमपणे चिखलफेक करीत आहेत. समाजात ज्यांना खेटराशेजारीदेखील कोणी माणूस बसविणार नाही, असली वेडीबिद्री अन् हेंद्रीफेंद्री माणसे रोजच्या रोज समितीविरुद्ध वेडीवाकडी पत्रके काढीत आहेत. काँग्रेसवाल्यांनी तर समितीविरुद्ध जातीयवादाचा धुरळा उडवण्याची पराकाष्ठा चालविली आहे. समिती ही गोट्या-पांगळ्यांची एकजूट आहे, आवळ्या भोपळ्याची मोट आहे नि अठरा धान्यांचे कडबोळे आहे; अशी आजपर्यंत समितीची निंदा करकरून मोठमोठे काँग्रेसवाले थकून गेले. त्यानंतर समिती ही कम्युनिस्टांच्या आहारी गेली, असा शंख करकरून काँग्रेसवाल्यांची मनगटे झिजली. समितीविरुद्ध आत्तापर्यंत एवढा जगड्व्याळ प्रचार करून, त्याचा काही उपयोग झाला नाही. प्रत्येक निवडणुकीमध्ये, मग ती नागपाड्याची पोटनिवडणूक असो वा महाराष्ट्राच्या कुठल्याही जिल्ह्याच्या बोर्डाची वा शहराच्या म्युनिसिपालिटीची निवडणूक असो; समितीने काँग्रेसला सपशेल पालथे पाडून तिचे अक्षरशः नाक कापले आहे. आज साऱ्या महाराष्ट्रामधून काँग्रेसची हकालपट्टी होत चालली आहे. प्रतापगडावरील समितीच्या निदर्शनाविरुद्ध काँग्रेसने आता जे जातीयवादाच्या खोडसाळ प्रचाराचे हत्यार उपसले आहे, ही मरताना अखेरची उचकी देण्यापूर्वीचीच काँग्रेसची शेवटची धडपड आहे. समिती ही डांगे, जोशी, नरवणे, अत्रे इत्यादी ब्राह्मणांची आहे, असा काँग्रेसमधल्या जातीयवादी लोकांनी एक अजब शोध लावलेला आहे. जणू काही समिती ही एकट्या ब्राह्मणाच्या बापांची वतनदारी आहे! हे या खादीवाल्या गाढवांना सांगितले कोणी? समितीच्या पुढारी मंडळींमध्ये काही नुसतेच ब्राह्मण नाहीत. तिच्यामध्ये क्रांतिसिंह नाना पाटील, भाई माधवराव बागल, भाई व्ही. एम. पाटील, भाई दत्ता देशमुख, श्री. उद्धवराव पाटील, श्री. एल. एम. पाटील यांच्यासारखे मराठी; प्रबोधनकार केशवराव ठाकरे, कॉ. बी. टी. रणदिवे यांच्यासारखे कायस्थ; श्री. वालचंद कोठारी, भाऊसाहेब राऊत, बापूराव जगताप, कॉ. पाटकर यांच्यासारखे ब्राह्मणेतर, साथी पीटर अल्वारिस, साथी पिंटो यांच्यासारखे ख्रिस्ती; कर्मवीर भाऊराव गायकवाडी, ॲ. आर. डी. भंडारे यांच्यासारखे नवबौद्ध; खासदार नौशेर भरूचासारखे पारशी नि अमरशेख अन् साथी हरून अन्सारीसारखे मुसलमान आहेत, हे न दिसायला काय या काँग्रेसवाल्यांचे डोळे फुटले आहेत? जातिभेद हे काँग्रेसवाल्यांचे

आता एकमेव भांडवल उरलेले आहे. संयुक्त महाराष्ट्राची निष्ठा ही समितीची एकच कसोटी आहे. जो संयुक्त महराष्ट्राशी एकनिष्ठ आहे, त्यालाच समितीमध्ये स्थान आहे. संयुक्त महाराष्ट्राशी हरामखोरी करणारे; सारे सूर्याजी पिसाळ, चंद्रराव मोरे अन् कलुशा कबजी; यांना आश्रय देणारा काँग्रेस हा एकच पांजरपोळ आत्ता शिल्लक उरला आहे. त्यांच्या सडलेल्या अन् कुजलेल्या डोळ्यांना समितीमधल्या पुढाऱ्यांच्या जातीखेरीज दुसरे काय दिसणार? अन् काँग्रेसमधल्या जातीयवादी मंडळींना 'ब्राह्मणा'चे एवढे वावडे वाटते, तर शिवछत्रपतींच्या पुतळ्याचे उद्घाटन करायला पंडित नेहरूंसारख्या काश्मीरच्या ब्राह्मणाला का बोलावले हो? का त्यांना काश्मीरचा ब्राह्मण तेवढा चालतो अन् महाराष्ट्रातला चालत नाही होय? हलकट लेकाचे!

चालू राजकारणाशी ज्यांचा सुतराम संबंध नाही, संयुक्त महाराष्ट्राच्या आंदोलनात ज्यांनी कसलाही भाग घेतला नाही किंबहुना महाराष्ट्रासाठी आजपर्यंत ज्यांनी कोणत्याही प्रकारचा त्याग केलेला नाही किंवा पुढेही करण्याची ज्यांना हिंमत नाही, केवळ स्वत:च्या फायद्यासाठी आज काँग्रेसच्या कच्छपी जे लागले आहेत; असे कित्येक स्वयंमन्य पुढारी आपापल्या कमरा आवळून समितीचा निषेध करायला अहमहमिकेने पुढे आलेले आहेत. पुण्याचे बाबूराव जेधे कोण? तर केशवराव जेधे यांचे थोरले बंधू! बाबूराव जेधे यांनी छत्तीस वर्षांपूर्वी ब्रिटिशांच्या राजवटीमध्ये त्यांच्या लष्करी आणि पोलिसी पहाऱ्याचा आश्रय घेऊन, त्या वेळच्या काँग्रेसच्या विरोधाला न जुमानता, पुण्यात शिवस्मारकांचा दगड बसवला! हा त्यांचा त्या वेळचा पराक्रम! प्रिन्स ऑफ वेल्ससारख्या साम्राज्याधिपतीच्या पुत्राच्या हस्ते शिवस्मारकाचा दगड बसवण्यात येऊ नये, एवढ्यासाठी त्या वेळी काँग्रेसने त्याला विरोध केला. त्याचा अर्थ शिवस्मारकाला 'पुण्यातल्या ब्राह्मणां'चा विरोध होता, असा बाबूराव जेध्यांनी केला आणि आता प्रतापगडावर जवाहरलाल नेहरूंच्या हस्ते जे शिवपुतळ्याचे उद्घाटन होणार आहे, त्याला 'समिती'चा जो विरोध आहे, तोही पण 'ब्राह्मणां'चाच विरोध आहे, अशी त्यावर आपली अक्कल चालवून दोन्ही घटनांचा संबंध जोडून दिला. अन् त्यातून निष्कर्ष काय काढला, तर शिवाजी महाराजांना ब्राह्मणांचा पहिल्यापासून विरोध होता. आणि या निष्कर्षाच्या आधारावर बाबूराव जेधे जे उठले, ते त्यांनी प्रत्यक्ष श्री शिवछत्रपतींचा कान पकडला अन् त्यांना ते शहाणपण सांगू लागले की, 'शिवाजी महाराज, तुम्ही आपल्या जातीच्या मराठ्यांना वगळून ब्राह्मणांना आपल्या अष्टप्रधान मंडळामध्ये घेतलेत, त्याची अद्दल तुम्हाला अद्याप घडते आहे.' दुर्दैव शिवाजी महाराजांचे की, त्या वेळी त्यांना राजकीय सल्ला देण्यास बाबूराव जेधे हयात नव्हते. ते असते, तर शिवरायांना आजपर्यंत बाधणारी ही अक्षम्य चूक त्यांच्या हातून

कधीच घडली नसती! बाबूराव जेध्यांचे इतिहासाचे आणि राजकारणाचे अगाध ज्ञान पाहून, आम्ही तर तोंडात बोटच घातले! पण बाबूराव जेध्यांच्या अडाणीपणाचे आम्हाला एवढे आश्चर्य वाटत नाही. पण शंकरराव मोऱ्यांनी आपले हिडीस अंत:करण उघडे करून जातीय द्वेषाचे भयानक कालकूट जाहीरपणे उधळावे, याचे आम्हाला नवल वाटते. पुण्यामधल्या जातीय द्वेषाच्या नागझरीमध्ये स्नान करून शंकररावांनी आपल्या सार्वजनिक आयुष्याला प्रारंभ केला. त्यानंतर कृतकर्माचा पश्चात्ताप होऊन त्यांनी काँग्रेसमध्ये (म्हणजे पूर्वीच्या) प्रवेश केला. पुढे काँग्रेस सोडून 'शेतकरी कामगार पक्षा'ची स्थापना केली. तेवढ्यात मार्क्सची अन् त्यांची गाठ पडली. तेव्हा मार्क्सचे बोट धरून त्यांनी 'शेतकरी कामगार पक्षा'ला कम्युनिस्ट पार्टीच्या उंबरठ्यापर्यंत फरपटत नेले. पण सरड्याची धाव जशी कुंपणापर्यंत, तशी शंकररावांची धाव केवळ पुस्तकी पोपटपंची करण्यापर्यंत! आपल्या डाव्या राजकारणाचे चौघडे वाजवीत वाजवीत ते दिल्लीच्या लोकसभेत शिरले. पण तिथे नेहरू दृष्टीस पडताच, त्यांनी आपले मार्क्सवादाचे शेपूट मागील दोन्ही तंगड्यांमध्ये खुपसले अन् नेहरूंच्या पायावर त्यांनी साष्टांग नमस्कार घातला. महाराष्ट्राचे आपण माओ-त्से-तुंग होणार अशा गर्जना करणारा हा 'शिवाजीनगरचा सिंह', शेवटी नेहरूंच्या वाटीतल्या दुधासाठी 'म्याँऊ-म्याँऊ' करणारे एक मरतुकडे मांजर ठरला! सार्वजनिक जीवनाचा एवढा अध:पात झाल्यानंतर महाराष्ट्राच्या या 'म्याँऊ'ने पुन्हा जातीयवादाच्या नागझरीमध्ये बुड्या मारायला तयार व्हावे, हे क्रमपाप्तच आहे. पुण्यामध्ये परवा भरलेल्या एका जाहीर सभेत शंकररावांनी जातीयवादाचे जे गरळ ओकले आहे, ते इतके हिडीस आहे की; हा इसम पूर्वी मार्क्सवादी होता, हे सांगून कोणास खरे वाटायचे नाही! शंकरराव म्हणाले, ''ब्राह्मण-ब्राह्मणेतर वाद आम्हाला काढायचा नव्हता. कारण तो आम्ही पूर्वीच गाडून टाकला. पण प्रतापगडावर निदर्शने करण्याचा निर्णय घेऊन समितीचे नेते तो वाद पुन्हा उकरू पाहत आहेत आणि आमचा उपहास करीत आहेत. पण तो वाद उकरून काढणाऱ्यांनी हे नीट ध्यानात ठेवावे की, गांधीवधापूर्वी आम्हाला उपहासाने हसणाऱ्यांचे दात गांधीवधानंतर हसायलादेखील शिल्लक राहिले नाहीत! समितीचे नेते यशाने धुंद होऊन प्रथम चव्हाण व मग नेहरू या क्रमाने त्यांचा ग्रास करण्याचा विचार करीत आहेत. आणि अशा रीतीने ते शिवाजीचाही ग्रास करतील. पण त्यांनी हे ध्यानात ठेवावे की, समिती नेत्यांनी आपला हट्ट सोडला नाही; तर प्रतापगडावर अफझलखानाच्या कबरीजवळच त्यांचीही सोय लागल्याशिवाय राहणार नाही.'' शंकरराव मोरे हा माणूस इतका पाजी, बेशरम आणि हलकट असेल अशी आम्हाला कल्पना नव्हती. ब्राह्मण-ब्राह्मणेतर वाद आपण पार गाडून टाकला; पण समितीने तो उकरून काढला,

असे शंकररावांनी म्हणायचे; म्हणजे सारा गाव बिघडून टाकल्याचा आरोप एखाद्या गरती बाईवर दाणेआळीमधल्या एखाद्या वेश्येने करावा तसे आहे. 'गांधीवधापूर्वी आम्हाला हसणाऱ्यांचे दातसुद्धा गांधीवधानंतर शिल्लक राहिले नाहीत!' हा शंकररावांचा कबुलीजबाब अत्यंत महत्त्वाचा आहे. गांधीवधानंतर दक्षिण महाराष्ट्रात जे खून अन् जाळपोळ झाली, त्याचे आपण एक प्रणेते होतो; हे शंकररावांनी स्वमुखाने एकदाचे कबूल केले हे उत्तम झाले. कारण त्यामुळे शंकररावांसारखी खुनी आणि आगलावी माणसे कशी काँग्रेसमध्ये भरली आहेत, ते लोकांना समजून तरी येईल. पण याच्याही पुढे जाऊन जेव्हा शंकरराव समितीच्या नेत्यांना धमक्या देतात की, 'जर तुम्ही प्रतापगडावरील निदर्शनांचा हट्ट ताबडतोब थांबवला नाहीत, तर अफझलखानाच्या कबरीजवळ तुमची व्यवस्था करू.' तेव्हा मात्र शंकररावांच्या पक्षपाताने बधिर झालेल्या आणि म्हातारपणामुळे चळलेल्या मेंदूत कसले राक्षसी विचार थैमान घालीत असले पाहिजेत, त्याची पूर्ण कल्पना येते. शंकररावांना आम्हाला एवढेच सांगायचे आहे की, तुमच्या गोवऱ्या आता सोनापुरावर गेल्या आहेत. कशाला या पोकळ वल्गना करता? अफझलखानाच्या कबरीजवळ तुम्ही आमची व्यवस्था करण्यापेक्षा, चंद्रराव मोऱ्यांच्या मुडद्याशेजारी तुम्हाला नेऊन झोपविणे, आम्हाला अधिक सोपे आहे. सारांश, जेथे- मोऱ्यासारखे खत्रुड जातीयवादी आणि चव्हाण- मालोजीसारखे मुर्दाड महाराष्ट्रद्रोही, हे जुन्यापुराण्या राजा-महाराजांच्या बाजारबुणग्यात नि बंदूकधारी पोलिसांच्या पहाऱ्यात पंडित नेहरूंची हंडी मारून मुटकून प्रतापगडावर चढवणार, असा रंग दिसतो आहे! महाराष्ट्राबाबत आत्तापर्यंत काहीही पक्षपात अन् अन्याय पंडितजींनी केला असला, तरी झालेल्या दोषांचे परिमार्जन करण्याची अजूनही संधी गेलेली नाही, हे पंडितजींनी ध्यानी धरावे आणि छत्रपतींच्या पुतळ्याचे उद्‌घाटन करताना आपल्या आजूबाजूला उभ्या असलेल्या महाराष्ट्रद्रोही भुंग्यांकडे दुर्लक्ष करून 'संयुक्त महाराष्ट्रा'ची घोषणा करावी अन् तीन कोटी मराठी जनतेचे धन्यवाद मिळवावेत. पंडितजींच्या मुत्सद्देगिरीला महाराष्ट्राने दिलेले हे सर्वांत मोठे आव्हान आहे. पंडितजींच्या जीवनामधील हा सर्वांत मोठा कसोटीचा क्षण आहे. या कसोटीला पंडितजी आज उतरणार आहेत किंवा नाही, इकडे सारा महाराष्ट्र डोळ्यांत प्राण आणून बघत राहील.

नोव्हेंबरच्या सत्तावीस तारखेपासून दूरदूरच्या भागामधले निदर्शक येण्याला सुरुवात झाली. त्या दिवशी दुपारी आम्ही नांदेडला होतो. तेव्हा मराठवाड्यामधले अनेक निदर्शक आमच्या गाडीमधून येत असलेले, आम्हाला प्रत्यक्ष पाहायला सापडले. मराठवाड्यामध्ये प्रतापगडावरील निदर्शनाबाबत जनतेमध्ये प्रचंड उत्साह निर्माण झाला होता. औरंगाबाद अन् नांदेडमधील प्रचंड जाहीर सभेत मी 'चलो

प्रतापगड'ची हाक दिली होती. आणि त्या हाकेला श्रोत्यांनी गगनभेदी गर्जना करून साथ दिली होती. असे असता 'प्रतापगडा'चे नाव आम्ही उच्चारताच श्रोत्यांनी 'शेम शेम' आरोळ्या ठोकल्या अन् म्हणून मला माझे व्याख्यान घाईघाईने गुंडाळावे लागले, अशा तऱ्हेच्या धादांत खोट्या बातम्या पुण्या-मुंबईच्या काँग्रेसवाल्या इंग्रजी-मराठी पत्रांनी छापल्या होत्या. अठ्ठावीस तारखेला मुंबई विधानसभेचे हिवाळी अधिवेशन समाप्त झाले. त्याला हजर राहून आम्ही त्याच रात्री मुंबईहून निघालो. आमच्याबरोबर महापौर आचार्य दोंदे, खासदार नाथ पै, लालजी पेंडसे, कॉर्पोरेटर गुलाबराव गणाचार्य, कॉ. कृष्णा देसाई, डॉ. मोरे, माजी आमदार जी. डी. साने आणि इतर मित्रमंडळी होती.

दुसऱ्या दिवशी दुपारी आम्ही वाईला जाऊन पोहोचलो. या वेळी सबंध वाई क्षेत्राला आषाढी यात्रेच्या दिवशीचे पंढरपूरचे स्वरूप प्राप्त झाले होते. वाईच्या अगदी प्रवेशमार्गापासून ते तहत पसरणीच्या घाटाला जेथपासून सुरुवात होते, तेथपर्यंत तीन मैलांच्या मार्गावर समितीचे यात्रेकरू मोठमोठ्या समूहाने चालले होते. वाईपर्यंत येतानाही आम्हाला समितीचे अनेक निदर्शक सायकलींवरून आणि मोटारींतून येताना दिसले. मात्र काँग्रेसवाले कोठे औषधापुरतेही आढळले नाहीत. आदल्या दिवशी प्रतापगडावर निघालेला समितीचा मोर्चा पसरणीच्या घाटाच्या तोंडाशी अडवलेला होता. त्यामुळे समितीच्या निदर्शकांमध्ये प्रचंड खळबळ माजली होती आणि त्याचसंबंधी सर्वत्र चर्चा चालू होती. रस्त्याच्या दुतर्फा समितीचे निदर्शक आपले बाडबिस्तारे पसरून पडले होते. सर्वत्र 'मुंबई-बेळगावसह संयुक्त महाराष्ट्र झालाच पाहिजे!' अशा गर्जना उठत होत्या. त्यामुळे साऱ्या वातावरणात विलक्षण चैतन्य निर्माण झाले होते. नवीन नवीन निदर्शक आले म्हणजे पुन्हा संयुक्त महाराष्ट्राच्या गर्जना जोराने हवेमध्ये निनादत असत. अन् त्यामुळे सर्वांच्या अंगावर हर्षाचे रोमांच उठत.

आम्ही जसे पुढे जाऊ लागलो, तसा निदर्शकांच्या संख्येचा अदमास येऊ लागला. जेथे मोर्चा थांबवला होता, त्याच्या डाव्या बाजूला एक विस्तीर्ण मैदान आणि त्याच्या एका बाजूला एक शेत होते. त्यात जोंधळ्याची उंच नि हिरवीगार ताटे मोठ्या दिमाखाने डोलत होती. या मैदानात निदर्शकांचा मोठा तळ पडला होता. एखाद्या लष्करी छावणीचे स्वरूपच त्याला आले होते म्हणानात. सर्व निदर्शकांनी आपल्या दंडावर 'समिती स्वयंसेवका'च्या लाल पट्ट्या लावल्या होत्या. त्यामुळे छावणीच्या लष्करी स्वरूपात एक प्रकारची रंगीत सुसंगती निर्माण झाली होती. समितीचे बहुतेक सर्व पुढारी आणि प्रसिद्ध कार्यकर्ते आधीच येऊन दाखल झाले होते. बेळगाव, मिरज, सांगली भागांमधून अनेक कार्यकर्ते आणि निदर्शक सायकलींवरून आले होते.

मुंबईचे शेकडो स्वयंसेवक वाठार स्टेशनपासून वीस वीस मैल चालत आलेले होते. एस.टी.च्या गाड्यांमधून सर्वांची सोय होण्यासारखी नव्हती, बहुतेक मोटारी, लॉरी आणि ट्रक्स हे काँग्रेसवाल्यांनी गुंतवून ठेवल्यामुळे समितीच्या निदर्शकांना वाहतुकीची फारच गैरसोय झाली. पण या सर्व अडचणी त्यांच्या खिजगणतीतही नव्हत्या. गाडी मिळो न मिळो, जेवणाखाणाची सोय होवो न होवो, कशाचीही पर्वा न करता संयुक्त महाराष्ट्राच्या प्रेमाने बेहोष होऊन 'चलो प्रतापगड' अशा गर्जना करीत, समितीचे हजारो सैनिक वाईच्या रणक्षेत्रावर येऊन पोहोचले होते. स्त्रियांचीही संख्या काही कमी नव्हती. त्यात म्हाताऱ्या होत्या, लहान लहान मुली होत्या. अन् आयांच्या कडेवर बसणारी अर्भकेही होती. वर्सोव्याच्या कोळ्याच्या बायकांचे एक पथक आपल्या वैशिष्ट्यपूर्ण वस्त्रभूषेत आले होते. बहुसंख्य निदर्शक हे खेडेगावातले शेतकरी वर्गातले होते. मुंबईमधले शेकडो कामगारही मोठ्या हौसेने आले होते.

वाटेत माधवराव बागल भेटले. पुढे जातो तो क्रांतिसिंह नाना पाटील अन् कर्मवीर दादासाहेब गायकवाड मिळाले. आम्ही उभे राहून बोलू लागलो, तोच आमच्याभोवती गर्दी जमू लागली. म्हणून आम्ही रस्त्यावरून मैदानात उतरलो. त्याबरोबर लोकांचे थवेच्या थवे आमच्या मागून आले. मैदानाच्या मध्यभागी आम्ही थबकलो, तोच सारेजण मांड्या घालून जमिनीवर बसले. आमच्यामागे ध्वनिक्षेपकाची मोटार उभी होती म्हणून बरे झाले. कोणीतरी ध्वनिक्षेपक आणून आमच्यापुढे ठेवला. आणि कोणाच्या ध्यानीमनी नसताना, त्या ठिकाणी सभेचे व्यासपीठ अचानक निर्माण झाले. मी उठून भाई माधवराव बागलांना सभेचे अध्यक्षस्थान स्वीकारावे अशी विनंती केली. सभेची सूत्रे त्यांनी हाती घेतली नि व्याख्यानाच्या कार्यक्रमाला प्रारंभ झाला. बोल बोल म्हणता श्रोत्यांची संख्या वाढत गेली अन् त्याला शहरामधल्या एखाद्या प्रचंड सभेचे स्वरूप प्राप्त झाले.

स्वयंस्फूर्तीने भरलेली ही सभा चांगली चार वाजल्यापासून रात्री नऊ वाजेपर्यंत चालली होती. कोणाला कुठेच जायचे नव्हते. त्यामुळे वक्तेही भरपूर बोलले अन् श्रोत्यांनी मनसोक्त श्रवणसुख अनुभवले. भाई डांगे म्हणाले, "पाच वर्षांनंतर फिरून निवडणुका होतील, तोपर्यंत वाट बघायला आम्हाला वेळ नाही. काही महिन्यांनी हे राज्यतंत्र कसे उखडून टाकता येईल, त्याचा आम्ही विचार करू. महाद्विभाषिक ही काळ्या दगडावरची रेघ आहे, असे म्हणणाऱ्या पंडित नेहरूंच्या तोंडूनच संयुक्त महाराष्ट्राची घोषणा करायला आम्ही लावू!" एस. एम. म्हणाले, "महाराष्ट्राची जनता द्विभाषिक राज्य कधीही मान्य करणार नाही. मराठी भाषिकांचे राज्य निर्माण करणे, हे आमचे ध्येय आहे. हे ध्येय साध्य होईपर्यंत आम्ही एकसारखे झगडत राहणार!"

याच वेळी कर्मवीर दादासाहेब गायकवाड, क्रांतिसिंह नाना पाटील यांचीही

भाषणे झाली. मी माझ्या भाषणात तुळशीदास जाधव आणि शंकरराव मोरे यांचा खरपूस समाचार घेतला. मी म्हणालो, ''तुळशीदास जाधवांनी 'अत्रे अद्याप जिवंत कसा?' असे एका सभेत उद्‌गार काढल्याचे आम्ही वृत्तपत्रात वाचले. आम्ही तुळशीदासांना आव्हान करतो की, तुमची हिंमत असेल तर आमच्यासमोर या. मात्र येताना घरादारावर 'तुळशीपत्र' ठेवून या. कारण पुन्हा तुम्हाला परत जायचा योग येणार नाही. शंकरराव मोरे यांनी अफझलखानाच्या थडग्याशेजारी तुमची थडगी बांधू, अशी आम्हाला धमकी दिली आहे. शंकररावांच्या बेचाळीस पिढ्या खाली उतरल्या पाहिजेत. त्यांच्या स्वत:च्या गोवऱ्या गेल्या आहेत लकडी पुलावर. पक्षाघाताने निम्मे शरीर गेले आहे आखडून. अशा परिस्थितीत स्वत:च्या थडग्याचा विचार करायचा सोडून, हे गृहस्थ आमच्या थडग्याचा विचार कशाला करताहेत?'' सभेच्या शेवटी अमर शेख यांच्या मर्दानी काव्यगायनाचा स्फूर्तिदायक कार्यक्रम झाला आणि सभा उठली.

आम्ही आमच्याबरोबर खाण्याचे काहीच आणले नव्हते. गावामध्ये गेलो तो कोणत्याही हॉटेलात काहीच शिल्लक नव्हते. सातारा तेथून एकवीस मैल लांब होते. पाऊण तासामध्ये आम्ही साताऱ्याला पोहोचलो. वाटेत काँग्रेसचे ट्रक माणसे भरभरून प्रतापगडाकडे जात असलेले आम्हाला दिसले. हे काम अगदी शिस्तीने आणि शांतपणे चाललेले होते. कुठे गडबड नव्हती की आरडाओरड नव्हती. सातारा एस. टी. स्टॅन्डवर काँग्रेसच्या पाचपन्नास उघड्या मोटारी उभ्या होत्या. आणि त्यात माणसे भरण्याचे काम एकसारखे चालू होते. आम्ही अंधारात बसून तो सर्व देखावा अगदी बारकाईने पाहिला. निवडणुकीच्या वेळी मतदारांना पकडून मतदानकेंद्रावर जसे पाठविण्यात येते, तसाच तो सर्व प्रकार होता. आमच्याबरोबर काही मंडळींनी इकडून तिकडून फिरून अन् मंडळींशी कानगोष्टी करून बरीचशी माहिती मिळवली. काँग्रेसच्या ट्रकमध्ये बसून प्रतापगडावर जाणाऱ्या प्रत्येक माणसाला दोन ते तीन रुपये देण्यात येत होते. हे काम इतके गुप्तपणे आणि शिस्तीने चालले होते की, त्याचा पत्ता या कानाचा त्या कानाला लागत नव्हता.

सातारा येथे थोडेसे खाऊन आम्ही ताबडतोब वाईला परतलो. मैदानात सारी माणसे बसल्या जागीच कलंडली होती. वद्य पक्ष असल्याने अंधारच होता. मैदानात ठिकठिकाणी होळ्या धुमसत होत्या. डाव्या बाजूला महाबळेश्वराची प्रचंड आकृती अस्पष्टपणे दिसत होती. संयुक्त महाराष्ट्राच्या प्रेमाने हजारो स्त्री-पुरुष तहानभूक विसरून, थंडीवाऱ्याची पर्वा न करता; खडबडीत जमिनीवर आणि गवतावर स्वस्थपणे पहुडले होते. संयुक्त महाराष्ट्रासाठी वाटेल त्या अग्निदिव्यामधून जाण्याची त्यांची तयारी होती. महाराष्ट्रावरील त्यांचे प्रेम आणि त्यांची निष्ठा बघून फत्तराच्या डोळ्यांतसुद्धा अश्रू आले असते; पण काँग्रेसच्या राज्यकर्त्यांना त्याची काय पर्वा?

जनतेच्या भावनेकडे डोळेझाक करणारे असे क्रूर आणि अमानुष लोक जगाच्या पाठीवर कोठेतरी असतील का, असा विचार करीत करीत मी माझ्या मोटारीमध्ये बसल्या बसल्या तसाच झोपी गेलो.

पंडित नेहरू पुण्याला केव्हा येतील अन् वाईला केव्हा येऊन पोहोचतील, याची कोणालाही कल्पना नव्हती. पण पोलीस अधिकाऱ्यांच्या हालचाली जेव्हा झपाट्याने सुरू झाल्या, तेव्हा त्यावरून नेहरूंच्या आगमनाची कल्पना करणे सुलभ झाले. ज्या ठिकाणी समितीच्या निदर्शकांचा मोर्चा अडविण्यात आला होता, तेथून पुढे सर्वत्र लोखंडी शिरस्त्राणे धारण केलेले लष्करी सैनिक बंदुकांसह मैदानात अंतराअंतरावर पसरून उभे राहिलेले होते. समितीचे नि:शस्त्र निदर्शक म्हणजे जणू काही एखाद्या बलाढ्या राष्ट्राचे आक्रमक सैन्यच, अशा आविर्भावाने त्यांना तोंड देण्याची काँग्रेस राज्यकर्त्यांनी तयारी केली होती. सखल भागाच्या खड्ड्यातही बंदूकधारी शिपाई दडवून बसवण्यात आलेले पाहून, आमची खूपच करमणूक झाली.

दोन-अडीच तास तरी सारे निदर्शक आपापल्या जागेवर उन्हात तसेच उभे होते. किती वेळ झाला याची कोणाला शुद्धच नव्हती. चोवीस तास जवळजवळ सारे निदर्शक रस्त्यावर बसून होते. कोणाच्या पोटात काय गेले, कोणाला किती झोप लागली; याचे स्मरणही कोणाला नव्हते. बायकांची तर कमाल झाली. त्या तशा उन्हामध्ये गोरीमोरी तोंडे करून बसल्या होत्या. मध्यंतरी थोडीशी गडबड झाली. दोन खादीधारी पोलीस निदर्शकांमध्ये शिरून त्यांना पंडित नेहरूंवर दगड मारण्याची चिथावणी देऊ लागले. समितीचे निदर्शक असल्या कोल्हेकारवायांना थोडेच बळी पडणार होते? त्यांनी या आगलाव्या पोलिसांच्या मानगुटी पकडून, त्यांना ताबडतोब पोलीस अधिकाऱ्यांच्या ताब्यात दिले.

समितीच्या फोटोग्राफरांनी त्यांचे फोटोदेखील काढले. अकराच्या सुमारास पुन्हा एक खळबळ उडाली. रस्त्याच्या उजव्या बाजूला लाठीमारी पोलिसांना आणून उभे करण्यात आले होते. त्याबद्दल कोणाची काही हरकत नव्हती. पण डाव्या बाजूला निदर्शकांसमोर जेव्हा पोलिसांना आणून उभे करण्यात आले, तेव्हा मात्र निदर्शक संतापले. निदर्शकांना पोलिसांच्या मागे दडवण्याचा प्रयत्न होता. त्याला निदर्शकांनी हरकत घेतली. त्यामुळे दोन-तीन तास जी शिस्त आणि व्यवस्था निर्माण झाली होती, ती एकदम बिघडून सर्वत्र बेदिली फैलावत आहे की काय; अशी भीती उत्पन्न झाली. पण तेवढ्यात एस.एम.नी प्रसंगावधान दाखवून निदर्शकांना शांत केले. आणि पोलिसांशी संपूर्ण सहकार्य करण्याची त्यांना विनंती केली. त्याचा योग्य तो परिणाम होऊन पुन्हा सर्वत्र स्थिरस्थावर झाले.

समितीचे काही पुढारी निदर्शकांच्या आघाडीवर उभे होते. तर पुष्कळसे खासदार

अन् आमदार निदर्शकांच्या रांगा जेथे संपत होत्या, तेथे समुदायाने उभे होते. प्रतापगडावर जाणाऱ्या काँग्रेसवाल्यांच्या अनेक मोटारी निदर्शकांच्या अंगावरून जात होत्या. त्या जाऊ लागल्या म्हणजे निदर्शक 'संयुक्त महाराष्ट्रा'च्या प्रचंड गर्जना करीत. त्यामुळे निदर्शकांकडे बघण्याची मोटारीमधल्या काँग्रेसवाल्यांना मुळी हिंमतच होत नसे. संयुक्त महाराष्ट्रासाठी हजारो माणसे तळमळत उन्हामध्ये उभी असताना, कित्येक मराठी रक्ताची माणसे महाराष्ट्राशी बेइमान होऊन नेहरूंचे लांगूलचालन करण्यासाठी प्रतापगडावर पळत होती, हे दृश्य पाहून आम्हाला किळस आली. एस.एम. म्हणाले, "या महाराष्ट्रात इतकी लाचार माणसे असतील अशी कल्पना नव्हती!" अधून मधून एकदम हूल उठे की, 'नेहरू आले!' त्याबरोबर सारे निदर्शक एकदम सारी शक्ती एकवटून 'संयुक्त महाराष्ट्रा'च्या गर्जना देऊ लागत! मग थोड्या वेळाने समजून येई की, नेहरूंना यायला अद्याप अवकाश आहे; असे पाच-सहा वेळा तरी झाले.

अखेर बाराच्या सुमारास वाईच्या भागाकडून 'संयुक्त महाराष्ट्रा'च्या गर्जना उठू लागल्या, तेव्हा खात्री झाली की, पंडित नेहरू आले. त्याबरोबर हजारो निदर्शकांच्या कंठांमधून 'मुंबई-बेळगावसह संयुक्त महाराष्ट्र झालाच पाहिजे!' असा विराट गदारोळ उठला नि झाडाझुडपांच्या अंगावरही रोमांच उठले. महाबळेश्वरचा डोंगरही क्षणभर हादरला. मोटारींचा लांबलचक काफिला मध्यम वेगाने आमच्या अंगावरून जाऊ लागला. राष्ट्रध्वज असलेली लांबलचक मोटर पंडितजींची असली पाहिजे, असे आम्ही ओळखले. त्याबरोबर गर्जनांना आणखीनच जोर चढला. पंडितजींच्या डाव्या बाजूला यशवंतराव चव्हाण बसले होते. नेहरूंचा चेहरा इतका पडलेला आणि उदास झालेला, आम्ही कधीच पाहिला नाही. त्यांनी हात पुढच्या सीटवर ठेवले होते. आणि मान अवनत केलेली होती. मोटारीची तावदाने बंद होती. गाडी निघून गेली. त्यांच्यामागून येणाऱ्या एका लांबलचक स्टेशन वॅगनमध्ये महाराष्ट्राचा विश्वासघात करणारे काका गाडगीळ, देवकीनंदन, मामा देवगिरीकर इत्यादी मराठी काँग्रेसवाले बसलेले होते. आपल्या तोंडाचे दंतहीन बोळके विचकून काकांनी कोडगेपणाने निदर्शकांकडे पाहिले. देवकीनंदनाचे नकटे बटबटीत नाकही तितक्याच निर्लज्ज दिमाखाने झळकत होते.

नेहरूंचा सर्व काफिला निघून जायला पाच मिनिटेदेखील लागली नसतील. पसरणीच्या घाटाचा रस्ता चढू लागले, तरी निदर्शकांच्या घोषणा थांबल्या नाहीत. त्यांच्या सर्व मोटारी दृष्टिपथातून नाहीशा होईपर्यंत निदर्शकांच्या आवेशाचा पारा एवढा चढला होता की, त्यापैकी कित्येकांना भान न राहून 'चलो प्रतापगड' अशा आरोळ्या मारीत, लष्करी सैनिकांची रांग तोडून जाण्याचा ते प्रयत्न करू लागले. पण समितीच्या पुढाऱ्यांनी त्यांना अडकवून मागे परत आणले.

कोणताही अनिष्ट प्रकार न होता सारे निदर्शन अत्यंत शिस्तीने आणि शांततेने पार पडले, याबद्दल सर्वांना हर्ष झाला. पंडित नेहरूंच्या सुरक्षिततेला बाधा येईल, असे गैरवर्तन चुकून कोणाच्याही हातून घडले नाही. नेहरूंची अप्रतिष्ठा होईल, असे अक्षरसुद्धा कोणाच्या तोंडून निघाले नाही. 'आम्हाला संयुक्त महाराष्ट्र पाहिजे' एवढी एकच गोष्ट नेहरूंना त्यांच्या तोंडावर बजावून सांगायची, हा जो समितीच्या निदर्शनाचा मुख्य हेतू होता; तो शंभर टक्के यशस्वी झाला. लष्कराच्या नि पोलिसांच्या मदतीने समितीच्या हजारो निदर्शकांना वाईच्या घाटात अडवून ठेवण्यात आले, हा समितीच्या निदर्शनांचा सर्वांत मोठा जय होता.

निदर्शनांचा कार्यक्रम पूर्ण होताच, हजारो निदर्शक मैदानात धावले आणि पंधरा मिनिटांच्या आत एका विराट सभेत त्याचे रूपांतर झाले. काँग्रेसच्या वृत्तपत्रांनी समितीच्या निदर्शकांची संख्या पंधरा हजार होती असे छापले आहे. समितीची बॅजेसच मुळी पंचवीस हजार खपली होती. त्या मैदानातील विराट सभा ज्यांनी पाहिली असेल, त्याला निदर्शकांची संख्या पन्नास हजारांपेक्षा मुळीच कमी नव्हती, याची खात्री पटली असेल.

या विराट सभेत एस.एम. म्हणाले, ''आजचे ऐतिहासिक कार्य अत्यंत शांततेने आणि संयमाने आपण पार पाडलेले आहे. काँग्रेसने आपल्याविरुद्ध जातीयवाद पेरण्याचा खूप प्रयत्न केला. पण तो निष्फळ ठरला. काँग्रेसच्या कोणत्याही धमक्यांना आम्ही घाबरत नाही आणि मरणाला आम्ही भीत नाही, ही गोष्ट आज आपण सिद्ध केली. शिवछत्रपतींचे दर्शन जरी आपल्याला झाले नसले, तरी त्यांचा संदेश आज आपण आचरणात आणलेला आहे. छत्रपतींच्या साक्षीने आपण संयुक्त महाराष्ट्र निर्माण करण्यासाठी, आज प्रतिज्ञाबद्ध झालेले आहोत.''

भाई डांगे म्हणाले, ''समितीचा आणि महागुजरात परिषदेचा करारनामा लवकरच होईल. तो लोकसभेत आपण सादर करू. तो पंडित नेहरूंनी मानला नाही, तर आपला लढ्याचा मार्ग मोकळा राहील.'' माधवराव बागलांनी शिवरायांच्या पवित्र नावाचा गगनभेदी जयजयकार केला. नाना पाटील म्हणाले, ''आता महाराष्ट्रात फक्त दोनच जाती एक समितीची जात अन् दुसरी द्विभाषिकवाद्यांची!''

मी म्हणालो, ''दोन दोन रुपये रोजावर नेलेल्या भाडोत्री लोकांपुढे शिवछत्रपतींच्या पुतळ्याचे उद्घाटन करायचे यापेक्षा छत्रपतींचा अधिक अपमान तो कोणता? आज या कामी काँग्रेसने कमीत कमी तीस लाख रुपये तरी खर्च केले असतील. तेवढ्या खर्चात दिल्लीला शिवाजी महाराजांचे केवढे तरी प्रचंड स्मारक करता आले असते! साऱ्या जगात विजयी वीराप्रमाणे वावरणाऱ्या पंडित नेहरूंना, पोलिसांच्या पहाऱ्यात एखाद्या कैद्याप्रमाणे मान खाली घालून आपणासमोर जावे लागते आहे, यापेक्षा त्यांची अधिक मानहानी काय होऊ शकणार? या आपत्तीला सर्वस्वी ते जबाबदार

आहेत. त्यांनी आपल्याला संयुक्त महाराष्ट्र दिला असता, तर त्यांच्यावर असा प्रसंग कशाला ओढवला असता?''

या निदर्शनात भाग घेण्याचे ज्याला भाग्य लाभले, त्याला आपण आपल्या आयुष्यामधल्या त्या एका अविस्मरणीय; पण अप्रिय अनुभवामधून गेल्याचा आत्मप्रत्यय झाल्यावाचून राहिला नाही. त्यानंतर थोड्या वेळाने मैदानात जमलेला तो विराट जनसमुदाय अत्यंत हर्षभरित अंत:करणाने माघारी वळला. मी वाटेत कृष्णा नदीच्या पवित्र आणि शीतल जलाशयात स्नान करून कृतकृत्यतेच्या भावनेने पुण्याकडे परतलो.

पण त्याच वेळी शिवस्मारक समारंभाच्या नावाखाली काँग्रेसने तिकडे प्रतापगडावर द्विभाषिकाचा जो उरूस भरवला होता, त्याचे काय झाले त्याचे वर्णन दिल्याखेरीज हे प्रकरण पूर्ण होऊ शकत नाही. प्रतापगडावर श्री छत्रपती शिवाजी महाराजांच्या पुतळ्याचे अनावरणप्रसंगी घडलेल्या घटनेचे, जसेच्या तसे वृत्त मिळवणे अतिशय आवश्यक होते. आम्ही कोणीच प्रतापगडावर पोचणे शक्य नव्हते. परंतु महाराष्ट्रातील तमाम जनतेस प्रतापगडावर काय घडले असावे, हे समजणे जरूर होते. म्हणून 'नवयुग'चा खास प्रतिनिधी पाठवून मी त्या वेळी सर्व वृत्त 'नवयुग'मध्ये छापले होते.

'संयुक्त महाराष्ट्र समिती'चा सिंह प्रतापगडापासून तीस मैल दूर वाईच्या रस्त्यात रोखून धरण्यात आल्यामुळे, प्रतापगडावर त्या दिवशी काँग्रेसचे कोल्हे निर्धास्तपणे उड्या मारीत होते. काका उड्या मारीत होते. मामा उड्या मारीत होते. तर्कतीर्थ लक्ष्मणशास्त्री आणि तर्कशून्य तुळशीदास जाधव उड्या मारीत होते. श्री. मालोजीराव नाईक-निंबाळकर तर या दगडावरून त्या दगडावर नुसती फुगडी घालीत होते. प्रतापगडाच्या दगडावर या द्विभाषिकाच्या दगडांनी अक्षरश: धुमाकूळ मांडला होता. रावसाहेब पटवर्धन यांना शनिवारचा उपवास असल्या कारणाने ते देवीच्या देवळात शेंगदाणे खात बसले होते. एकंदरीत त्या दिवशी सारी मंडळी मोठ्या खुशीत होती.

समितीच्या हजारो सैनिकांना कित्येक मैल अंतरावर पसरणीच्या घाटात पोलिसांनी अडवून धरल्यामुळे, आता प्रतापगडावर सूर्याजी पिसाळांचे आणि चंद्रराव मोऱ्यांचे राज्य चालले होते. कसली धास्ती नव्हती, चिंता नव्हती. सगळीकडे आनंदी आनंद होता. पण या सर्व संतुष्ट मंडळींमध्ये एकच व्यक्ती खिन्न आणि मलूल दिसली. ती व्यक्ती म्हणजे पंडित नेहरू! त्यांचा चेहरा कष्टी आणि उदास दिसत होता. त्यांच्या सुकुमार वदनमंडळावर विषण्णतेची छाया पसरली होती. त्यांच्या हालचालींत नेहमीचा उमदेपणा, उत्साह नि चैतन्य नव्हते. कसल्यातरी अंतस्थ टोचणीने त्यांचे मन बेजार झाले असावे, हे स्पष्ट दिसत होते. प्रतापगडावरील साऱ्या सोहळ्यात

भाग घेताना त्यांनी सर्व औपचारिक विधी यथासांग उरकले खरे; पण त्यात जिवंतपणा नव्हता. शिवाजीचा पुतळा उघडण्यासाठी आलेले हे भारताचे सर्वश्रेष्ठ महापुरुष, स्वत: एखाद्या निर्जीव पुतळ्याप्रमाणे वावरत होते.

'न कर्त्याचा वार शनिवार' हा मुहूर्त साधून महाराष्ट्रातील न कर्त्या काँग्रेसवाल्यांनी शनिवारी काही तरी 'कार्य' करण्याचे ठरविले. महाराष्ट्राचे वाटोळे करणे हेच ज्यांचे एकमेव कार्य, त्यांच्या हातून दुसरेतिसरे आणखी काय होणार? श्री शिवस्मारकाच्या नावाखाली महाराष्ट्रातल्या या पडेल आणि बदनाम काँग्रेसवाल्यांनी, प्रतापगडावर द्विभाषिकवादी उरूस भरविला. नाव छत्रपतींचे आणि जत्रा द्विभाषिकांची. ही जत्रा 'यशस्वी' करण्यासाठी लक्षावधी रुपयांचा चुराडा करण्यात आला.

मोटारी, ट्रक्स, बैलगाड्या भरभरून माणसांची पार्सले आणण्यात आली होती. आसपासच्या गावांतील बेकारांना, भिकाऱ्यांना आणि अज्ञ खेडुतांना वेठीस धरण्यात आले होते. फुकट जेवण, मोफत चहापाणी यांचा बंदोबस्त केला गेला. शाळांना सुट्टी देऊन मुलांची आणि मास्तरांची 'रिक्रूट-भरती' करण्यात आली. तमाशाचा फड आणून आणि कोल्हाटणी नाचवून, गर्दी खेचण्यासाठी गोड आकर्षण निर्माण करण्यात आले. एवढा सगळा खटाटोप केल्यावर आणि पैशाची धूळधाण उडविल्यावर, पन्नास हजारांची गर्दी जमली तर नवल काय? शिवाय, गर्दीत भर घालण्यासाठी साध्या वेषांतील शेकडो पोलीस पांढऱ्या टोप्या घालून हजर होतेच.

पंडित नेहरूंची मोटार जाण्याच्या रस्त्यावर ठिकठिकाणी केलेला देखावा काय वर्णावा! पुण्यापासून थेट प्रतापगडाच्या पायथ्यापर्यंत, सत्तर मैलांच्या विस्तीर्ण पट्ट्यात ठिकठिकाणी रंगीबेरंगी कमानी आणि तोरणे यांची आरास केली होती. कित्येक कमानींवर पंडित नेहरूंच्या तसबिरी आणि काँग्रेसचे झेंडे लटकावले होते. या कमानी मनुष्यवस्तीच्या ठिकाणीच नव्हे, तर निर्जन अशा डोंगरभागातही उभारल्या होत्या. पाचगणीच्या घाटावर आणि महाबळेश्वराच्या डोंगरावर तर कमानींची संख्या वाढतच गेली होती. प्रत्येक कमानीजवळ दोनचार गुप्त पोलीस पहारा करीत होते. काही कमानींवर कावळे आणि खाली पोलीस, असा तो देखावा प्रेक्षणीय दिसला होता. महाबळेश्वरापासून पुढे प्रतापगडाच्या पायथ्यापर्यंत आठ-दहा पावलांच्या अंतरागणीक कमानीच कमानी थाटल्या होत्या. या असंख्य कमानींसाठी किती हजार बांबू खर्ची पडले, याची गणतीच नव्हती. एकदा प्रतापगडाच्या वाटेवर जिकडेतिकडे बांबूच बांबू आणि पोलीसच पोलीस आढळून आले!

वास्तविक, प्रतापगडावरील समारंभात शिवाजी महाराजांचाच जयजयकार व्हायला पाहिजे होता. श्री शिवरायांच्या गौरवासाठी जर हा समारंभ होता, तर शिवरायांचाच जयघोष प्रामुख्याने व्हायला हवा होता. पण गडावर जिकडेतिकडे पंडित नेहरूंचाच जयजयकार झाला. 'पंडित नेहरू की जय' अशाच घोषणा दिल्या

गेल्या. मधूनमधून 'द्विभाषिकाचा विजय असो!' अशाही घोषणा ऐकू येत. चुकूनमाकून शिवाजीचा जयजयकार होई. पण नेहरूंच्या जयजयकारापुढे 'शिवाजीचा जयजयकार' फिक्काच पडे. नेहरू हे महापुरुष नि त्यातून भारताचे पंतप्रधान असल्याने, त्यांचा जयजयकार स्वागतधर्माला धरून होणे उचित होते. पण समारंभ शिवगौरवाचा होता याकडे पूर्ण दुर्लक्ष करून, केवळ नेहरूंच्याच नावाने आरोळ्या ठोकणे आणि शिवाजींची उपेक्षा करणे, हे कसले लक्षण? ही केवळ स्वाभिमानशून्यता नव्हती काय?

नेहरूंची खुशामत करणे, त्यांच्यापुढे गर्दीचा देखावा उभारून द्विभाषिक यशस्वी झाल्याचा आभास निर्माण करणे; हाच या लोचट मंडळींचा कावा होता! शिवाजीचा पुतळा हे आपले एक निमित्त होते! म्हणूनच ऐन वेळी त्यांचे खरे स्वरूप उघडे झाले. खुद्द पंडित नेहरूंनाही आपल्या जयजयकाराच्या या फाजील घोषणा आवडल्या नव्हत्या. घोषणा होताच ते अस्वस्थ होत असत. पण आजूबाजूची लोचट मंडळी आणि भाड्याने आणलेले घोषणावाले यांच्या कचाट्यात सापडल्यावर, ते तरी काय करणार? नेहरूंच्या नावाने वारंवार जयजयकार करण्याची योजना समारंभाच्या सूत्रचालकांनी आगाऊच आखून ठेवली होती. कारण त्या घडीला महाराष्ट्रात नेहरूंचा जयजयकार म्हणजे द्विभाषिकाचाच जयजयकार होता! कारण द्विभाषिकाचे जनक नेहरू होते ना! अशा प्रकारे शिवछत्रपतींच्या पुतळ्याआड दडून महाराष्ट्रातल्या 'पडेल' काँग्रेसवाल्यांनी द्विभाषिकाचा 'उदो उदो' करण्याची हौस भागवून घेतली, यात शंका नाही. समितीच्या हजारो वीर निदर्शकांना जर प्रतापगडापर्यंत वाट मोकळी केली असती, तर त्यांच्या संयुक्त महाराष्ट्राच्या गगनभेदी घोषणांपुढे द्विभाषिकाच्या करंट्या घोषणा कुठच्या कुठे विरून गेल्या असत्या!

प्रतापगडावर दोन शाहिरांनी भसाड्या आवाजात पोवाडे गायले. शिवस्मारक समारंभासाठी आलेल्या या सन्मान्य शाहिरांनी पोवाडे कोणते म्हणावेत? अफझलखान वधाचा? सिंहगडाचा? तानाजीचा? छे: नाव नाही! शाहिरांनी पोवाडे गायिले पंडित नेहरूंचे! 'भारतरत्न जवाहरा घे अमुचा मुजरा' हा पोवाडा! अरेरे, अफझलखानाच्या कबरीजवळ डफ, तुणतुणे घेऊन आलेल्या या मराठी शाहिरांना अफझलखान वधाचा किंवा छत्रपतींच्या पराक्रमाचा पोवाडा म्हणण्याची स्फूर्ती येऊ नये, ही केवढी नामुष्कीची गोष्ट होती! नेहरू-गुणगानाचे दोन पोवाडे, दारूबंदीचा एक पोवाडा, पंचवार्षिक योजनेचा एक पोवाडा; असाच हा पोवाड्यांचा कार्यक्रम झाला! शाहीर अमर शेखांशी स्पर्धा करणाऱ्या या बहाद्दर पोवाडेवाल्यांना काँग्रेसकडून चांगलीच बिदागी मिळाली असावी.

पुण्याहून निघालेली पं. नेहरूंची मोटार दुपारी दीड वाजता प्रतापगडाच्या पायथ्याशी येऊन पोचली. गडावर ऊन रणरणत होते. डोंगर तापला होता. काँग्रेसवाल्यांचे

चाळे पाहून प्रतापगडचा दगड न् दगड गरम झाला होता. पंडितजींना वाहून नेण्यासाठी डोल्या तयार ठेवल्या होत्या. पण पंडितजींनी डोलीत बसण्यास नकार दिला आणि ते पायऱ्या चढू लागले. गडाच्या २८० पायऱ्या चढून वर जाताना पंडितजींना किती श्रम झाले असतील, याची कल्पनाच केलेली बरी. तरुणांचासुद्धा दम निघावा अशी ती उंच चढण ६८ वर्षे वयाचे पंडितजी धिमे धिमे शांतपणे चढत होते. डोक्यावर छत्री न घेता, उन्हाला तोंड देत चढत होते. पंडित नेहरूंच्या या उत्साहामुळे त्यांच्याबरोबर असलेल्या काका, मामा आदी परिवारांची त्रेधातिरपीट उडाली.

नेहरू डोलीत बसतील, त्यांच्यामागून आपण आपल्याही पालख्या काढू; ही त्यांची कल्पना फोल ठरली आणि नेहरूंच्या मागून या मंडळींनाही पायऱ्या चढण्याचे भयंकर दिव्य करावे लागले. नेहरूंचे चापल्य आणि काटकपणा महाराष्ट्र काँग्रेसच्या या भेकड आणि थुलथुलीत मंडळींमध्ये नसल्या कारणाने, प्रतापगडचा डोंगर चढताना त्यांची उडालेली केविलवाणी फजिती मोठी हृदयस्पर्शी होती. मामा देवगिरीकर तर घामाघूम होऊन प्रत्येक पायरीवर धडपडत असत. काका गाडगीळ उपरण्याने कपाळ चोळीत, धापा टाकीतच सर्व पायऱ्या चढले. मालोजीराव निंबाळकरांचे हाल काय वर्णावेत? २८० पायऱ्या चढताना ३५६ वेळा त्यांनी बैठक मारली. प्रत्येक पायरीवर विश्रांती घेत, मजल दरमजल करीत करीत त्यांनी कसेबसे गिर्यारोहण पुरे केले.

गडावर सुमारे दोनशे लोक पंडित नेहरूंची वाट पाहत उभे होते. पंडितजींची थकलेली मूर्ती वरून दृष्टीस पडताच, लोकांनी टाळ्या वाजवून जयघोष केला. भवानीमातेच्या देवळाजवळ पंडितजींचे आगमन होताच, शिंग आणि तुतारी फुंकून त्यांचे स्वागत करण्यात आले. सुवासिनींनी पंचारती ओवाळून पंडितजींच्या कपाळाला कुंकुमतिलक लावला. पंडितजींना पुष्पहार अर्पण करण्यात आले. देवळाच्या दारातच आठदहा वर्षांचा एक राजबिंडा मुलगा मराठेशाही फेटा बांधून रुबाबात उभा होता. त्या किशोराकडे नजर वळताच पंडितजींचे वात्सल्य उचंबळून आले. नेहरूंनी त्या मुलाला अतिशय लडिवाळपणे कुरवाळले, गोंजारले, त्याचे गालगुच्चे घेतले. लहान मुलांच्या बाबतीत पंडित नेहरूंच्या भावना अतिशय कोमल होत्या. बालकांबद्दल नेहरूंना वाटणारे ममत्व जगजाहीर आहे.

पण दोनच तास अगोदर वाईच्या रस्त्यातून येताना नेहरूंची ही बालकप्रीती कुठे गडप झाली होती? वाई येथे पोलिसांनी रोखून धरलेल्या समितीच्या हजारो निदर्शकांमध्ये कच्चीबच्ची मुलेही बरीच होती. आईच्या कडेवरील अर्भकेही होती. ही मुले उघड्या रस्त्यावर, थंडीवाऱ्यात रात्रभर कुडकुडत होती. दुपारी नेहरूंची मोटार येईपर्यंत उन्हात तिष्ठत होती. पण या मुलांबद्दल नेहरूंना काही

दयामाया वाटली का? नेहरूंनी आपली मोटार थांबवून त्या मुलांची क्षणभर वास्तपुस्त केली का? कुणाच्या गालावर टिचकी मारली का? किंवा लांबून तरी दोन शब्द बोलले का? साऱ्या जगातल्या मुलांना डोक्यावर घेऊन नाचणारे नेहरू! जपानच्या मुलांना हत्ती देणारे नेहरू! चीनच्या मुलांबरोबर हुतुतू खेळणारे नेहरू! महाराष्ट्रातल्या मुलांच्या बाबतीत इतके कठोर आणि भावनाशून्य कसे? वाईच्या अरुंद रस्त्यांत रस्त्याच्या कडेला तिष्ठत असलेल्या मुलांना खेटून नेहरूंची मोटार गेली. पण मोटारीने उडवलेली धूळ डोळ्यांत पडण्यापलीकडे त्या मराठी मुलांना नेहरूंकडून काय देणगी मिळाली?

छत्रपती शिवाजीची कुलस्वामिनी भवानीदेवीच्या मंदिरात प्रवेश केल्यावर नेहरूंनी देवीचे दर्शन घेतले. तिथल्या पुजाऱ्यांनी दिलेला प्रसाद आणि श्रीफळ यांचा स्वीकार केला. नंतर त्या ठिकाणी असलेली शिवाजीची वाघनखे, तलवार, चिलखत, जिरेटोप इत्यादी ऐतिहासिक वस्तूंची त्यांनी पाहणी केली. शिवरायाच्या अंगा-खांद्यावरील शस्त्रास्त्रांचे दर्शन होताच, तीनशे वर्षांपूर्वीचा पराक्रमशाली इतिहास जिवंत होऊन आपल्यापुढे उभा राहतो. अफझलखानाचा कोथळा बाहेर काढणारी तीक्ष्ण वाघनखे अखिल महाराष्ट्राला हाच संदेश देत होती की, या अमंगल द्विभाषिक राज्याचे पोट फाडून टाका! पंडित नेहरू नंतर बरेच प्रसन्न दिसले. काही झाले तरी नेहरू वीरपुरुष होते. शिवाजीसारख्या धुरंधर वीरपुरुषाची स्मृतिचिन्हे पाहून नेहरूंना स्फुरण चढणार नाही तर काय?

प्रतापगडावरचे वातावरण इतके स्फूर्तिदायक नि मंगलमय आहे की, कुणाचेही चित्त उल्हसित व्हावे. गडावरून दिसणारी सह्याद्रीची चित्तथरारक वनशोभा आणि पर्वतराजींचा रुद्ररम्य देखावा पाहून मन भारून जाते. नेहरू खूश झाले. तेथील सृष्टिसौंदर्याने ते प्रसन्न झाले. त्यांचा थकवा पार नाहीसा झाला. पण नेहरूंच्या अवतीभोवती असलेल्या काका, मामा, मालोजी, गणोजी, तुळशीदास जाधव इत्यादी मंडळींचे लक्ष सृष्टिसौंदर्याकडे बिलकूल नव्हते. खाली किती गर्दी जमली आहे, ही विवंचना त्यांना पडली होती. नेहरूंच्या सभेला एक लाखांची तरी गर्दी केली पाहिजे, हा त्यांचा बेत होता. तरी पण पन्नास हजार लोक जमले, हे काही कमी नाही. समाधानाला भरपूर जागा होती.

इतक्यात एक दूत गडावर धावत आला आणि रडवा चेहरा करून मालोजीरावांना म्हणाला, "पोलादपूरला आमचे चार हजार लोक अडकून पडले आहेत. समितीच्या निदर्शकांनी त्यांना थोपवून धरले आहे!" ज्या कायद्याखाली समितीच्या स्वयंसेवकांना रोखून धरले, त्याच कायद्याने काँग्रेसच्या भाडोत्री लोकांनाही प्रतिबंध करा, असे समितीच्या निदर्शकांनी पोलिसांना बजावल्यामुळे हा घोटाळा झाला! हिशेबातील चार हजार कमी झाले, याबद्दल गडावर सर्वांनाच हळहळ वाटली!

प्रतापगडावर भवानीदेवीच्या मंदिराखेरीज शंकराचे एक नि मारुतीचे एक अशी आणखी दोन देवळे आहेत. पंडितजी भवानीमातेच्या देवळातून बाहेर पडले, ते आणखी काही पायऱ्या चढून शिवाजीच्या पुतळ्याजवळ गेले. गडाच्या दक्षिणेस उभारलेल्या शिवछत्रपतीच्या अश्वारूढ भव्य पुतळ्याचे त्यांनी अनावरण केले. शिवाजीच्या गळ्यात त्यांनी एक पुष्पहार घातला आणि दुसरा हार शिवाजीच्या घोड्याला घातला. हात जोडून दोनदोनदा त्यांनी पुतळ्याला अभिवादन केले. या समारंभाला फक्त दोनशेच निवडक निमंत्रित मंडळी उपस्थित होती. गडावर इतका कडक बंदोबस्त होता की, सामान्य प्रेक्षकांनाच नव्हे तर खुद्द गडावर राहणाऱ्या रहिवाशांनाही उद्‌घाटनाच्या ठिकाणी येण्यास मज्जाव होता.

हा सोहळा संपल्यावर गडाच्या पायथ्याजवळील जाहीर सभेच्या मुख्य कार्यक्रमासाठी कार्यकर्त्यांची धावपळ सुरू झाली. नेहरूंच्या सभेसाठी भव्य शामियाना उभारण्यात आला होता आणि हजारो लोक नेहरूंचा जयजयकार करीत बसले होते. पोलिसांची आणि बंदोबस्त राखणाऱ्या स्वयंसेवकांची फाजील गर्दी दिसत होती. नेहरू गडावरून खाली उतरण्यापूर्वीच, मामा देवगिरीकर आणि तुळशीदास जाधव धावत सभास्थानी आले आणि व्यासपीठावरून श्रोत्यांना दिव्य संदेश देऊ लागले, 'बसून घ्या! त्या बाजूला डाव्या कोपऱ्यात जागा रिकामी दिसते. भरून काढा! विरळ विरळ बसा! जागा रिकामी ठेवू नका, स्वयंसेवकांनी सुद्धा बसून घ्यावे' अशा प्रकारच्या सूचनांचा सपाटा त्यांनी चालविला होता. आहे त्यापेक्षा गर्दी मोठी भासविण्यासाठीच, ही सारी गडबड होती. पंडित नेहरू हे आजच्या सभेत मराठी फेटा धारण करून भाषण करणार, अशी 'गोड' बातमीही तुळसीदासजींनी जाहीर केली.

दुपारी चार वाजता पंडित नेहरूंचे सभास्थानी आगमन झाले, तेव्हा ते अतिशय कष्टी आणि मलूल दिसले. शिवाजीचा पुतळा उघडून आल्याचा आनंद त्यांच्या चेहऱ्यावर नव्हता. महाराष्ट्राच्या बाबतीत आपण अन्याय केला, ही टोचणी त्यांच्या अंतःकरणाला बोचत असावी असे दिसते. त्यांचे भाषण नेहमीच्या रुबाबात झाले नाही. तोंडातून शब्द बाहेर पडत होते इतकेच. आजारी माणसाप्रमाणे किंवा अपयशी माणसाप्रमाणे ते बोलत होते. आपल्या भाषणात त्यांनी शिवाजीची आणि महाराष्ट्राची खूप स्तुती केली. वाईच्या रस्त्यात भेटलेल्या 'काही लोकां'चा उल्लेख केला. महाराष्ट्राने एके काळी माझ्यावर अमर्याद प्रेम केले असल्यामुळे, आता माझ्यावर रागवण्याचाही त्यांना हक्क आहे; असे सौजन्यपूर्ण उद्‌गार त्यांनी काढले. 'आजचा हा समारंभ आणि आजचे हे दृश्य मी कधीही विसरणार नाही' अशी ग्वाही दिली. बोलताना एकदोन वेळा त्यांचा कंठ दाटूनही आला!

पंडितजींचे हिंदी भाषण चालू असता, प्रत्येक वाक्याला टाळ्यांचा गजर होत होता. पण त्याच भाषणाचा मराठी तर्जुमा यशवंतराव चव्हाणांनी सांगितला, तेव्हा

एकही टाळी पडली नाही! काय चमत्कार पाहा! भाषणाचा अर्थ जेव्हा कळतो, तेव्हा टाळी नाही आणि अर्थ जेव्हा कळत नसतो, तेव्हा टाळ्या! बिचारे श्रोते! नेहरू बोलताना एकसारख्या टाळ्या वाजवा, असा त्यांना आदेश मिळाला होता की काय?

भाषण संपल्यावर पं. नेहरूंनी मराठी पद्धतीचा केशरी रंगाचा फेटा डोक्यावर धारण केला, तेव्हा टाळ्यांचा प्रचंड कडकडाट झाला! मार्शल बुलगॉनिन हिंदुस्थानात आले, तेव्हा त्यांनी डोक्यावर गांधी टोपी चढविली होती. राजकारणी मुत्सद्यांचे ते एक नाटक असते. आणि नेहरू काही कमी हुशार मुत्सद्दी किंवा कमी कुशल नट नव्हते! या विषयावर मी 'नवयुग'मध्ये दोन लेख लिहिले. 'संयुक्त महाराष्ट्र निर्मिती हेच शिवछत्रपतींचे खरे स्मारक!' आणि 'वाईच्या रणक्षेत्रावर शिवशक्तीचे विराट दर्शन.'

◆

कऱ्हाडचे महाराष्ट्रद्रोही गुंड!

मुंबई राज्याचे पुरवठामंत्री यशवंतराव चव्हाण हे महाराष्ट्रद्रोही आहेत, ही गोष्ट जगजाहीर आहे. पण ते पट्टीचे गुंड आहेत. एवढेच नव्हे, तर उत्तर साताऱ्यातील जनतेमध्ये स्वत:चा दरारा बसविण्यासाठी त्यांनी एक दहशतवादी गुंडांची टोळी तयार केलेली आहे. ही गोष्ट स्थानिक जाणत्यांखेरीज बाहेर फारच थोड्या लोकांना माहीत असेल. माझीही त्यासंबंधीची आत्तापर्यंतची माहिती ऐकीव होती. पण गेल्याच्या मागील आठवड्यात संयुक्त महाराष्ट्राचा आणि डाव्या गटांच्या एकजुटीचा प्रचार करण्यासाठी उत्तर आणि दक्षिण सातारा जिल्ह्यात गेलो असताना, यशवंतराव चव्हाणांच्या या गुंडांचा समोरासमोरच मुकाबला घडल्यामुळे आता त्यांची मला एवढी माहिती झाली आहे की, या विषयावर मी यापुढे अधिकारवाणीनेच बोलू शकेन. या माहितीच्या जोरावर आता मी यशवंतराव चव्हाणांच्या पूर्वीच्या आणि चालू चारित्र्यावर एवढा नवा प्रकाश टाकू शकेन, की तो बघून मराठी जनता सर्दच होईल.

मुंबई राज्याचे तीन मराठी मंत्री हे उत्तर साताऱ्यामधले असल्याकारणाने आणि महाराष्ट्रद्रोहाचे कारस्थान पहिल्यांदी या तिघांनी फलटणमध्ये म्हणजे उत्तर साताऱ्यातच शिजवले असल्याकारणाने, त्यांच्या पैशावर आणि आश्रयावर पोसलेले नि माजलेले थोडेसे महाराष्ट्रद्रोही गुंड फक्त याच विभागात तुरळक तुरळक आढळतात. नाहीतर उभ्या महाराष्ट्रात

संयुक्त महाराष्ट्राला विरोध करणारा निमकहराम कुठेही आढळायचा नाही. बेळगावपासून जळगावपर्यंत गेले कित्येक महिने मी संयुक्त महाराष्ट्राचा प्रचार करीत हिंडतो आहे. पण प्रतिकूल भाषा तर राहूद्याच; पण सूरदेखील कुठे उमटलेला मला आढळला नाही. तो अनुभव मला प्रथम उत्तर साताऱ्यात आला. वस्तुत: उत्तर साताऱ्यातील यच्चयावत जनता कट्टर संयुक्त महाराष्ट्रवादी असताना, हे मूठभर महाराष्ट्रद्रोही गुंड– जे तेथे डोके वर काढू शकतात याचे कारण; त्यांना या तीन महाराष्ट्रद्रोही मंत्र्यांचा पाठिंबा आहे आणि त्यामुळेच त्यांना सरकारी पोलिसांचे राजरोस सहकार्य मिळते. दुसरे काय? या महिन्याच्या प्रारंभी मी फलटणला व्याख्याने देऊन आलो. ज्या 'मनमोहन वाड्या'त महाराष्ट्रद्रोहाचे कारस्थान झाले, तेथून थोड्या अंतरावरच माझे व्याख्यान झाले. या व्याख्यानाला फलटणची जनता प्रचंड संख्येने हजर होती. मालोजी नाईक निंबाळकरांच्या महाराष्ट्रद्रोही कारवायांचे मी तिच्यापुढे रसभरित वर्णन केले. ते फलटणच्या लोकांना पटले. कोणी विरोध करील ही शंकादेखील तेथे माझ्या डोक्यात आली नाही. फलटणचे माझे हे व्याख्यान कमालीचे यशस्वी झाले. त्यामुळे आमचे हे तिघे महाराष्ट्रद्रोही मंत्री एकदम जागे झाले. त्यांनी पाहिले की, आपल्या घरातच येऊन जर अत्रे आपली सर्व बिंगे लोकांसमोर अशी उघडीनागडी करू लागला, तर मग उद्या लोक आपली पाळेमुळे येथून खणून काढल्यावाचून राहणार नाहीत. म्हणून यापुढे या भागात जर पुन्हा अत्र्यांचे व्याख्यान झाले, तर आपली जी ताकद असेल ती एकवटून आपण त्याला विरोध करायला हवा; असा त्यांनी साहजिकच निश्चय केला. हा निश्चय कृतीमध्ये उतरवून दाखविण्याची संधीही थोड्या दिवसांनी आम्ही त्यांना दिली. गेल्या महिन्याच्या वीस तारखेला कऱ्हाड तालुक्यातील संयुक्त महाराष्ट्रवादी कार्यकर्त्यांची एक परिषद, पुण्याचे भाई खाडिलकर यांच्या अध्यक्षतेखाली भरवायचे ठरले होते. या परिषदेचे स्वागताध्यक्ष आमदार यशवंतराव मोहिते हे होते. आणि परिषदेचे उद्घाटन डॉ. मालिनी तुळपुळे करणार होत्या. या परिषदेला जोडून 'संयुक्त महाराष्ट्र' या विषयावर पुण्याच्या 'प्रभात' पत्राचे संपादक, श्री. वालचंद कोठारी आणि मी या उभयतांची जाहीर व्याख्याने व्हायची असे ठरले होते. ही जाहीर सभा उधळून लावण्याचा आदेश यशवंतराव चव्हाणांनी कऱ्हाडमधील आपल्या काँग्रेस गुंडांना दिला. त्याप्रमाणे गावात नाना तऱ्हेच्या अफवा आणि कंड्या पिकवण्यास आणि लोकांमध्ये घबराट निर्माण करण्यास या 'यशवंत' गुंडांनी प्रारंभ केला. फलटणच्या आमच्या यशस्वी सभेचे उट्टे कऱ्हाडला काढण्यासाठी त्यांनी कमरा कसल्या.

वीस मे हा रविवार होता. मी सकाळी मुंबईहून निघालो. पुण्याच्या स्टेशनवर श्री. वालचंद कोठारी टॅक्सी घेऊन आले होते. तिच्यातून आम्ही दोघे सरळ कऱ्हाडला जायला निघालो. साडेतीन वाजता साताऱ्याला पोहोचलो. त्या वेळी तेथे बेसुमार पाऊस

पडत होता. म्हणून साहजिकच आम्हाला चिंता वाटली की, कऱ्हाडची जाहीर सभा कशी काय होते ती. इतक्यात साताऱ्याला आम्हाला एका ओळखीच्या गृहस्थाने बातमी सांगितली की; यशवंतराव चव्हाणांचे साडू डी. एस. जगताप जे जिल्हा लोकल बोर्डाचे अध्यक्ष आहेत, ते कऱ्हाडच्या आमच्या सभेत दंगा करण्याच्या हेतूने दोन सातारी गुंड घेऊन आपल्या जीपमधून पुढे गेले आहेत. ते ऐकून आम्हाला आश्चर्य वाटले. कारण संयुक्त महाराष्ट्राच्या सभेत दंगा करण्याचे धैर्य या महाराष्ट्रात कोणाला होईल, असा विचारदेखील त्यापूर्वी आमच्या डोक्यात कधी आला नव्हता. त्या गृहस्थाने आम्हाला सावधगिरीने राहण्याची सूचना दिली. कारण तो म्हणाला, "या भागातले हे गुंड आपल्या विरोधकांचा काटा काढण्यासाठी कोणत्या थरापर्यंत जातील हे सांगता येणार नाही. यशवंतराव चव्हाणांचे हे जे साडू जगताप, त्यांच्याच वडगाव या गावी महिन्यापूर्वी कॉ. गिजरे या वृद्ध कार्यकर्त्याचा गुंडांनी खून केला. तो कोणी केला हे सर्वांना माहीत आहे. पण त्या गुंडाच्या भयाने पोलिसांना माहिती देण्यासाठी अजून कोणी पुढे येत नाही, अशी या भागातली परिस्थिती आहे." आम्ही त्या गृहस्थाचे आभार मानून कऱ्हाडच्या रस्त्याला लागलो. साडेचार वाजता कऱ्हाडला पोहोचलो. आभाळ भरून आले होते. पण पाऊस काही नव्हता. आम्ही ॲ. आनंदराव चव्हाणांच्या घरी उतरलो. इतक्यात काही कार्यकर्ते आले आणि आम्हाला सांगू लागले की, काँग्रेसच्या गुंडांनी वाटेल त्या खोट्यानाट्या अफवा उठवून कऱ्हाडचे वातावरण सकाळपासून तंग करून टाकले होते. हत्यारी आणि लाठीमारी पोलीस नाक्यानाक्यावर उभे करण्यात आले असून, कऱ्हाडला एखाद्या लष्करी तळाचे स्वरूप देण्यात आले होते. कऱ्हाडमधील कार्यकर्त्यांची परिषद 'कऱ्हाड अर्बन सहकारी बँके'च्या इमारतीमध्ये दुपारी अडीच वाजल्यापासून सुरू होती. ही परिषद निर्वेधपणे चालून द्यायची; पण आमची जाहीर सभा मात्र उधळून टाकायची, असे काँग्रेसमधल्या 'यशवंत' गुंडांनी ठरविले होते. अंड्यांमध्ये डांबर भरून ती आमच्या अंगावर फेकण्यासाठी तयार केलेली आहेत, असेही कोणी आम्हाला सांगितले. आदल्या दिवशी हेळवाकला मालोजी नाईक निंबाळकर होते. त्यांच्या गटातून कोणीतरी अशी बातमी आणली होती की, १४४ कलम पुकारून कऱ्हाडची आमची सभा होऊन द्यायची नाही, असे त्यांनी आधीपासून ठरविले होते. इतक्यात कोणी आम्हाला असेही सांगितले की, प्रांताच्या कचेरीत १४४ कलमाच्या हुकमाच्या सायक्लोस्टाइल प्रती झपाट्याने छापून तयार होत आहेत. आयत्या वेळी सभेच्या ठिकाणी उभय पक्षाचे बलाबल अजमावून, हा हुकूम जारी करण्याचे प्रांतसाहेबांनी ठरविले आहे. या सर्व बातम्या ऐकून आम्ही चकितच झालो. कऱ्हाडचे सरकारी अधिकारी आणि पोलीस राजरोसपणे काँग्रेस गुंडांच्या एवढे आहारी जातील, अशी आम्हाला कल्पना नव्हती. एवढ्यात पावसाची भुरभुर सुरू झाली. आमची जाहीर सभा कऱ्हाडच्या जुन्या मोटरस्टॅन्डच्या मैदानामध्ये भरणार होती. वीस-वीस मैलांच्या अंतरावरून

बैलगाड्या करून लोक सभेसाठी आले होते. थोड्या वेळाने श्री. केशवराव पवार आणि कॉ. शेखकाका आले. ते म्हणाले, ''सभेच्या व्यासपीठाशेजारी दहा 'यशवंत' गुंड येऊन उभे राहिले आहेत. सभेत दंगल माजवण्याचा त्यांचा बेत दिसतो आहे.'' मी विचारले, ''कोण कोण लोक आहेत हे?'' केशवराव म्हणाले, ''राघुअण्णा लिमये, गौरीहर सिंहासने, डी. एस. जगताप आणि महादू जाधव इ. मंडळी आहेत.'' जगताप हे यशवंतरावांचे साडू आहेत, हे पूर्वीच सांगितले. राघुअण्णा लिमये हे कऱ्हाडच्या राजकीय रंगभूमीवर वावरणारे एक विनोदी पात्र आहे. यशवंतराव चव्हाणांच्या कासोट्याचे तीर्थ प्यावे, अशी त्यांची अजागळ श्रद्धा आहे. कऱ्हाडमध्ये राघुअण्णा लिमयांची एवढी प्रतिष्ठा आहे की; ते रस्त्याने चालले की, त्यांच्यामागून पोरे 'राघुअण्णा राघुअण्णा गेली कुठे तुझी मैना?' असा कोरस म्हणत जातात. गौरीहर 'ग्राम' सिंहासने आणि महादू जाधव हे यशवंतराव चव्हाणांचे उजवे आणि डावे हात आहेत. गौरीहरचे लाडके नाव 'गवऱ्या' असे आहे. यशवंतरावांच्या 'गवऱ्या', हाच माणूस जमा करून राहिला आहे. पूर्वी हा आमदार होता. गेल्या खेपेला त्याला तिकीट मिळाले नाही. पुण्याच्या शिवाजी आखाड्यात यशवंतरावांना काळी निशाणे दाखवण्यात ज्या मराठा वीर महिलेनं पुढाकार घेतला, त्या माईसाहेब दांगट यांनी यशवंतरावांची माफी मागावी; म्हणून जो त्यांच्याकडे शिष्टाई करायला आला होता आणि शेवटी जो माईसाहेबांच्या हातून गालफाडे लाल करवून परत गेला, तोच हा गौरीहर 'ग्राम' सिंहासने! एके काळी अन्नाला महाग असलेला हा 'गवऱ्या' आज यशवंतकृपेने एका भांड्याच्या कारखान्याचा मातब्बर मालक होऊन, स्वत:च्या टाळक्यावर 'चवऱ्या' उडवून घेत आहे. 'महादू जाधव' हा इसम कऱ्हाडचा होमगार्ड कमांडर आहे. कोयनेच्या कामात यशवंतरावांनी याला मोटार वाहतुकीचे काम मिळवून देऊन पाचपन्नास हजार रुपयांचा धनी केला आहे. त्यामुळे याला असा काही माज चढलेला आहे, की काही विचारू नका. गावातल्या लोकांना दमदाटी करणे हा पोळांचा धंदा होऊन बसला आहे. मी केशवराव पवारांना विचारले, ''या 'यशवंत गुंडां'चे काय म्हणणे आहे?'' केशवराव म्हणाले, ''त्यांचे म्हणणे असे आहे की, तुम्ही यशवंतरावांना 'निमकहराम' म्हटल्याबद्दल त्यांची जाहीर माफी मागावी.'' मी केशवरावांना म्हणालो, ''त्या गुंडांना सांगा की; 'नेहरू हे महाराष्ट्रापेक्षा मोठे आहेत,' असे म्हणून महाराष्ट्राचा अपमान केल्याबद्दल यशवंतरावाने आधी महाराष्ट्राची माफी मागायला हवी.''

कऱ्हाडच्या इतिहासात एवढी प्रचंड गर्दी कधी जमली नव्हती. वीस ते पंचवीस हजार लोक सभास्थानी उपस्थित होते. एवढ्या प्रचंड लोकसागरात मूठभर 'यशवंत गुंडां'चा तो काय पाड पडणार? सभेत दंगल घडवून आणणे अशक्य आहे असे पाहिल्यानंतर या काँग्रेस गुंडांनी प्रांतसाहेबांना निरोप पाठवला की, आता १४४ कलम पुकारून सभा बंद करणे, एवढे एकच शस्त्र आपल्या हाती आहे. त्याप्रमाणे

आम्ही सभास्थानी जाण्यास जो निघतो आहोत, तोच प्रांतसाहेबांनी १४४ कलम पुकारल्याचे जाहीर केले. या हुकमाची अंमलबजावणी कऱ्हाडच्या पाच मैल टापूत पाच दिवसांपर्यंत होणार असल्याचे, या हुकमात म्हटले आहे. काँग्रेस गुंडांच्या आहारी जाऊन प्रांतसाहेबांनी १४४ कलम पुकारावे आणि सोन्यासारख्या सभेची माती करावी, याचे लांबलांबून सभेसाठी आलेल्या लोकांना फार वाईट वाटले. व्यासपीठावर चढून पोलीस लोकांना सांगू लागले की, सरकारने सभा बंद केली आहे. लोकांनी घरोघर निघून जावे. पण हजारो लोक आपापल्या जागेवर बसून राहिले. त्यांना वाटले की, अजून काहीतरी चमत्कार होईल आणि सभेचे काम रीतसर सुरू होईल. इकडे आमचे जेथे वास्तव्य होते, त्या ठिकाणी शेकडो कार्यकर्ते जमले आणि काँग्रेस गुंडांना खूश करण्यासाठी जे १४४ कलम पुकारून सरकारने हजारो लोकांचा अपमान केला; ते कलम ताबडतोब मोडून, सरकारच्या दंडुकेशाहीला तेथल्या तेथे आव्हान द्यायचे असे ठरवले. त्याप्रमाणे कॉ. मालिनी तुळपुळे यांच्या नेतृत्वाखाली नऊ सत्याग्रहींची एक तुकडी, १४४ कलमाचा भंग करण्यासाठी 'संयुक्त महाराष्ट्रा'चा जयघोष करीत सभास्थानाकडे निघाली. त्यांना पाहताच सभास्थानी बसलेल्या सहस्रावधी लोकांनी टाळ्यांचा प्रचंड कडकडाट केला आणि 'संयुक्त महाराष्ट्रा'च्या गगनभेदी गर्जना केल्या. कॉ. मालिनीबाई व्यासपीठावर चढल्या आणि त्यांनी आपल्या भाषणास सुरुवात केली. त्यांच्या तोंडून एक-दोन वाक्ये उच्चारली गेली नाहीत, तोच पोलीस व्यासपीठावर आले. तेव्हा थोड्या अंतरावर उभ्या असलेल्या राघुअण्णा लिमयांना भलताच जोर चढला. ते ओरडले, "तो अत्रे कुठे आहे? त्याला येऊ द्या." पोलिसांनी मालिनीबाईंना आणि सत्याग्रहींना अटक करताच, राघुअण्णा लिमयांचा आनंद गगनात मावेनासा झाला. त्यांनी आपली डोक्यावरील गांधी टोपी हवेत उडवून 'नेहरू की जय' अशी आरोळी ठोकली. त्याबरोबर शेकडो श्रोत्यांनी 'संयुक्त महाराष्ट्रा'च्या घोषणा देऊन; आपले फेटे, पागोटी आणि टोप्या हवेत उडविल्या. सत्याग्रहींना अटक करून पोलीस घेऊन जात असताना, राघुअण्णा लिमयांनी कॉ. मालिनीबाई यांच्यावर डांबर भरलेले एक अंडे फेकले. ते त्यांना न लागता, दुसऱ्या एका सत्याग्रहीला लागले आणि त्याच्या कपड्यांवर काळे डाग पडले. श्रोत्यांनी या निंद्य प्रकाराचा जाहीर घोषणा करून धिक्कार केला. एका क्षणात राघुअण्णा लिमये यांना कऱ्हाडच्या जनतेने 'अंडीवीर राघुअण्णा' अशी पदवी देऊन टाकली. सभास्थानापर्यंत बसलेले हजारो लोक जेव्हा हलेनात, तेव्हा पोलीस लाठ्या फिरवू लागले. तेव्हा ॲ. आनंदराव चव्हाण आणि केशवराव पवार यांनी पोलीस अधिकाऱ्यांना निक्षून सांगितले की लोकांवर तुम्ही लाठीहल्ला कराल, तर परिणाम फार भयंकर होईल. तेव्हा पोलीस हादरले. त्यानंतर काही वेळाने श्रोत्यांनी दोन प्रचंड मोर्चे काढले. एक मोर्चा 'संयुक्त महाराष्ट्रा'च्या

घोषणा करीत गावातल्या प्रमुख रस्त्यावरून चालू लागला, तर सात-आठ हजारांचा दुसरा मोर्चा आमच्या मुक्कामाच्या ठिकाणी गर्जत आला. आम्हाला पाहण्याची सर्वांना उत्सुकता वाटत होती, म्हणून आम्ही केशवराव पवार यांच्या गाडीवरील उघड्या गच्चीवर उभे राहिलो. समोरच्या पटांगणात आणि वावरात हजारो श्रोते येऊन 'संयुक्त महाराष्ट्रा'च्या गर्जना देऊ लागले. भाई खाडिलकर यांनी लोकांना सांगितले की, "१४४ कलम मोडून आम्ही सरकारच्या जुलमी कृत्याला यथायोग्य उत्तर दिले आहे. अत्रे आणि कोठारी यांची भाषणे कऱ्हाडमध्ये न होऊ देण्याचे आव्हान; जे पोलिसांनी आणि काँग्रेस गुंडांनी आम्हाला दिले आहे, ते आम्ही मोठ्या आनंदाने स्वीकारतो आणि असे सांगतो की, १४४ कलमाची मुदत संपल्यानंतर त्यांची जाहीर सभा कऱ्हाडमध्ये पुन्हा होईल." संयुक्त महाराष्ट्राचा जयजयकार आणि काँग्रेस गुंडांचा धिक्कार करीत लोक घरोघर परतले. लांबलांबून आलेल्या लोकांचा मात्र फार विरस झाला. ते काँग्रेसवाल्यांवर एवढे भडकले की, सांगता सोय नाही. 'आता आमच्या गावी हे लोक कसे सभा भरवतात, ते आम्ही पाहू.' असे शेकडो लोकांनी काँग्रेसवाल्यांना आव्हान दिले. आमची सभा भरून संयुक्त महाराष्ट्राशी द्रोह करणाऱ्या काँग्रेसवाल्यांविरुद्ध जेवढे लोकमत प्रक्षुब्ध झाले नसते; तेवढा किंवा त्याहीपेक्षा अधिक लोकप्रक्षोभ आमची सभा न होऊन झाला, एवढी कमाई मात्र हा सारा उपद्व्याप करून कऱ्हाडच्या काँग्रेसवाल्यांनी केली. अटक झालेले सत्याग्रही दोन-तीन तासांनी सोडून देण्यात आले.

कऱ्हाडमध्ये घडलेल्या या घटनेचे वृत्त 'एका प्रासंगिक माहीतगारा'ने पुण्याच्या 'लोकशक्ती'ला लिहून पाठविले. ते दुसऱ्या दिवशी प्रसिद्ध झाले. ते वाचून कऱ्हाडचे लोक थक्कच झाले. 'राज्य' म्हणून जी काही एक चीज असते, ती आता काँग्रेसजवळ औषधालादेखील शिल्लक राहिलेली नाही याची, 'लोकशक्ती'मधले हे धादांत खोटे आणि विकृत वृत्त वाचून कऱ्हाडकरांची खात्री झाली. उत्तर साताऱ्यामधील काँग्रेस गुंडांना 'लोकशक्ती'कार नऱ्होबा लिमये यांची साथ आहे, हे यावरून सिद्ध झाले. हा 'प्रासंगिक माहीतगार' दुसरातिसरा कोणी नसून, कऱ्हाडच्या सभेत दंगल माजवण्यासाठी आलेला काँग्रेसगुंड आणि यशवंतराव चव्हाणांचा उजवा हात गौरीहर ग्रामसिंहासने हा होय. नऱ्होबा लिमये यांचा पत्रकार म्हणून उत्तर साताऱ्यात फार मोठा लौकिक आहे. कोणत्याही पत्राचे ते संपादक झाले की, ते पत्र बुडालेच पाहिजे अशी त्यांच्याजवळ काहीतरी किमया आहे. 'समर्थ' आणि 'प्रकाश' ही दोन पत्रे त्यांनी बोल बोल म्हणता बुडवून दाखवली. 'लोकशक्ती'चे ते संपादक झाल्यापासून त्या पत्राचा खप ७७५ या प्रचंड आकड्यावर येऊन ठेपला आहे. येत्या गणेशोत्सवाच्या सुमारास या पत्राचा 'गणपत्ती बाप्पा मोरया' झाल्यास नवल नाही. ते नजीकच्या पूर्वलौकिकाला सर्वस्वी शोभण्यासारखेच होईल. 'लोकशक्ती'त

प्रसिद्ध झालेल्या या खोडसाळ बातमीपत्रात असे म्हटले आहे की, 'अत्रे यांचे वैयक्तिक टीकेने भरलेले धुळवडी संगीत ऐकणे, सातारा जिल्ह्यातील राजकीयदृष्ट्या जागृत जनतेला मंजूर नव्हते. काँग्रेसपक्षीय मंडळी आज आपल्या प्रिय नेत्यावर उडवलेली चिखलफेक सहन करणार नाही, हे त्यांनाही कळून चुकले. कऱ्हाडच्या सभेत जे हजारो लोक जमले होते, त्यात अत्रे यांचे आख्यान ऐकण्यास जेवढे जमले होते; तेवढेच अत्रे आमच्या पुढाऱ्यांचा उद्धार कसा करू शकतो पाहू, या ईर्षेनेही जमले होते. अत्रे आणि कोठारी कंपनी कऱ्हाडच्या नागरिकांचा हा सूर ओळखून घरात बसली. १४४ कलम मोडण्याच्या निमित्ताने सभास्थानी अत्रे यांनी पाऊलसुद्धा कसे टाकले नाही, याचे कऱ्हाडकरांना आश्चर्य वाटते आहे. यावरून अत्रे यांचा पिंड लढाऊ नाही, ते 'नवयुग'मधून नागझरीच चालविणार; हे जाणत्यांनी ओळखले.' असला धादांत खोटा मजकूर लिहिणाऱ्यांना शब्दांनी काय उत्तर द्यायचे? तो लिहिणाऱ्याच्या दोन थोतरीतच लगवायला हव्यात. महाराष्ट्राशी बेइमानी करणाऱ्या तीन महाराष्ट्रद्रोही काँग्रेस मंत्र्यांच्या मागे साताराची जागृत जनता आहे असे म्हणणे, हा साताराच्या क्रांतिकारक जनतेचा अपमान आहे. एवढी जर लोकप्रियता या तीन मंत्र्यांना सातारा जिल्ह्यात आहे, तर रामोशांचे आणि सशस्त्र पोलिसांचे संरक्षण घेऊन ही मंडळी का फिरतात? थोड्या दिवसांपूर्वी साखरवाडी येथे गणपती तपासे आणि मालोजी निंबाळकर यांची 'जाहीर सभा' भरली. त्या प्रसंगी पाचशे रामोशी, तीनशे पोलीस आणि दोनशे श्रोते हजर होते. एवढीच तर 'आमच्या प्रिय काँग्रेस नेत्यां'ची सातारा जिल्ह्यामधील अफाट लोकप्रियता. यशवंतराव चव्हाणांची कऱ्हाडात उघडपणे वावरण्याची यापुढे छातीच नाही. त्यांच्या कृतकर्मांची भुते त्यांच्या मानगुटीवर बसण्यासाठी अदृश्य रूपाने त्या वातावरणामध्ये वावरताहेत.

सांगलीच्या आणि साताऱ्याच्या व्याख्यानाचा आमचा कार्यक्रम आधीच ठरलेला होता. कऱ्हाडला अटक करून घेऊन, पुढच्या दोन्ही व्याख्यानांचा कार्यक्रम उधळून टाकायचा आणि घरबसल्या 'यशवंत' गुंडांना समाधान द्यायचे हा थोडाच आमचा उद्देश होता? मी भ्याड आहे किंवा माझा पिंड लढाऊ नाही, या गोष्टीवर माझा दुश्मनदेखील विश्वास ठेवणार नाही. पुरोगामी विचारांच्या आघाडीवर, तळहातावर शिर घेऊन मी गेली पंचवीस वर्षे एकसारखा निकराने लढतो आहे. आणि संयुक्त महाराष्ट्राच्या सत्याग्रही आंदोलनाचा मुहूर्तच मुळी १८ नोव्हेंबर १९५५ रोजी, सेनापती बापटांसमवेत मी केलेला आहे. बाकी, मोरारजींच्या बंदुकांआड दडून आम्हाला पराक्रम करून दाखवण्याची आव्हाने देणाऱ्या गौरीहर अन् नऱ्होबासारख्या काँग्रेस शिखंडींच्या शौर्याची मात्र जेवढी तारीफ करावी, तेवढी थोडीच आहे.

◆

काँग्रेस गुंडांचे थैमान!

दुसऱ्या दिवशी म्हणजे २१ मे रोजी सकाळी आम्ही सांगलीला गेलो. कारण त्या दिवशी दुपारी साडेसहा वाजता सांगली येथे श्री. वालचंद कोठारी यांच्या अध्यक्षतेखाली 'संयुक्त महाराष्ट्रा'वर माझे व्याख्यान होणार असल्याचे आधीच जाहीर झाले होते. कऱ्हाडचे 'यशवंत गुंड' आमच्यामागोमाग मोटारींमधून सांगलीला येऊन आमच्या सभेत दंगा करणार असल्याचे, काही मंडळींनी आम्हाला सांगितले. पण आम्हाला अपशकून करण्यासाठी १४४ कलमाचे डांबर स्वत:च्या तोंडाला फासून घेऊन, बदनाम झालेल्या कऱ्हाडच्या 'यशवंत गुंडां'ची सांगली येथे येऊन उजळ माथ्याने आमच्या सभेत मिरवण्याची आता छाती आहे, असे मला मुळीच वाटले नाही. सांगलीला आम्ही जे पोहोचतो आहोत, तो एकदम मुसळधार पाऊस सुरू झाला. पुन्हा चिंता पडली की, संध्याकाळी आमचे व्याख्यान होते की नाही? सायंकाळी सहा वाजता 'आरवाडे हायस्कूल'च्या इमारतीत 'डाव्या गटाच्या एकजुटी'संबंधी निरनिराळ्या पक्षांमधील कार्यकर्त्यांशी खुली चर्चा झाली. सर्वांच्या शंकांना श्री. कोठारी आणि मी यांनी उत्तरे दिली. आगामी निवडणुका संघटितपणे लढवायच्या आणि सत्ताग्रहणाच्या वेळी असहकार करून मुंबईच्या प्रश्नांवर पेचप्रसंग निर्माण करायचा; यापेक्षा सत्तास्वीकार करून सरकारी पातळीवर पेचप्रसंग निर्माण केला, तर तो अधिक प्रभावी ठरेल आणि त्यामुळे

जनतेची एकजूट जास्त अभेद्य होईल, असे मी सांगितले. सात वाजण्याच्या सुमारास पाऊस थांबला. अर्ध्या तासाचे आत स्टेशनसमोरच्या रस्त्यावर महात्मा गांधींच्या पुतळ्यासमोर लोकांची रीघ लागून राहिली. पुढे ही गर्दी एवढी वाढत गेली की, अर्ध्या-पाऊण तासाच्या आत वीस-पंचवीस हजार लोक उपस्थित झाले. काँग्रेसने महाराष्ट्रावर केलेल्या अन्यायाचे विदारक वर्णन श्री. कोठारी यांनी ज्वलंत भाषेत केले. त्या पार्श्वभूमीवर मराठी जनतेवर मोरारजींनी केलेल्या अमानुष अत्याचारांचे हृदयविदारक चित्र मी रेखाटले. दीड-पावणेदोन तासांच्या माझ्या भाषणात मराठी काँग्रेस पुढाऱ्यांच्या नि मंत्र्यांच्या महाराष्ट्रद्रोही कारवायांची सर्व बाळंती उपसून, ती सविस्तरपणे मी लोकांच्या पुढे मांडली. या भाषणाचा श्रोत्यांच्या मनावर एवढा परिणाम झाला की, भाषण चालू असताना संयुक्त महाराष्ट्राच्या जयजयकाराच्या आणि महाराष्ट्रद्रोही काँग्रेसवाल्यांच्या धिक्काराच्या एकसारख्या आरोळ्या उठत होत्या. या माझ्या भाषणाचे अगदी अथपासून इतिपर्यंत सारे ध्वनिमुद्रण सांगलीचे रेडिओ व्यापारी श्री. केळकर यांनी करून ठेवलेले आहे. अशा रीतीने सांगलीची प्रचंड सभा 'संयुक्त महाराष्ट्रा'च्या जयजयकारात अत्यंत यशस्वी रीतीने पार पडली. कऱ्हाडचे 'यशवंत गुंड' या सभेत डोके काढतील ही बातमी नुसती बाजारगप्पाच ठरली. दुसऱ्या दिवशी सकाळी 'शेतकरी कामगार पक्षा'च्या कचेरीत आम्हा उभयतांचा सत्कार झाला. त्यांचा निरोप घेऊन आम्ही जे निघालो, ते एक वाजण्याच्या सुमारास साताऱ्याला येऊन पोहोचलो. गावाबाहेर असलेल्या कर्मवीर भाऊराव पाटलांच्या 'श्री छत्रपती शिवाजी कॉलेज'च्या सुंदर आणि हवेशीर इमारतीमध्ये आम्ही उतरलो. प्रिन्सिपल उनउने यांनी आमचा अत्यंत आतिथ्यपूर्ण सत्कार केला. अंघोळ आणि भोजन करून आम्ही एक तासभर वामकुक्षी केली. तेवढ्यात आभाळ भरून येऊन पावसाची भुरभुर सुरू झाली. गावातले आमचे कित्येक कार्यकर्ते आम्हाला येऊन भेटले आणि संध्याकाळची आमची सभा उधळून लावण्यासाठी 'यशवंत गुंडां'नी सकाळपासून गावात जी कारस्थाने चालविली होती, त्यांची साद्यंत हकिकत आम्हाला सांगितली.

सातारच्या राजवाड्यासमोर प्रतापसिंह मैदानावर सायंकाळी होणारी आमची सभा कशी मोडायची याचा विचार करण्यासाठी, त्या दिवशी दुपारी 'गीते बिल्डिंग'मध्ये जिल्हा काँग्रेसच्या पदाधिकाऱ्यांची सभा भरली होती. या सभेला जिल्हा काँग्रेसचे अध्यक्ष, आमदार किसन वीर एम.एल.सी.; जिल्हा लोकल बोर्डाचे अध्यक्ष आणि यशवंतराव चव्हाणांचे साडू, डी. एस. ऊर्फ दादासाहेब जगताप; जिल्हा स्कूल बोर्डाचे चेअरमन, विठ्ठलराव जगताप; कऱ्हाडचे होमगार्ड कमांडर आणि यशवंतरावांचे 'डावे' हात, महादू जाधव; सातारा जिल्हा होमगार्ड कमांडर, दादासाहेब राजाज्ञे; कासेगावकर वैदू; सातारा शहर काँग्रेस समितीचे अध्यक्ष, लाला जाजू; नांदगावचे

आमदार बाबूराव घोरपडे; फलटणचे भोसले वकील इ. सर्व 'यशवंत गुंड' जमले होते. या मंडळींनी विचारविनिमय करून आमच्या सभेत गोंधळ आणि गुंडगिरी कशी करायची, त्याचा सर्व आराखडा निश्चित केला. 'गीते बिल्डिंग'मधून पावणेसहाच्या सुमारास किसन वीरांच्या नेतृत्वाखाली हे 'साडू-म्हादू-जाजू-वैदू' गुंडांचे टोळके निघाले. साताऱ्याच्या सदाशिव पेठेमधून हे टोळके जात असता, डी.एस.पी. श्री. चौबळ यांनी त्यांना हटकले आणि 'पुढे जाऊ नका' असे सांगितले. पण यशवंती नशेची मस्ती डोक्यात चढल्यामुळे डी.एस.पीं.चा उपदेश ऐकण्याच्या स्थितीमध्ये ते थोडेच होते? किसन वीर डी.एस.पीं.ना एकेरी वचनात म्हणाले, "जास्त बोलू नकोस. ऑर्डर दाखव." तेव्हा श्री. चौबळ म्हणाले, "मी डी.एस.पी. आहे. मला तुम्हाला गिरफदार करावे लागेल."

तेव्हा किसन वीर म्हणाले, "मी तुला ओळखत नाही. तुझ्यासारखे कैक डी.एस.पी. माझ्या खिशात आहेत." साडेपाच वाजल्यापासूनच सभास्थानी सातारा जिल्हा पूर्व भागाचे पोलीस इन्स्पेक्टर श्री. यशवंतराव देशमुख, सिटी सब-इन्स्पेक्टर जोशी हे दोनशे लाठीधारी, दंडुकेधारी व संगीनधारी पोलिसांसह जाऊन बसले होते. सभेच्या व्यासपीठाभोवती डी.वाय.एस.पी. श्री. फडतरे यांनी पंधरा-वीस हत्यारी पोलिसांचे कडे केले होते. साडेसहा वाजेपर्यंत पावसाचा जोर चालूच होता. पुढे काय करावे, या विवंचनेमध्ये आम्ही होतो. सभास्थानाकडची बातमी पाचपाच मिनिटांनी आम्हाला कळत होती. 'राजवाड्यासमोर दहा-पंधरा हजार लोक हातात छत्र्या घेऊन पावसात उभे आहेत. तुम्ही ताबडतोब चलावे' असा निरोप आम्हाला येताच; कर्मवीर भाऊराव पाटील, वालचंद कोठारी आणि मी असे तिघेजण आम्ही मोटारीत बसून निघालो. सभास्थानी पोहोचेपर्यंत पावणेसात वाजले होते. आम्ही येताच हजारो लोकांनी टाळ्यांचा कडकडाट केला आणि संयुक्त महाराष्ट्राच्या प्रचंड गर्जना केल्या. मी आणि कोठारी सरळ व्यासपीठावर चढून बसलो. कर्मवीर भाऊराव खाली एका खुर्चीवर बसले. पाऊस पडत असल्याने स्वयंसेवकांनी माझ्या डोक्यावर छत्री धरली. मी समोर पाहिले; तो पंचवीस फुटांच्या अंतरावर, अंगात खादीचे सदरे आणि डोक्याला गांधी टोप्या घातलेले पंधरा-वीस लोकांचे टोळके उभे असलेले मला दिसले. त्यात किसन वीर, साडू जगताप, महादू जाधव अन् कासेगावकर वैदू यांचे चेहरे मी ताबडतोब ओळखले. ध्वनिक्षेपकासमोर उभा राहून मी बोलण्यास सुरुवात केली नाही, तोच काँग्रेस गुंडांनी आपल्या टोप्या उडवून 'काँग्रेस झिंदाबाद, नेहरू झिंदाबाद, अत्रे मुर्दाबाद' अशा तारस्वराने आरोळ्या ठोकायला सुरुवात केली. या आरडाओरडीचे नेतृत्व अर्थातच किसन वीर यांच्याकडे होते, हे सांगायला नको. काँग्रेस गुंडांनी जशी अशा घोषणा द्यायला सुरुवात केली, तशी त्यांना तोंड देऊन उभ्या असलेल्या डाव्या गटांच्या कार्यकर्त्यांनी संयुक्त महाराष्ट्राच्या गर्जना ठोकायला

प्रारंभ केला. उभयतांमध्ये लाठीधारी पोलिसांची रांग उभी होती. या गर्जनांच्या कोलाहलामुळे व्यासपीठाभोवतीचे वातावरण अगदी दणाणून गेले. तथापि तिकडे लक्ष न देता, मी माझ्या भाषणाला आवेशाने प्रारंभ केला. जवळच्या मंडळींना माझे भाषण ऐकू येत होते. मी म्हणालो, ''महाराष्ट्राच्या मूळ राजधानीत आज मी आलो आहे. महाराष्ट्राच्या क्रांतीचा सर्व इतिहासच येथे घडलेला आहे, अजून घडतो आहे. त्या इतिहासाचा साक्षीदार अजिंक्यतारा समोर उभा आहे. महाराष्ट्र अजिंक्य आहे असेच तो सांगतो आहे. ज्या जीवनमरणाच्या संघर्षात महाराष्ट्र गुंतला आहे, त्याला येथूनच सर्व प्रेरणा आणि शक्ती मिळणार आहे. एवढ्याचसाठी मी येथे आलो आहे. आपले दर्शन घ्यावे, कर्मवीर भाऊराव पाटलांचा आशीर्वाद घ्यावा, ही माझी इच्छा आहे. असे असता 'महाराष्ट्रापेक्षा पंडित नेहरू मोठे आहेत' अशी महाराष्ट्रद्रोही घोषणा करणाऱ्या यशवंतराव चव्हाणांच्या या मूठभर गुंडांचे या ठिकाणी अमंगळ दर्शन व्हावे, ही मोठ्या दुर्दैवाची गोष्ट आहे. आपण सर्व प्रचंड संख्येने 'संयुक्त महाराष्ट्रा'च्या गर्जना करीत असताना, गांधी टोप्या घातलेली ही चार माकडे येथे आपल्याला वाकुल्या दाखवीत आहेत आणि त्यांच्या या माकडचेष्टांना लाठ्या आणि बंदुका घेऊन हजर असलेल्या या पोलिसांचा पाठिंबा आहे. सर्व महाराष्ट्रात आज हाच प्रकार चालू आहे. एका बाजूला मूठभर काँग्रेस गुंड आणि मोरारजींचे बंदूकवाले पोलीस आणि दुसऱ्या बाजूला तीन कोटी मराठी जनता, असा झगडा आहे. त्यांच्याजवळ सत्ता आहे, संपत्ती आहे, शस्त्रे आहेत आणि कायदा आहे. पण राज्य आणि न्याय आपल्या बाजूला आहे. म्हणून शेवटी जय आपलाच होणार ही सूर्यप्रकाशासारखी स्वच्छ गोष्ट आहे. सत्तेच्या आणि कायद्याच्या जोरावर हे आपले गुंड हाताशी धरून, काँग्रेस सरकार आपली मराठी जनतेची चळवळ आज मारू पाहते आहे. गांधींचे आणि बुद्धाचे नाव घेऊन मुंबई सरकार आपल्यावर गोळ्या झाडते आहे- आपल्याला ठार करते आहे- प्रतिबंधक स्थानबद्धतेचा कायदा वापरून आपल्याला तुरुंगात घालते आहे- तुरुंगात घातल्यानंतरही तेथे आपला राक्षसी छळ करते आहे- तोंडात विष्ठा आणि मूत्र घालते आहे- नागप्पाप्रमाणे डोके फोडून आपला जीव घेते आहे आणि हा छळ असह्य होऊन आपण ओरडू लागलो, तर १४४ कलमाचे कुलूप आपल्या तोंडात घालत आहे- मराठी माणसांना आज सुखाने, मानाने आणि अब्रूने जगणेसुद्धा काँग्रेस सरकारने अशक्य करून सोडले आहे. या छळाला एकटे मोरारजी जबाबदार नाहीत, त्यात आपल्याच रक्ताचे आणि मांसाचे हरामखोर मराठी मंत्रीही सामील आहेत. आणि दुर्दैवाची गोष्ट ही की, त्यातले तीन हरामखोर या तुमच्या उत्तर साताऱ्यातले आहेत. दारू पिऊन झिंगल्याप्रमाणे हे जे दहा-बारा काँग्रेस गुंड माझ्यासमोर इथे नाचताहेत आणि पिसाटासारखे ओरडताहेत, ते त्याच निमकहराम मंत्र्यांचे भाडोत्री बगलबच्चे आहेत- त्यांच्या खिशात अंडी

आहेत- हातात दगड आहेत- अन् खिशात पिस्तुलेही असतील- परवा कऱ्हाडला याच गुंडांनी सत्याग्रहींच्या अंगावर डांबर भरलेली अंडी मारली- हे वेळप्रसंगी कोणाचा खूनही करायला मागेपुढे पाहणार नाहीत- यांनी कित्येक खून पचविलेले आहेत. गेल्या महिन्यात कॉ. गिजरे यांचा वडगावला जो राक्षसी खून झाला, तो यांच्यापैकीच एका बदमाशाने केलेला आहे- म्हणून उत्तर साताऱ्याच्या जनतेने या महाराष्ट्रद्रोही गुंडांची पाळेमुळे खणून काढून हा ऐतिहासिक भाग स्वच्छ आणि शुद्ध केला पाहिजे...'' हे माझे भाषण चालू असता काँग्रेस गुंडांचे थैमान आणि आरोळ्या एकसारख्या चालूच होत्या. माझे भाषण मी थांबवीत नाही हे बघून, त्यांचा संताप अनावर झाला. मग ते हातात ओली वाळू आणि चिखल घेऊन व्यासपीठावर फेकू लागले. त्यातली काही वाळू माझ्या अंगावर पडली. वाळूची एक मूठ माझ्यावर फेकताना मी कासेगावकर वैदूला पाहिले. दंगल आणि आरडाओरडा करणाऱ्या काँग्रेस गुंडांची समजूत घालण्याचा कर्मवीर भाऊराव पाटलांनी पराकाष्ठेचा प्रयत्न केला; पण किसन वीर आणि त्याचे साथीदार हे इतके उन्मत्त झाले होते की, त्यांनी त्यांचे म्हणणे तर ऐकले नाहीच; पण त्यांना हातांनी मागे ढकलले आणि त्यांच्यावर वाळू आणि चिखल फेकला. तेव्हा कर्मवीर अत्यंत संतप्त होऊन म्हणाले, ''स्वत:ला काँग्रेसवाले म्हणविता आणि ही गुंडगिरी करता, याची तुम्हाला शरम वाटली पाहिजे.'' तेव्हा त्यांतला एक काँग्रेसगुंड म्हणाला, ''तुम्ही इथून जा.'' तेव्हा कर्मवीर म्हणाले, ''माझा तुम्ही प्राण घेतलात, तरी मी येथून हलणार नाही.'' शेजारी उभ्या असलेल्या पोलीस अधिकाऱ्यांना कर्मवीर म्हणाले, ''हे लोक या ठिकाणी दंगल करीत आहेत, हे दिसत असतानाही तुम्ही त्यांना थांबवित नाही; याचा जाब तुम्हाला द्यावा लागेल.'' तथापि कर्मवीरांच्या या म्हणण्याचा पोलिसांच्या मनावर काहीही परिणाम झालेला दिसला नाही. हजारो लोक आमच्या बाजूचे असता, दहा काँग्रेस गुंडांनी आरडाओरडा करून सभेत दंगल माजवावी; याचे पुष्कळांना आश्चर्य वाटले. पण त्याचे कारण एकच की, या गुंडांना सशस्त्र पोलिसांचे रक्षण असल्यामुळे, त्यांना जनतेचे भय वाटत नव्हते. त्या ठिकाणी पोलीस नसते, तर हे मूठभर गुंड त्या लोकसमुदायात पाचोळ्यासारखे कुठल्या कुठे उडून गेले असते. सभेच्या ठिकाणी शांततेचा भंग होऊ नये, याची सर्व जबाबदारी पोलिसांवर होती. हजारो लोक अत्यंत शांतपणे व्याख्यान ऐकण्यास उभे असताना, केवळ दहा-पंधरा काँग्रेसचे गुंड आरडाओरड आणि चिखलफेक करून सभेच्या शांततेचा भंग करीत आहेत; ही गोष्ट पोलीस अधिकाऱ्यांना प्रत्यक्ष दिसत असतानासुद्धा, त्या गुंडांच्या विरुद्ध काहीही उपाययोजना करू शकत नाहीत याचा अर्थ काय? याचा अर्थ स्पष्ट आहे. आणि तो हा की, पोलिसांच्या शिस्तीचा आणि शक्तीचा आज संपूर्णपणे अध:पात झालेला आहे. संयुक्त महाराष्ट्राच्या प्रश्नावर महाराष्ट्रद्रोही मराठी मंत्र्यांची

आणि त्यांनी दंगा करायला पाठवलेल्या गुंडांची पोलीस अधिकारी अगदी उघड उघड बाजू घेतात, ही गोष्ट त्या दिवशी अगदी डोळ्यांनी मला पाहायला सापडली. माझे भाषण वीस मिनिटे चालले होते. काँग्रेस गुंडांच्या आणि लोकांच्या गर्जना, प्रतिगर्जना आणि रेटारेटी एकसारखी चालूच होती. काँग्रेस गुंड 'काँग्रेस झिंदाबाद' अन् 'अत्रे मुर्दाबाद'च्या आरोळ्या देत होते. पण त्या गडबडीत भान न राहून त्यांपैकी काही गुंड 'काँग्रेस मुर्दाबाद' अन् 'अत्रे झिंदाबाद' अशी अजागळ गफलत करीत होते, ती बघून मला हसू आल्यावाचून राहिले नाही. माझे भाषण सुरू होऊन वीस-पंचवीस मिनिटे झाली असतील नसतील, तोच डी.एस.पी. श्री. चौबळ माझ्याजवळ आले आणि म्हणाले, "आपले भाषण आता आपण बंद करावे. कारण सभेत दंगा होईल असे आम्हाला वाटते. तेव्हा ही सभा 'बेकायदेशीर जमाव' (unlawful assembly) आहे असे आम्ही जाहीर करतो." त्यांच्या मागोमाग तालुका फर्स्टक्लास मॅजिस्ट्रेट श्री. टी. एम. बोऱ्हाडे आले. तेव्हा "मुंबई बेळगावसह संयुक्त महाराष्ट्र झालाच पाहिजे! संयुक्त महाराष्ट्राचा विजय असो! निमकहराम महाराष्ट्रद्रोही मंत्र्यांचा धिक्कार असो!" अशा गर्जना करून, मी माझा ध्वनिक्षेपक डी.एस.पी. आणि मॅजिस्ट्रेट साहेबांच्या ताब्यात दिला. माझ्या गर्जनेला हजारो लोकांनी प्रचंड साद दिली. सारे सभास्थान 'संयुक्त महाराष्ट्रा'च्या जयजयकाराने दणाणून गेले. त्या गदारोळात 'सभा बेकायदेशीर आहे. लोकांनी घरोघर जावे' हा मॅजिस्ट्रेट साहेबांनी ध्वनिक्षेपकावरून केलेला पुकार कोणाला ऐकू जाणार अन् कोण ऐकून घेणार? सभेच्या निमंत्रकांनी मला आणि श्री. कोठारींना पुष्पहार घातल्यानंतर आम्ही दोघेजण आणि कर्मवीर पाटील मोटारीत बसून त्यांच्या छत्रपती शिवाजी कॉलेजात गेलो.

यशवंतराव चव्हाणांच्या दहा-पंधरा गुंडांनी आणि पोलीस अधिकाऱ्यांनी 'संयुक्त महाराष्ट्रा'साठी भरलेल्या हजारो लोकांच्या सोन्यासारख्या सभेची अशा रीतीने माती केलेली बघून, लोक काँग्रेसगुंडांवर अतिशय संतापले. संतप्त झालेल्या अशा लोकांचा एक प्रचंड मोर्चा या काँग्रेसगुंडांच्या रोखाने जेव्हा चालून येऊ लागला, तेव्हा काँग्रेसगुंड गर्भगळित होऊन वाट फुटेल तिकडे पळत सुटले. त्यांना संरक्षण देता देता पोलिसांच्या नाकीनव आले. मोती चौकात काही काँग्रेस गुंडांना तीनचार हजार लोकांच्या जमावाने गाठले आणि समोरासमोर जाब विचारला. काही हिंदुत्वनिष्ठ कार्यकर्त्यांच्या मध्यस्थीमुळे हे काँग्रेसगुंड वाचले. 'काँग्रेस मुर्दाबाद'च्या गर्जना करीत हा प्रक्षुब्ध जमाव 'जिल्हा काँग्रेस कमिटी'च्या कचेरीवर चालून गेला; तेव्हा किसन वीर, साडू जगताप, आमदार गायकवाड वगैरे मंडळी भयभीत होऊन, दारे बंद करून आत बसली. माझ्या दहा सभा होऊन काँग्रेसच्या जुलमी आणि अत्याचारी धोरणाविरुद्ध साताऱ्याच्या जनतेमध्ये जेवढा असंतोष पसरला नसता, तेवढा 'यशवंत गुंडां'नी पोलिसांच्या मदतीने न होऊ दिलेल्या या आमच्या सभेमुळे साताऱ्यामध्ये

पसरला. काँग्रेस क्रोधाची एवढी प्रचंड लाट साताऱ्यावर पूर्वी क्वचितच आली असेल. तिकडे शहरात काय चालले आहे, याची आम्हाला कल्पना नव्हती. छत्रपती कॉलेजमध्ये आल्यानंतर कर्मवीर भाऊराव पाटील यांनी सभेमध्ये घडलेल्या प्रकाराबद्दल पुढील पत्रक काढले. 'आज रोजी सायंकाळी अतिशय पाऊस पडत असताना सातारा येथे आचार्य अत्रे व 'प्रभात'कार श्री. कोठारी यांचे 'संयुक्त महाराष्ट्रा'वरील व्याख्यान ऐकण्यासाठी हजारो स्त्री-पुरुष छत्र्या घेऊन उपस्थित होते. 'संयुक्त महाराष्ट्रा'संबंधी उभयतांचे विचार ऐकण्यासाठी साताऱ्यातील जनता उपस्थित होती. या वेळी वीस-पंचवीस लोक विरोधी आरडाओरड करून, सभेला अडथळा उत्पन्न करीत होते. बाजूला अनेक पोलीस उभे असताना, त्यांनी या लोकांना आवरण्याचा काही प्रयत्न केला नाही. अनेक श्रोत्यांनी त्यांना शांत होण्याविषयी सांगितले. तरीही काँग्रेसचे लोक शांत राहिले नाहीत. मी स्वत: सिटी पोलीस सबइन्स्पेक्टर यांना लोकांना शांत करण्यास सांगितले. व या गडबडीची जबाबदारी आपल्यावर आहे, असेही त्यांना बजावले. 'लोकशाहीमध्ये कोणाची सभा कोणीही मोडण्याचा प्रयत्न करणे योग्य नाही,' हे माझे ठाम मत त्यांना सांगितले. शेवटी, अशाही परिस्थितीत आचार्य अत्रे भाषण करीत असताना डी.एस.पी. व्यासपीठावर गेले आणि 'आता दंगा होण्याचा संभव आहे, तेव्हा मी सभा बंद करतो, असे त्यांनी सांगितले.'

साडेआठ वाजण्याच्या सुमारास कर्मवीरांचा निरोप घेऊन मी आणि कोठारी यांनी सातारा सोडले. आम्ही गेल्यानंतर थोड्याच वेळाने दीड ते दोन हजार लोकांची एक मिरवणूक 'काँग्रेस मुर्दाबाद, संयुक्त महाराष्ट्र झिंदाबाद' अशा गर्जना करीत छत्रपती शिवाजी कॉलेजच्या पटांगणात आली. पण आम्ही तेथे नसल्यामुळे त्यांची अत्यंत निराशा झाली. आम्ही असतो, तर पुन्हा आमची सर्व शहरामधून बँड लावून मिरवणूक काढण्याचा त्यांचा विचार होता. ते ऐकून माझे अंत:करण भरून आले. प्रेम हे असेच आंधळे असते. दुसरे दिवशी सकाळी सातारच्या सभेचे आमंत्रक श्री. वसंत आंबेकर यांनी आदल्या दिवशीची सभा गुंडगिरी करून मोडल्याबद्दल मे. किसन महादेव वीर, श्री. दादासाहेब जगताप (यशवंत-साडू), आमदार बाबूराव घोरपडे, श्री. विठ्ठलराव जगताप, महादू जाधव, दादासाहेब राजज्ञे, निवास 'तळीराम' जगताप, पी. के. शहा यांच्यावर इंडियन पीनल कोड कलम १४३, १४७, १४९, ३२३, ३५२, ५०४, ५०६ या खाली मे. पोलीस सबइन्स्पेक्टर, सातारा सिटी यांचेकडे फौजदारी फिर्याद दाखल केली. या फिर्यादीचे जाबजबाद घेण्यास सातारा पोलिसांनी ताबडतोब प्रारंभ केला. पुणे येथे हा लेख लिहीत असतानाच सातारा शहर इन्स्पेक्टर श्री. जोशी यांनी माझा जबाब घेतला. आतापर्यंत त्यांनी या प्रकरणात कोल्हापूरच्या बासष्ट लोकांच्या साक्षी घेतल्या आहेत. या खटल्यामुळे यशवंतराव चव्हाणांचे सारे गुंड एका ठिकाणी सापडले आहेत. महाराष्ट्र काँग्रेसचे कऱ्हाड-

साताऱ्यामधील लोक किती दंगेखोर आणि दुष्ट आहेत ही गोष्ट या फिर्यादीच्या निर्णयाने सिद्ध होणार आहे. उत्तर सातारा जिल्हा काँग्रेस कमिटीचे अध्यक्ष आणि मुंबई कायदे कौन्सिलमध्ये सभासद श्री. किसन वीर हे या सर्व गुंडगिरीचे प्रवर्तक आहेत. हे किसन वीर नाना पाटलांच्या 'पत्री सरकार'मध्ये पूर्वी सामील होते. त्यांचा फोटो त्या वेळी 'नवयुग'मध्ये आम्ही छापला आहे. दादा जगताप तर यशवंतरावांचे बोलून चालून साडूच. त्यांच्याच गावी कॉ. गिजरे यांचा गेल्या महिन्यात खून झालेला आहे. हा खून कोणी केला हे कऱ्हाड-साताऱ्यामधील जनतेला पूर्णपणे माहीत आहे. अशाच रीतीने उत्तर साताऱ्यात पूर्वी अनेक खून झालेले आहेत. चंद्रोजीराव पाटील, यशवंतरावांचे मित्र के. डी. पाटील, साताऱ्यामधला प्रसिद्ध दरोडेखोर सखाराम बारबट्टे यांचे खून कसे झाले आणि कोणी केले हेही कऱ्हाड-सातारकरांना पूर्णपणे माहीत आहे. आज उत्तर साताऱ्यामधले प्रमुख काँग्रेस पदाधिकारी हे यशवंतराव चव्हाण, गणू तपासे अन् मालोजी निंबाळकर या तीन निमकहराम मंत्र्यांचे पाठीराखे तर आहेतच आहेत; पण विरोधी पक्षातील प्रमुख कार्यकर्त्यांविरुद्ध दंगल करून आणि जनतेमध्ये दहशत बसवून काँग्रेसची प्रतिष्ठा उत्तर साताऱ्यात कायम ठेवण्याचा आणि जनतेची लूटमार करून स्वत:ची घरे भरण्याचा कसा प्रयत्न करीत आहेत, ही गोष्ट या फिर्यादीमधून सिद्ध होणार आहे. फलटणचे माजी आणि पाजी राजे मालोजी निंबाळकर यांची एका 'व्यक्ती'ला लिहिलेली अत्यंत घाणेरडी पत्रे आमच्या संग्रही आहेत. आणि आता यशवंतराव चव्हाणांचे सर्व चरित्र त्यांच्या साथीदार मित्राने आमच्या हवाली केले आहे. म्हणून आम्ही उत्तर साताऱ्यातील या मंत्र्यांना नि त्यांच्या किसन वीर आदी गुंड साथीदारांना असे आव्हान देतो की; यापुढे जर तुम्ही संयुक्त महाराष्ट्राशी हरामखोरी करण्याचा गलिच्छ प्रयत्न असाच करीत राहाल, तर आमच्याजवळ तुमच्याविरुद्ध असलेला सर्व पुरावा निवडणुकीच्या सुमारास प्रसिद्ध करून; महाराष्ट्राच्या सार्वजनिक जीवनामधून तुम्हाला अंतराळामध्ये उडवून देण्याचे निष्ठुर कर्तव्य, संयुक्त महाराष्ट्राच्या प्रेमासाठी आम्हाला नाइलाजाने करावे लागेल.

यशवंतराव चव्हाणांच्या गुंडगिरीचा समाचार घेणारा लेख ज्या दिवशी प्रसिद्ध झाला, त्याच दिवशी म्हणजे ३ जून १९५६ रोजी पंडित नेहरूंनी 'पाच वर्षांपर्यंत मुंबई केंद्रशासित करण्याचा' जुलमी निर्णय जाहीर केला आणि 'असल्या गुंडगिरीला मी नमणार नाही' असली भाषा वापरली.

◆

काँग्रेस
महाराष्ट्र

नेहरू निर्णयाचा निषेध!

पंडित नेहरूंनी जो निर्णय घेतला त्याचा निषेध करण्यासाठी १० जून १९५६ या दिवशी, 'युवक सभेच्या'वतीने शिवाजी पार्कवर दोन लाख लोकांची एक सभा भरली होती. त्या सभेत मी भाषण केले. त्या भाषणात मी असे म्हणालो,

''अध्यक्ष महाराज आणि बंधू-भगिनींनो, (एवढ्यात 'मुंबई बेळगावसह संयुक्त महाराष्ट्र झालाच पाहिजे!' अशा प्रचंड गर्जना उठतात.) होय, असे आपले मागणे आहे खरे; पण नेहरूंना ते मान्य नाही ना! गेले नऊ महिने तीन कोटी मराठी जनता एकमुखाने आणि एका आवाजाने ओरडून असे सांगते आहे, की आम्हाला मुंबई पाहिजे आहे. निपाणी पाहिजे आहे. स्वर्गामधल्या तेहतीस कोटी देवांना आमच्या आरोळ्या ऐकू गेल्या असतील. पण दिल्लीला राज्य करणाऱ्या काँग्रेसच्या कानात आणि हृदयात काही आमच्या हाका शिरू शकत नाहीत. (हशा) काय करावे? मोठी दुर्दैवाची गोष्ट आहे.

''गेल्या रविवारी पंडित नेहरूंनी आमची सारी स्वप्ने धुळीला मिळविली. चौपाटीच्या वाळवंटावर पोलिसांच्या आणि गुजरात्यांच्या पंचवीस-तीस हजारांच्या प्रचंड सभेत (हशा) त्यांनी सांगून टाकले की, 'पाच वर्षे मुंबई महाराष्ट्राला मिळणार नाही!' बेळगाव कारवारबद्दल ते काही बोललेच नाहीत. म्हणजे त्यांचे काय होणार, हे आता समजलेच. लोकसभेने मुंबई, बेळगाव या गावांबाबत आपला

निर्णय द्यायच्याआधीच, नेहरूंनी तो इथे देऊन टाकला. लोकशाहीबद्दल नेहरूंना केवढा आदर वाटतो, त्याचा हा पुरावा नव्हे काय? (हशा) पाच वर्षे मुंबई महाराष्ट्राला मिळणार नाही, या नेहरूंच्या म्हणण्याचा अर्थ आपल्याला समजला. सदोबा म्हणतात, 'पाच हजार वर्षे मुंबई मिळणार नाही.' नेहरूंच्या आणि सदोबांच्या म्हणण्यात फक्त तीन शून्यांचाच फरक आहे. तो त्यांच्या लायकीप्रमाणे असणारच. (प्रचंड हशा) पण दोघांच्या म्हणण्याचा अर्थ एकच आहे. (हशा) मुंबई केंद्रशासित करून नेहरूंनी महाराष्ट्राचा शिरच्छेदच केला. (शेम-शेम) आता संतापून जाण्याचे कारण नाही. आपले डोकेच गेल्यानंतर, ते शांत ठेवण्याचा मुळी प्रश्नच उत्पन्न होत नाही! (हशा) आपल्या सहनशीलतेची अगदी पराकाष्ठा झाली. आपल्या अंगात होते नव्हते तेवढे बळ आपण खर्च केले. आपले म्हणणे पंडित नेहरूंना समजावून देण्याची आपण शिकस्त केली. लोकशाहीमध्ये अन्यायाचा प्रतिकार करण्याची जेवढी म्हणून साधने उपलब्ध असतात, त्याचा आपण उपयोग केला. पण त्याचा काहीएक परिणाम झाला नाही.''

◆

काँग्रेस महाराष्ट्र

यशवंतरावांच्या वल्गना!

गुंडगिरीचा निषेध करण्यासाठी दुसऱ्या दिवशी 'संयुक्त महाराष्ट्र समिती'तर्फे प्रचंड जाहीर सभा झाली. गुंडांना हाताशी धरून काँग्रेसवाल्यांनी संयुक्त महाराष्ट्रवाद्यांवर हल्ला करावा, हे पाहून जनता अतिशय संतप्त झाली आहे. शांततेच्या, शिस्तीच्या आणि संयमाच्या बाता पंडित नेहरूंनी आणि काँग्रेस पुढाऱ्यांनी तिकडे बेधडक माराव्यात आणि इकडे स्थानिक काँग्रेस कार्यकर्त्यांनी गुंडांना हाताशी धरून आपल्या विरोधकांवर वाटेल तसे अत्याचार करावेत, हे काँग्रेसचे ढोंग यशवंतरावांच्या दौऱ्याच्या निमित्ताने एकदम उघडकीस आले. भोवताली एवढे अत्याचार घडत असताना, उस्मानाबाद येथे यशवंतरावांनी एखाद्या साळसूद बगळ्याप्रमाणे कसे भाषण केले ते पाहा. ते म्हणाले, "माझ्या या दौऱ्याची सुरुवात ऐतिहासिक महत्त्वाचे क्षेत्र तुळजापूरपासून होत आहे, हा मी तुळजाभवानीचा आशीर्वादच समजतो. मराठवाडा ही आपल्या मायबोलीची जन्मभूमी आहे, गोदातटाकी तिचा पहिला पाळणा हलला. तेथेच ती जन्मली, चालू लागली अन् बोलू लागली. महाराष्ट्राला ललामभूत असणारी आंबेजोगाई, पैठण इत्यादी अनेक पवित्र क्षेत्रे या भागात आहेत. तेव्हा या प्रदेशात प्रवेश करताना मी माहेरालाच चाललो आहे, अशी माझी भावना झाली. आपण या ठिकाणी माझा जो सत्कार केला, तो व्यक्तिशः माझा नसून; ज्या मुंबई राज्याचा मी मुख्यमंत्री आहे, त्या द्विभाषिकाचा हा सत्कार आहे

असे मी मानतो.'' या भाषणामधल्या प्रत्येक वाक्यावाक्यात अगदी शिसारी आणणारे ढोंग भरले आहे. महाराष्ट्राशी द्रोह करणाऱ्या माणसाने मराठवाडा हे आपले माहेर आहे असे म्हणणे, म्हणजे निर्लज्जपणाची अगदी पराकाष्ठा आहे. माहेरी आलेले माणूस काय आपल्या माहेरवासी माणसांची डोकी हॉकीच्या काठ्यांनी फोडून त्यांना तुरुंगात डांबते? आणि मराठवाडा जर यशवंतराव चव्हाणांचे माहेर, तर मग त्यांचे सासर कोणते? मोरारजींचे बलसाड? हजारो पोलिसांच्या गराड्यात सुरक्षितपणे बसून काँग्रेसच्या बगलबच्च्यांकडून आणि हस्तकांकडून आपल्या तोंडाभोवती दिवे ओवाळून घ्यायचे आणि म्हणायचे की, 'बघा, हा माझा सन्मान नसून हा द्विभाषिक राज्याचा सन्मान आहे!' यापेक्षा अधिक कोडगेपणा जगामध्ये काही असू शकेल काय? 'महाद्विभाषिकराज्या'च्या निषेधाच्या आरोळ्यांनी सारा महाराष्ट्र हादरून गेला असता आणि या राज्याचा मंत्री दिसला रे दिसला की, लोक काळी निशाणे आणि जोडे घेऊन त्याच्या मागे धावत असता; 'महाद्विभाषिक राज्याचा बघा लोक कसा सत्कार करत आहेत,' असे यशवंतरावांनी बेधडक म्हणत सुटावे, ही बेशरमपणाची अगदी हद्द होती.

जे 'रामराज्य' स्थापन करण्याच्या वल्गना आजपर्यंत काँग्रेसवाले करीत होते, त्या रामराज्यामागे जनतेची शक्ती नव्हती; असा अजब शोध 'मराठवाड्या'मधल्या एका भाषणात या 'महाविद्वान' म्हणजे 'महामूर्ख' यशवंतरावांनी लावलेला आहे. तो वाचून तर त्यांच्या अफाट अकलेबद्दल कोणीही अचंबाच करीत राहील. ते म्हणाले, ''सरकारच्या सत्तेमागे जनतेची शक्ती उभी असली पाहिजे. जनतेच्या पाठिंब्यावाचून राज्य चालणार नाही. आत्तापर्यंत एक राजा आणि बाकी सर्व प्रजा असे होते. पण ही परंपरा आता नष्ट झाली आहे. काळ पालटला आहे. निजामाचे राज्यही संपुष्टात आले आहे. आता जनतेचे राज्य आले आहे. जनताच राजा झाली आहे. आजचे राज्य रामराज्यासारखे आदर्श नसेल, पण ते रामराज्यापेक्षाही मोठे आहे. राम राजा होता, का? तर दशरथ राजा होता. त्याच्या पोटी राम जन्माला आला. म्हणून राम राजा झाला. पण राणीच्या पोटी जन्माला येऊन, राजा होण्याचे दिवस आता संपले आहेत. राज्याचा राजा आता मतपेटीमधून जन्माला येतो. म्हणूनच माझ्यासारखा शेतकऱ्याचा मुलगा या राज्याचा मुख्य प्रधान होऊ शकला. आता राम पुन्हा भारतात येईल, तर त्यालासुद्धा राजा होण्यासाठी मतांची मागणी करायला जनतेकडे जावे लागेल आणि ध्वनिक्षेपकासमोर उभे राहून भाषणे करावी लागतील.''

'काँग्रेसचे राज्य हे रामराज्यापेक्षाही मोठे आहे. एवढेच नव्हे तर राम हा काही नेहरूंप्रमाणे जनतेने निवडून दिलेला प्रतिनिधी नव्हता, तर त्याचा बाप राजा होता; म्हणून तो राजा झाला होता. त्यामुळे रामराज्य हे आजच्या काँग्रेसराज्याप्रमाणे खऱ्याखुऱ्या अर्थाने जनतेचे राज्य होते असे म्हणता येणार नाही', ही यशवंतरावांनी

उधळलेली दिव्य मुक्ताफळे पाहिल्यानंतर, त्यांच्या अंगात 'रावणा'चा संचार झाला असावा असे वाटते. त्याखेरीज अशा धादांत उन्मत्तपणाचे आणि अडाणी मूर्खपणाचे हास्यास्पद आणि हिडीस प्रदर्शन करण्याचे धैर्य त्यांना झाले नसते. रामराज्य हे जनतेचे राज्य नव्हते, असे म्हणायला यशवंतरावाला शरम वाटायला हवी. राम काय नेहरूंप्रमाणे पोलिसांच्या मदतीने राज्य करीत होता? आणि ऊठसूट जनतेवर गोळीबार करून त्यांचे मुडदे पाडीत होता? स्वत:च्या पत्नीबद्दल एक परीट घरात काही कुजबुजला, तर रामाने तिला अग्निदिव्य करायला लावले. एवढा रामाला लोकमताबद्दल आदर होता, आणि येथे लाचलुचपत, वशिलेबाजी, गोळीबार इत्यादी अनेक गुन्ह्यांचे आणि अत्याचारांचे उघड उघड आरोप लोक काँग्रेसच्या राज्यकर्त्यांवर करीत असताना, ते बेशरमासारखे आणि निगरगट्टासारखे डोळ्यांवर कातडे ओढून खुशाल राज्य करताहेत. लोकांनी जोडे मारले, तरी हे आपल्या मंत्रिपदाला गोचिडाप्रमाणे चिकटून बसले आहेत. म्हणे राम पुन्हा भारतात आला, तर त्यालासुद्धा निवडणुकीला उभे राहावे लागेल आणि मते मागण्यासाठी गावोगाव दौरा काढावा लागेल! यशवंतरावांनी हे नाही सांगितले की; रामाला निवडणुकीला उभे राहण्यापूर्वी, अगोदर खादीची टोपी डोक्यावर चढवून काँग्रेसचा चार आण्यांचा सभासद व्हावे लागेल. पण काँग्रेसचा सभासद होऊनही काँग्रेसचे 'पार्लमेंटरी बोर्ड' रामाला आपले तिकीट देईल किंवा काय याचा संशय आहे. केशव बोरकर, सरदार प्रतापसिंह, बाबूराव सणस, बडोद्याचे प्रतापसिंह गायकवाड असल्या विद्यावंत आणि चारित्र्यसंपन्न पुरुषांपुढे बिचाऱ्या रामाचा काय पाड लागणार! राम सध्या भारतात पुन्हा अवतार घेत नाही, हेच फार बरे. कारण काँग्रेसच्या राज्यात आणि नेहरू असेपर्यंत रामाला काही चान्स नाही.

काँग्रेसचे सध्याचे राज्य हे लोकशाही राज्य आहे आणि लोकसभेचे निर्णय अंतिम स्वरूपाचे मानण्यात येतात. लोकसभेने निर्णय दिल्यानंतर कोणत्याही प्रश्नाबाबत वाद असू नये, हे यशवंतरावांच्या प्रत्येक भाषणाचे पालुपद असते. लोकसभेने जे महाद्विभाषिक राज्य गुजरात आणि महाराष्ट्रावर लादले, त्याला अनुलक्षून यशवंतराव हे मुद्दाम बोलत असत; हे सांगायला नकोच. संयुक्त महाराष्ट्रवादी लोक अजून 'संयुक्त महाराष्ट्रा'ची मागणी का करीत असतात, याचे यशवंतरावांना आश्चर्य वाटून राहिले आहे. ते म्हणतात, "संयुक्त महाराष्ट्राच्या मागणीत सर्व मराठी भाषिक एकत्र यावेत, लोकशाहीचा कारभार लोकांच्या भाषेत चालावा, लोकसाहित्य आणि संस्कृती वाढावी याच गोष्टी होत्या ना? मग द्विभाषिक राज्यात या सर्व गोष्टी मिळाल्याच आहेत. पण संयुक्त महाराष्ट्रवाद्यांना हे नको आहे. गुजराती बांधवांना या राज्यातून अलग करावे, अशी त्यांची मागणी आहे. पण मी त्यांना असे विचारतो की, भावाभावांनी वेगळे राहिले पाहिजे अशी यांची सक्ती का

असावी? खेड्यातल्या एखाद्या म्हातारीला जे कळते, ते या शहाण्यांना कळत नाही. नव्या राज्याला विरोध करणे चुकीचे आहे. लोकसभेचा निर्णय मान्य केलाच पाहिजे. तोंडाने लोकशाही म्हणायचे आणि लोकसभेचा निर्णय मान्य करायचा नाही, ही कुठली लोकशाही? संयुक्त महाराष्ट्रवादी बहुमताने निवडून आले, तरी ते काय करणार? द्विभाषिक राज्याचा कारभारच त्यांना चालवावा लागेल. नाही तर निवडून आल्यानंतर त्यांना संन्यास घ्यावा लागेल. माझे असे सांगणे की त्यांना 'संन्यास'च घ्यायचा असेल तर तो 'लग्ना'पूर्वी घ्यावा. मी आपल्याला निश्चयाने सांगतो की, या निवडणुकीनंतर 'संयुक्त महाराष्ट्रा'चे नाव तुम्हाला ऐकू यायचे नाही. यावच्चंद्रदिवाकरौ हे द्विभाषिक राज्य कायम राहणार आहे.'' यशवंतराव चव्हाणांच्या सर्व भाषणांचे थोडक्यात हे सार आहे. मूर्खपणा, उन्मत्तपणा आणि घमेंडखोरपणा यांची एवढी किळसवाणी बेरीज जगात कुठे पाहायला मिळणार नाही. द्विभाषिक राज्याच्या पोटात 'संयुक्त महाराष्ट्र'चा अंतर्भाव झाला, असा युक्तिवाद करणाऱ्या माणसाला महामूर्ख म्हणू नये, तर काय म्हणावे? द्विभाषिक राज्यांतून गुजरात्यांना अलग करावे ही इच्छा 'संयुक्त महाराष्ट्रा'च्या मागणीच्या मुळाशी आहे, हा यशवंतरावांचा आरोप शुद्ध खोडसाळपणाचा आहे. भाषिक राज्ये ही काही सामायिक मालमत्तेची भावाभावांतली वाटणी नव्हे, एवढी साधी गोष्टसुद्धा या गाढवाला कळू नये? मग देशातल्या बाकीच्या भाषाबांधवांना का भाषावार राज्ये देण्यात आली? म्हणे लोकसभेचा निर्णय हा लोकशाहीचा निर्णय आहे आणि तो 'संयुक्त महाराष्ट्रवाद्यां'नी शिरसामान्य केलाच पाहिजे. पण भारतामधील इतर सर्व भाषिकांना एकभाषी राज्ये देऊन गुजरातवर आणि महाराष्ट्रावर द्विभाषिक राज्य का लादले, याचे समर्थन अजूनपर्यंत कोणीही केले नाही. परवा मुंबईच्या भाषणात नेहरूंनी तर त्याबद्दल अवाक्षर काढले नाही. लोकशाहीच्या मूलभूत तत्त्वांचा खून करून लोकसभेने हा निर्णय लोकांवर लादला आहे. तो लोकशाहीच्या मार्गाने बदलून घेणे, हे जनतेचे कर्तव्य आहे. लोकसभा म्हणजे काही परमेश्वर नाही. जनता ही परमेश्वर आहे. निवडणुकीत संयुक्त महाराष्ट्रवादी निवडून आले, तरी त्यांना 'संयुक्त महाराष्ट्र' मिळणार नाही; असे यशवंतराव आपल्या मिश्यांच्या जागेवर बोटे पिळीत म्हणतात. 'संयुक्त महाराष्ट्र' मिळवण्याचा तीन कोटी मराठी जनतेने निर्धार केला आहे. हा निर्धार ती कशी आणि कोणत्या मार्गाने सिद्धीस नेईल, ही पंचाईत यशवंतरावांसारख्या महाराष्ट्रद्रोही माणसाने करण्याचे कारण नाही. इतिहास त्याची योग्य ती तरतूद करील. 'यावच्चंद्रदिवाकरौ'चा बकवास नेहरूंसारख्या माणसाने एखादे वेळी केला, तर शोभेल; पण नेहरूंचे बूट चाटणाऱ्या यशवंतरावांसारख्या हुजऱ्याने असली भाषा करून स्वत:चे हसू करून घेऊ नये. येत्या निवडणुकीनंतर 'संयुक्त महाराष्ट्रा'चे नाव ऐकू येणार नाही असे म्हणण्यापर्यंत महाराष्ट्रद्रोहाचा उन्माद ज्याच्या डोक्यात चढला आहे, त्याला काय

उत्तर द्यायचे? तीन कोटी मराठी जनतेच्या वतीने आम्ही यशवंतरावांना एवढेच सांगतो की, येत्या निवडणुकीनंतर 'यशवंतराव चव्हाण' हे नाव महाराष्ट्रात कुठे ऐकू येणार नाही. फक्त महाराष्ट्राच्या इतिहासात अशा नावाचा एक सूर्याजी पिसाळ होऊन गेला, एवढी एकच ओळ त्यांच्या नावाची ठरेल.

◆

महाराष्ट्रात काँग्रेस मेली पाहिजे!

निवडणूक प्रचाराच्या मोहिमेला चांगलाच जोर चढला. गिरगावातील एका जाहीर सभेत मी एक भाषण केले व त्यात मांडले की, महाराष्ट्रात काँग्रेस मेली पाहिजे! ते भाषण इथे मी देत आहे.

"बंधू-भगिनींनो, आगामी निवडणुकीत आम्ही 'संयुक्त महराष्ट्र समिती'तर्फे उमेदवार म्हणून उभे आहोत आणि आम्ही आपल्याकडे आपल्या मतांची याचना करण्यासाठी आलो आहोत. पण मला आपल्याला हे सांगायचे आहे की, वैयक्तिक नात्याने आम्ही आपल्याकडे मते मागत नाही. या निवडणुकीत अत्रे उभा नाही, मुळगावकर उभे नाहीत, डांगे उभे नाहीत, अणे उभे नाहीत की एस.एम. उभे नाहीत. या निवडणुकीत आपला महाराष्ट्र उभा आहे! (प्रचंड टाळ्या) आम्ही महाराष्ट्राचे पाईक आहोत, सेवक आहोत. ज्याप्रमाणे सर्व नद्यांचे पाणी शेवटी सागराला मिळते किंवा कोणत्याही देवाला केलेला नमस्कार शेवटी केशवाला पोहोचतो; त्याप्रमाणे 'संयुक्त महाराष्ट्र समिती'ने या निवडणुकीमध्ये जे जे उमेदवार उभे केले आहेत, त्यांना आपण दिलेल्या सर्व मतांची प्रचंड माला शेवटी आपल्या महाराष्ट्रमातेच्या गळ्यात पडणार आहे. म्हणून आम्हा उमेदवारांच्या विशिष्ट व्यक्तिमत्त्वाचा किंवा त्यांच्या गुण-दोषांचा आपण विचार करण्याचे मुळीच कारण नाही. आमच्या कर्तृत्वात काही उणेपणा असेल किंवा अनिवार उत्साहाच्या भरात कुणाच्या हातून काही चुका झाल्या

असतील. पण त्याचा राग मनामधे धरून जर आपण त्याला मत दिले नाही, तर त्या उमेदवाराचे ते नुकसान होणार नाही. ते महाराष्ट्राचे नुकसान होईल. आपण अनेक पक्षांची, अनेक विचारांची आणि अनेक मार्गांची माणसे आपल्या महाराष्ट्राच्या प्रेमाने एकत्र आलो आहोत. 'संयुक्त महाराष्ट्र समिती'साठी महाराष्ट्रातल्या सर्व काँग्रेसविरोधी पक्षांची ही जी एकजूट झाली आहे, हा महाराष्ट्राच्या आजपर्यंतच्या इतिहासातला एक महान चमत्कार आहे. पूर्वीच्या काळी जातिभेद हा महाराष्ट्राला शाप होता. आधुनिक काळात त्याची जागा पक्षभेदाने घेतली आहे. पण तीन कोटी मराठी जनतेची लोकशाही मागणी पायांखाली तुडवून; महाराष्ट्राच्या मस्तकात जेव्हा राज्यकर्त्यांनी महाद्विभाषिकाचा वरवंटा हाणला आणि महाराष्ट्राला रक्तबंबाळ केले, तेव्हा महाराष्ट्राचे सारे राजकीय पुढारी आणि कार्यकर्ते आपापले जातिभेद आणि पक्षभेद बाजूला भिरकावून 'समिती'च्या झेंड्याखाली एकत्र आले; ही घटना महाराष्ट्राच्या इतिहासात सुवर्णाक्षरांनी लिहिण्यासारखी आहे. (प्रचंड टाळ्या) आगामी निवडणुकीकडे इतर राज्ये ज्या दृष्टीने पाहत आहेत, त्यापेक्षा महाराष्ट्र तिच्याकडे निराळ्या दृष्टीने पाहत आहे. ही निवडणूक म्हणजे आमचे धर्मयुद्ध आहे. (प्रचंड टाळ्या) काँग्रेस आमच्याशी अधर्माने वागलेली आहे. ज्याप्रमाणे कौरवांनी पांडवांशी अधर्माचे वर्तन केले, म्हणून कुरुक्षेत्राच्या रणांगणावर त्यांना धर्मसंग्राम करावा लागला. कौरव शंभर होते, पांडव पाच होते. कौरवांची जागा आता काँग्रेसने घेतलेली आहे. (हशा) 'समिती'मधले पाच प्रमुख पक्ष म्हणजे पांडवच आहेत. (टाळ्या) पांडव कौरवांकडे पाच गावे मागत होते. आम्ही तरी या काँग्रेस कौरवांकडे काय मागितले? (हशा) मुंबई मागितली, बेळगाव मागितले, कारवार मागितले, निपाणी मागितली. चारच गावे मागितली. (हशा) पण दुर्योधनाने जसे पांडवांना उत्तर दिले की; सुईच्या अग्रावर जेवढी राहू शकेल, तेवढीसुद्धा माती तुम्हाला मिळणार नाही; त्याप्रमाणे काँग्रेसने बेळगाव-कारवार भाग आमच्यापासून हिरावून घेऊन तर कर्नाटकात घातला. पण 'मुंबई तुम्हाला पाच हजार वर्षे मिळणार नाही. यावच्चंद्रदिवाकरौ मिळणार नाही!', असे त्या दुर्योधन सदोबाने आम्हाला सांगितले. (प्रचंड हशा) कौरवांना जसा सत्तेचा उन्माद चढला आहे, तशी या काँग्रेसवाल्यांना सत्तेची मस्ती चढली आहे. (हशा) ते 'यावच्चंद्रदिवाकरौ'च्या आणि पाच-पाच हजार वर्षांच्या गोष्टी करू लागले आहेत! (हशा) ब्रिटिश साम्राज्यवादीसुद्धा पूर्वी असेच म्हणत, 'ब्रिटिश साम्राज्यावरून सूर्य कधी मावळत नाही!' आज काय झाले? सूर्य मावळला नाहीच; पण ब्रिटिश साम्राज्यच मावळले. रावणाचे चौदा चौकड्यांचे राज्य धुळीला मिळाले, तेथे काँग्रेसचा काय पाड? सत्तेच्या जोरावर कौरवांनी पांडवांना वनवासात पाठवून त्यांचा छळ केला. त्याप्रमाणे काँग्रेसने मराठी जनतेवर नाना तऱ्हेचे जुलूम करून, 'संयुक्त महाराष्ट्रा'ला आज वनवासात पाठवून दिले आहे. कौरव-पांडवांच्या भांडणाचे

पर्यवसान जसे महाभारताच्या युद्धात झाले, त्याप्रमाणे काँग्रेस आणि महाराष्ट्र यांच्यामधल्या कलहाचा निर्णय; हा येत्या निवडणुकीच्या समरांगणावर आपल्याला लावून घेतलाच पाहिजे. (प्रचंड टाळ्या). पण महाभारताच्या युद्धात प्रारंभी अर्जुनाची म्हणजे पांडवांची जी स्थिती झाली, तीच आपली झालेली आहे. कौरवांच्या बाजूला सारीच मोठमोठी वडीलधारी माणसे. धृतराष्ट्र, भीष्माचार्य, कृपाचार्य, द्रोणाचार्य यांच्याप्रमाणे भारतीय राजकारणामधे मान्यता पावलेल्या सर्वच मोठमोठ्या विभूती आज काँग्रेसच्या बाजूला आहेत. सारे 'काका', सारे 'मामा' आणि सारे 'भाऊ' त्यांच्या बाजूला आहेत. (हशा) ही सर्व मंडळी पूर्वी आपल्यामध्ये होती. 'काका' म्हणत होते की, 'माझी शस्त्रे मी शमीच्या झाडावर ठेवून दिली आहेत!' (हशा) ती त्यांची शस्त्रे तशीच शमीच्या झाडावर पडून राहिली आहेत. (हशा) पण 'काका' मात्र आपल्याला सोडून पळून गेले आहेत! (प्रचंड हशा) आमचे चांगले हिऱ्यासारखे 'भाऊ' पूर्वी म्हणायचे, महाराष्ट्रामधील तसू तसू जमिनीसाठी मी लढेन! पण त्यांनीदेखील आमच्याशी शेवटी हरामखोरी केली! (हशा) हे सारे आपले नातेवाईक महाराष्ट्राचे नाते विसरले. पण आम्ही यांचे नाते विसरलो नाही. म्हणून अर्जुनासारखी आमची स्थिती झाली आहे. कसे आम्ही यांच्यावर शस्त्र टाकायचे? कशी आम्ही यांच्यावर टीका करायची? पंडित नेहरूंसारख्या माणसाशी लढणे, ही काय सोपी गोष्ट आहे? त्यांचे व्यक्तिमत्त्व केवढे! त्यांची कीर्ती केवढी! त्यांची तपश्चर्या केवढी! आम्ही त्यांच्याशी सामना करायचा, म्हणजे स्वत:चाच नाश करून घेण्यासारखा आहे. पण आम्हाला तरी दुसरा इलाज काय? भगवंतांनी गीतेमध्ये सांगितले आहे की, आपले कर्तव्य करताना तू कोणत्याही गोष्टीचा विचार करू नकोस! हा मोठा आहे. तो वडील आहे. तो काका आहे. तो मामा आहे. (हशा) जो जो कोणी तुमच्या कर्तव्याच्या आड येईल, त्याचा फडशा पाडायचा हा तर मुळी गीतेचे संदेश आहे. (प्रचंड टाळ्या) संयुक्त महाराष्ट्र निर्माण करणे हे आमचे पवित्र कर्तव्य आहे. या कर्तव्याला आम्ही बांधलो गेलो आहोत. आणि या कर्तव्याच्या आड काँग्रेसच काय; पण प्रत्यक्ष परमेश्वर जरी आला, तरी त्याच्या बोकांडी बसून आम्ही त्याला पालथा पाडल्यावाचून रहाणार नाही. (हशा आणि टाळ्या) काँग्रेसने आम्हाला संयुक्त महाराष्ट्र का दिले नाही? भारतामधल्या चौदा राज्यांपैकी तेरा राज्ये एकभाषी केली आणि गुजरात अन् महाराष्ट्र या दोघांना तेवढे महाद्विभाषिकाच्या खोड्यात का अडकविले? याला काँग्रेसजवळ काहीही उत्तर नाही. यशवंतराव चव्हाण हे तीच 'यावच्चंद्रदिवाकरौ'ची उन्मत्त भाषा वापरून म्हणतात की, आता हे महाद्विभाषिक राज्य कालत्रयीही जाणार नाही. अहमदाबादच्या विद्यार्थ्यांच्या सभेत स्वत: नेहरू म्हणाले की, ''पृथ्वीतलावरील कोणतीही शक्ती आमचा हा निर्णय उखडून टाकू शकणार नाही!'' पण काँग्रेस प्रचाराचा नारळ फोडण्यास परवा नेहरू मुंबईला आले,

त्या भाषणात त्यांनी महाद्विभाषिकासंबंधी एक अक्षरही उच्चारले नाही. पुण्याच्या भाषणातही त्यांनी महाद्विभाषिकाचा विषय कटाक्षाने टाळला. काँग्रेसचा विचार करण्यासाठी मराठी मुलखात यायचे, मराठी माणसाकडे यायचे आणि संयुक्त महाराष्ट्र आम्ही तुम्हाला का दिले नाही किंवा द्विभाषिक राज्य आम्ही तुमच्यावर का लादले, यासंबंधी एक अक्षरही उच्चारायचे नाही; याचा अर्थ काय? याचा अर्थ हा की, नेहरूंजवळ या प्रश्नासंबंधी समर्पक उत्तर नाही. (टाळ्या) महाद्विभाषिकाचे समर्थन करण्याचे त्यांना धैर्य नाही! (टाळ्या) गेली तीस वर्षे जे नेहरू आणि जी काँग्रेस भाषिक राज्याचे तोंड भरून समर्थन करीत होती, ती एक दिवस भल्या सकाळी उठून आम्हाला सांगू लागली की; भाषिक राज्य फार वाईट आहे म्हणून. (हशा) त्या त्यांच्या म्हणण्यावर कोण विश्वास ठेवील? पुण्याचे भाई चितळे यांनी याबाबत परवा एक मोठे समर्पक रूपक सांगितले. तीस वर्षे एक माणूस ज्ञानेश्वरी आणि तुकोबांची गाथा डोक्यावर घेऊन त्यांची पूजा करीत होता. आणि एक दिवस तो लोकांना सांगू लागला की, ही 'ज्ञानेश्वरी' आणि ही 'तुकोबांची गाथा' खिडकीमधून बाहेर फेकून दिली पाहिजे; तर लोक त्याला वेड्यात काढल्यावाचून राहणार नाहीत. त्याप्रमाणे इतके दिवस भाषिक राज्याचे पोवाडे गाऊन शेवटी गुजरातला आणि महाराष्ट्राला भाषिक राज्याबाबत नकार देणे, हा काँग्रेसचा शुद्ध पागलपणा आहे. (हशा आणि टाळ्या) काँग्रेसने केलेल्या कामगिरीच्या अवास्तव बढाया मारण्यापलीकडे, नेहरूंनी आपल्या प्रचाराच्या भाषणात दुसरे काहीही सांगितले नाही. म्हणे काँग्रेसने देशाला स्वातंत्र्य मिळवून दिले. होय. पण कोणत्या काँग्रेसने? त्या वेळी आजच्या काँग्रेसविरोधी पक्षांपैकी बहुतेक सर्व महत्त्वाचे पुढारी आणि कार्यकर्ते काँग्रेसमध्येच होते. (टाळ्या) स्वातंत्र्य जनतेने मिळविले. काँग्रेसने नाही (टाळ्या). देशाला स्वातंत्र्य मिळविण्याचे कार्य काँग्रेस स्थापन होण्यापूर्वीपासूनच सुरू झाले होते.

"त्या सर्व कार्याचे श्रेय काय एकटी काँग्रेस घेणार? नेहरू म्हणतात की; बघा, गेल्या नऊ वर्षांत आम्ही किती धरणे बांधली? किती कारखाने बांधले? ते विरोधी पक्षांना विचारतात, "तुम्ही काय केले?" याबाबत आमचे मित्र 'प्रभात'कार कोठारी यांनी फार मार्मिक दृष्टान्त दिला आहे- दोन भाऊ आहेत. थोरल्या भावाचे लग्न झाले आहे. त्याला पाच मुले आहेत. धाकटा भाऊ अविवाहित आहे. अर्थातच त्याला मुले नाहीत. (हशा) जर थोरला भाऊ धाकट्या भावाला म्हणाला की, "बघ, मला कशी पाच मुले आहेत. तुला कुठे आहेत?" (हशा) तर धाकटा भाऊ म्हणेल की, "दादा, माझे तुम्ही लग्न केले नाही आणि माझ्याकडून तुम्ही मुलांची कशी अपेक्षा करता? (हशा) माझे लग्न करा; मग पाच काय, मला सहा मुले होतील!" (प्रचंड हशा) तसे आम्ही नेहरूंना म्हणतो की, सत्ता तुमच्या हातात आहे म्हणून तुम्ही धरणे बांधली आणि कारखाने उभारले. आमच्या हातात सत्ता आली, म्हणजे काय आम्ही

रस्त्यांमध्ये खड्डे खांदीत बसू की काय? (हशा) आम्हीसुद्धा मोठमोठी धरणे बांधू आणि कारखाने बांधू! (टाळ्या) मात्र ती बांधताना सरकारी अधिकारी आणि कंत्राटदार कोट्यवधी रुपये गिळंकृत करणार नाहीत, याची आम्ही तुमच्यापेक्षा जास्त काळजी घेऊ! (टाळ्या) नेहरू म्हणतात, देशात समाजवाद आणण्यासाठी आम्ही दुसरी पंचवार्षिक योजना सुरू करतो आहोत. तरी आम्हाला तुम्ही मते द्या! गेल्या नऊ वर्षांतले काँग्रेसचे आर्थिक धोरण पाहिले, तर देशातल्या संपत्तीची सूत्रे सात किंवा आठ बड्या भांडवलदार संघटनांच्या हातांमध्ये केंद्रित झालेली आपल्याला दिसतील. श्रीमंत लोक जास्त श्रीमंत होत चालले आहेत, तर गरीब लोक जास्त गरीब होताहेत. अशी आर्थिक विषमता दिवसेंदिवस देशात वाढत चालली आहे. महागाई आणि बेकारी यांनी गरीब श्रमजीवी जनता हैराण झालेली आहे आणि नेहरू म्हणतात, आम्ही समाजवाद आणणार आहोत! ज्या काँग्रेसमधे आज राजेरजवाडे, भांडवलदार, सरंजामदार, काळाबाजारवाले, व्यापारी आणि समाजातील अनिष्ट प्रवृत्तीचे सर्व लोक एकत्रित झाले आहेत; ती काँग्रेस पोलीस, लष्कर आणि ब्रिटिशांच्या तालमीत तयार झालेले प्रतिगामी अधिकारी यांच्या मदतीने या देशात समाजवाद आणू शकेल काय; याचा आपण विचार करा! (टाळ्या) काँग्रेसच्या निवडणूक फंडाला टाटांनी लक्षावधी रुपये दिले. ते काय काँग्रेसने या देशात समाजवाद आणावा म्हणून? (हशा) रामराज्य उत्तम चालावे म्हणून 'रावण' कधी मदत करील काय? (हशा आणि टाळ्या) काँग्रेस म्हणे हा समाजवाद लोकशाहीच्या आणि अहिंसेच्या मार्गाने आणणार आहे! तीन कोटी मराठी आणि दोन कोटी गुजराती लोकांची एकमुखी मागणी ज्यांनी धुडकावून लावली आणि त्यांना नको असलेले द्विभाषिक राज्य त्यांच्यावर जबरदस्तीने लादले, त्यांनी लोकशाहीच्या गप्पा मारू नयेत! (टाळ्या) आणि नऊ वर्षांत ज्यांनी एक हजार एकशे पंचाऐंशी वेळा गोळीबार करून, सव्वातीनशे माणसे ठार मारली; त्यांनी अहिंसेचे पोवाडे गाणे, म्हणजे ढोंगीपणाची पराकाष्ठा आहे! (टाळ्या) काँग्रेसची प्रत्येक घोषणा म्हणजे थोतांड आहे. इंदूरच्या काँग्रेसमध्ये नेहरूंनी मोठ्या संभावितपणाचा आव आणून काँग्रेसजनांना सांगितले की, 'तुम्ही उच्च पातळीवरून निवडणुकीचा प्रचार करा!' आणि स्वतः मात्र आपल्या भाषणात विरोधी पक्षांना अद्वातद्वा शिव्या देताहेत. (हशा) कोणाला बेवकूफ म्हण, कोणाला मूर्ख म्हण, कोणाला माकड म्हण! ही यांची उच्च पातळी! (हशा) नेहरूंची मुलगी इंदिरा गांधी. तीही बापाचीच लेक! (हशा) ती जे तोंडाला येईल, ते बकते! (हशा) म्हणे प्रजासमाजवादी पक्षाने अमेरिकेतून पैसे आणले आणि कम्युनिस्टांनी चीन-रशियामधून पैसे आणले! आम्ही तिला म्हटले की, 'बाई, तू काय म्हणतेस त्याचा पुरावा दे.' तर पुरावा द्यायची तिची तयारी नाही! आणि इकडे काँग्रेसने मात्र देशातल्या भांडवलवाल्यांकडून निवडणुकीसाठी सहा

कोटी रुपये जमविले. त्याचा मात्र उल्लेख नाही! (टाळ्या) स्वत: शेण खायचे आणि दुसऱ्याचे तोंड हुंगायचे! (हशा आणि टाळ्या) यशवंतराव चव्हाणांच्या प्रचारसभेच्या वेळी तर गुंडांच्या मदतीने, पोलीस संयुक्त महाराष्ट्राच्या निदर्शकांची डोकी फोडतात आणि त्यांना तुरुंगात घालतात. 'महागुजरात जनता परिषदे'च्या अनेक पुढाऱ्यांना आज स्थानबद्ध करण्यात आलेले आहे. ही काँग्रेसच्या प्रचाराची उच्च पातळी! (टाळ्या) यशवंतराव चव्हाण म्हणतात की, 'येत्या निवडणुकीत काँग्रेसचा पराभव झाला आणि 'समिती'चा जय झाला; तरी जोपर्यंत 'लोकसभे'त संयुक्त महाराष्ट्राचे बहुमत होणार नाही, तोपर्यंत संयुक्त महाराष्ट्र आपणाला मिळणार नाही.' त्यांना मी एवढेच सांगतो की, आज ज्या ज्या भाषिकांना भाषिक राज्य मिळाले आहे; त्यांचे काही लोकसभेत बहुमत नव्हते. येत्या निवडणुकीत आमचा जय झाला तर 'संयुक्त महाराष्ट्र' निर्माण झाल्यावाचून राहतच नाही! (प्रचंड टाळ्या) जय न झाला, तरी कायदेमंडळात आम्ही एवढा प्रचंड विरोधी पक्ष निर्माण करू की; यांचे द्विभाषिक राज्ययंत्र आम्ही एक दिवस टिकून देणार नाही. (प्रचंड टाळ्या) हुतात्म्यांची शपथ घेऊन सांगतो की, आमच्यावर अन्यायाची पराकाष्ठा करणाऱ्या काँग्रेसला आम्ही महाराष्ट्रातून नेस्तनाबूत केल्यावाचून राहणार नाही! (प्रचंड टाळ्या)

"१९५७ च्या सार्वत्रिक निवडणुका मार्च महिन्याच्या दुसऱ्या आठवड्यात होणार होत्या. या निवडणुकांच्या प्रचाराचे कार्य आम्ही डिसेंबर १९५६ पासूनच सुरू केले. 'समिती'मधल्या घटक पक्षांच्या पुढाऱ्यांनी संयुक्त महाराष्ट्राच्या प्रचाराच्या व्याख्यानांनी महाराष्ट्रामधले सगळे रान उठवले. काँग्रेसच्या मंत्र्यांना आणि नेत्यांना पळताभुई थोडी झाली. सर्वत्र काळ्या झेंड्यांनी आणि पादत्राणांनी त्यांचे स्वागत होऊ लागले. 'समिती'च्या प्रचारकार्यात अर्थात माझा फार मोठा वाटा होता. मुंबईत, उपनगरांत आणि महाराष्ट्रामधल्या मोठमोठ्या शहरांतून माझी व्याख्याने झाली.

"उपनगरांतील निवडणूक प्रचाराची माझी पहिली सभा विलेपार्ले येथे टिळक मंदिरात भरली होती. सभेला प्रचंड गर्दी होती.

"दादर येथे शिवाजी पार्कच्या मैदानावर दोन लाखांची विराट सभा झाली. अध्यक्षस्थानी कॉ. डांगे होते. त्या सभेत प्रारंभी भाषण करताना मी म्हणालो, की गेल्या वर्षी बरोबर याच दिवशी ठाकूरद्वारला बंडू गोखल्याचा बळी घेऊन, मोरारजीने हत्याकांडाचा मुहूर्त केला. त्या हत्याकांडाचे वर्णन करण्यास माझ्याजवळ शब्द नाहीत. रस्त्यावरच्या कुत्र्याप्रमाणे लहानांपासून थोरांपर्यंत अनेकांना गोळ्या घालून ठार मारण्यात आले. दिसेल त्याला गोळी घालण्याचा (Shoot at sight!) मोरारजींनी पोलीस अधिकाऱ्यांना हुकूम दिला होता. तो त्यांनी अक्षरश: बजावून मुंबईत रक्ताचे सडे घातले. मोरारजींनी मुंबईत व महाराष्ट्रात लोकशाहीचा जो खून केला, त्यावर पंडित नेहरूंनी पांघरूण घालावे; याचे सर्वांत आम्हाला वाईट वाटते.

आम्हाला केवळ गोळ्या घालून त्यांचे समाधान झाले नाही, तर त्यांनी आमच्या चारित्र्याला डांबर फासण्याचा प्रयत्न केला. आज या सभेच्या सभोवार त्या हुतात्म्यांचे आत्मे वावरत असतील. महाराष्ट्रातले अनेक विरोधी पक्ष एकत्र येऊन 'संयुक्त महाराष्ट्र समिती' स्थापन झाल्याचा; जो हा चमत्कार घडलेला आहे, तो केवळ त्या हुतात्म्यांच्या आशीर्वादांनी! (टाळ्यांचा गगनभेदी कडकडाट)

"मुंबईचे मुख्यमंत्री यशवंतराव चव्हाण हे परवा तुळजापूरच्या भवानीची पूजा करायला गेले होते. मोरारजीच्या हाताला हात लावून ज्यांनी मराठी माणसांच्या हत्याकांडाला हातभार लावला, त्या यशवंतरावांनी महाराष्ट्राच्या कुलस्वामिनी भवानीमातेच्या दर्शनाला जावे; यापेक्षा भवानीमातेची अधिक विटंबना होऊ शकेल काय? भवानीमाता त्या वेळी त्यांना काय म्हणाली असेल, त्याची माझ्यासारख्या कवीला कल्पना करता येईल. पण मातेचे ते उद्गार या सभेत सांगता येण्यासारखे नाहीत! (प्रचंड हशा)

"ज्या निवडणुका 'संयुक्त महाराष्ट्र समिती'च्या वतीने आम्ही लढविणार आहोत; त्या हे द्विभाषिक राज्य मोडून, तोडून, फेकून देण्यासाठीच! (टाळ्या) तीन कोटी मराठी आणि दोन कोटी गुर्जर जनतेवर लादलेले हे द्विभाषिक राज्य उलथून पाडणे, उखडून काढणे आणि अस्मानात उडवून देणे; हेच आता आमचे एकमेव कर्तव्य आहे. (टाळ्या) संयुक्त महाराष्ट्रासाठी आपल्या रक्ताचे अर्घ्य देणाऱ्या आणि प्राणांचे बलिदान करणाऱ्या, त्या हुतात्म्यांच्या पुण्याईने व महाराष्ट्राची कुलस्वामिनी जी भवानी माता, तिच्या आशीर्वादाने आणि श्री शिवछत्रपतींच्या कृपाप्रसादाने; मुंबईसह संयुक्त महाराष्ट्र निर्माण करण्याचे चार कोटी जनतेचे भव्य आणि दिव्य स्वप्न साकार होईल, याविषयी आता आपणाला तिळमात्र शंका नाही!'' (काही काळपर्यंत टाळ्यांचा प्रचंड कडकडाट.)

◆

काँग्रेस महाराष्ट्र

मोरारजींचा यशवंत अवतार!

मोरारजीने केलेल्या गोळीबारात १०५ हुतात्मे झाले, त्यांच्या नातेवाइकांना भरपाई देण्याची घोषणा यशवंतराव चव्हाण यांनी केली व ती करताना असे संबोधले की, ती भाषिक दंगल होती. त्यामुळे मला राग आला व मी लिहिले, 'मोरारजीचा यशवंत अवतार!' तो अवतार कसा होता ते पहा!

महाराष्ट्राशी द्रोह करून मोरारजींच्या कृपेने यशवंतराव चव्हाण हे जुन्या मुंबई राज्याचे जेव्हा मुख्यमंत्री झाले, तेव्हा 'मोरारजीच्या पावलावर पावले टाकूनच मी राज्यकारभार चालवीन' अशी त्यांनी जाहीर घोषणा केली; ती सर्वांच्या आठवणीत असेलच. आता सार्वत्रिक निवडणुकीनंतर महाद्विभाषिक मुंबई याचे ते पुन्हा मुख्यमंत्री झाल्यावर; त्यांच्या बोलण्या-चालण्याची जी एकंदर लक्षणे प्रकट होऊ लागली आहेत, ती पाहिल्यानंतर मोरारजींचा चांगलाच संचार त्यांच्या अंगात होऊ लागलेला आहे. आपले नवे मंत्रिमंडळ दिल्लीला जाऊन मोरारजींच्या इच्छेप्रमाणे निवडले, हे सर्वश्रुतच आहे. बियाणी आणि भाऊसाहेब यांचा काटा काढून, बाळासाहेब आणि बुवा भारदे हे आपले लोक त्यांनी आपल्या मंत्रिमंडळात आणून घुसडले.

शपथविधी झाल्यानंतर आपल्या नव्या मंत्रिमंडळाच्या धोरणाची रूपरेषा त्यांनी नभोवाणीवरून दिली. त्यात त्यांच्या अंगी संचारलेल्या मोरारजींचे महाराष्ट्राला प्रथम दर्शन झाले. द्विभाषिक मुंबई राज्याच्या

निर्मितीआधी जो वाद माजला होता, तो अद्याप मिटलेला नाही; असे सांगून यशवंतराव म्हणाले, 'द्विभाषिक राज्याच्या जन्माआधी ज्या दुर्दैवी घटना घडल्या, त्यामध्ये झालेल्या जखमा आणि व्रण बुजवण्याच्या दृष्टीने; भाषिक वादात बळी पडलेल्या लोकांना भरपाई देण्याचे आपल्या सरकारचे धोरण राहील. ज्यांचे सगेसोयरे, मित्र किंवा कुटुंबातले लोक या दंगलीत मरण पावले असतील, त्यांना सरकार मदत करण्याची कसोशी करील!' यशवंतरावांचे हे शब्द महाराष्ट्रद्वेषाने नासलेल्या अंत:करणामधून आणि द्विभाषिकांच्या विषाने सडलेल्या जिभेमधून निघालेले आहेत. एखादा बाटलेला माणूस आपल्या जुन्या धर्माची शक्य तितकी निंदानालस्ती करण्याची आणि नव्या धर्माचा माथेफिरूपणे प्रचार करण्याची; जशी एकही संधी दवडत नाही, त्याप्रमाणे महाराष्ट्राशी द्रोह करून महाद्विभाषिक धर्माची दीक्षा घेतल्यानंतर; महाराष्ट्राच्या भावना दुखावण्याचा आणि त्याच्या हृदयाला झालेल्या जखमांना मीठ-मिरच्या चोळण्याचा, एकही मोका यशवंतराव सोडीत नाहीत. 'तीन कोटी मराठी माणसांपेक्षा पंडित नेहरू मोठे आहेत,' अशी घोषणा करून पहिली कुऱ्हाड यशवंतरावांनी महाराष्ट्राच्या मस्तकावर मारली. महाराष्ट्राशी द्रोह करूनच्या करून, पुन्हा तुळजापूरच्या भवानीमातेच्या दर्शनाला जाण्याचे त्यांनी नाटक केले व आपल्या पातकी पदस्पर्शाने ते पवित्र मंदिर विटाळून, मराठी जनतेच्या भावना दुखावल्या. महाराष्ट्रावर महाद्विभाषिक राज्य जबरदस्तीने लादून, 'मुंबईसह संयुक्त महाराष्ट्र झालेच आहे!' अशी घोषणा करून; मराठी जनतेची अत्यंत राक्षसी थट्टा करायला त्यांनी कमी केले नाही. तथापि, गेल्या निवडणुकीमध्ये 'महराष्ट्राचे प्रतिशिवाजी! आमचे लाडके यशवंतरावजी' अशी गर्जना कऱ्हाड भागातल्या आपल्या अनुयायी गुंडांकरवी वदवून; त्यांनी छत्रपती शिवाजी महाराजांची जी विटंबना केली आहे, ती महाराष्ट्र कदापि विसरणार नाही! एवढ्याने महाराष्ट्राच्या भावना पुरेशा दुखावल्या नाहीत किंवा महाराष्ट्राची भरपूर विटंबना झाली नाही; म्हणून की काय संयुक्त महाराष्ट्राच्या आंदोलनाला 'भाषिक दंगल' असे संबोधून आणि मोरारजींनी गोळ्या मारून ठार केलेले लोक हे त्या भाषिक दंगलीत मरण पावले आहेत, असे म्हणून त्यांच्या मरणाची जबाबदारी काँग्रेस सरकारवर नसून दंगलखोर संयुक्त महाराष्ट्रवाद्यांवर आहे; असा त्यांनी आता उघड उघड आरोप केला आहे. संयुक्त महराष्ट्राच्या चळवळीची यापेक्षा अधिक बदनामी कोणी करू शकेल काय?

गेल्या वर्षीच्या जानेवारी महिन्यामध्ये मुंबईत आणि महाराष्ट्रात गोळीबार करून माणसे ठार मारण्याचा मोरारजींनी अगदी उच्चांक गाठला. त्या गोष्टीला आता पंधरा महिने झाले. आता त्या मरण पावलेल्या लोकांची यशवंतरावांना आठवण झाली होय? बरी लवकर आठवण झाली म्हणायची. ही आठवण होण्याचे कारण उघडच आहे. गेल्या निवडणुकीमध्ये मुंबईमधल्या आणि महाराष्ट्रातल्या मोठमोठ्या काँग्रेस

रथी-महारथींना मराठी जनतेने धरधरून जेव्हा पालथे पाडले आणि त्यांना अक्षरश:
धूळ चारली; तेव्हा आता आपण मागे गोळीबार केला होता, माणसे मारली होती
अन् त्यांची चौकशी करण्याला नकार दिला होता; याची काँग्रेसवाल्यांना अंधुक
अंधुक आठवण होऊ लागली आहे. नाहीतर गेल्या पंधरा महिन्यांत या नीच लोकांनी
गोळीबाराबद्दल एक अवाक्षरसुद्धा तोंडातून काढले नव्हते. या भारतात एवढी
मोठमोठी माणसे आहेत. राष्ट्रपती राजेंद्रबाबू आहेत. उपराष्ट्रपती राधाकृष्णन आहेत.
राजगोपालाचारी आहेत. सी. पी. रामस्वामी अय्यर आहेत. टंडनबाबू आहेत.
मोठमोठे साधुसंत आहेत. शंकराचार्य आहेत. विद्वान प्राध्यापक आहेत. पण यांपैकी
एकानेही काँग्रेस सरकारच्या गोळीबाराविरुद्ध कधी अक्षर उच्चारले असेल, तर
हराम! नऊ वर्षांत मुंबई राज्यात एक हजार एकशे पंचाऐंशी वेळा गोळीबार करून,
नरराक्षस मोरारजींनी साडेतीनशे माणसे ठार मारली आणि शेकडो माणसे जखमी
केली. प्राणिमात्राच्या प्रेमावर, दयेवर आणि अहिंसेवर आधारलेल्या भारतीय संस्कृतीवर;
ठिकठिकाणी गोळीबार करून काँग्रेसचे राज्यकर्ते डांबर फाशीत आहेत, याचा निषेध
एकट्या विनोबांखेरीज भारतामधल्या एकाही महापुरुषाने केलेला नाही. सारे लेकाचे
काँग्रेसच्या ताटाखालचे मिंधे बनलेले बोके! स्वत:च्या तोंडात एखादे 'पद्मविभूषण'
किंवा 'भारतरत्न' कधी पडते आहे, यावर त्यांचे सारे लक्ष. विनोबांनीदेखील
गोळीबाराचा नुसता शाब्दिक निषेध करण्यापलीकडे दुसरे काही केले नाही, म्हणून
त्यांच्यावर आमचा राग आहे. त्यांनी दिल्लीला जाऊन नेहरूंचा कान पकडून त्यांना
बजावायला पाहिजे होते की, 'खबरदार या बुद्धाच्या नि गांधींच्या भारतात कुठेही
गोळीबार करून तुम्ही नागरिकांचे रक्त सांडलेत तर!' भारतीय जनतेच्या वतीने
विनोबाने एवढे 'प्राणदान', पंडित नेहरूंकडून यापूर्वीच मागून ठेवायला हवे होते.
पण 'प्राणदाना'पेक्षा त्यांना 'भूदान'च अधिक महत्त्वाचे वाटते आहे. विश्वशांतीच्या
आणि पंचशीलेच्या एवढ्या गप्पा मारणारे पंडित नेहरू; पण त्यांनी गोळीबारासंबंधी
गेल्या दहा वर्षांत कधी अवाक्षर काढले नाही. महाराष्ट्रात काँग्रेस जेव्हा नेस्तनाबूत
झाली, तेव्हा कुठे पंडितजींच्या तोंडून शब्द निघाले की; 'गोळीबाराबद्दल सर्वांत
जास्त तिरस्कार आपल्याला वाटतो. एवढेच नव्हे तर गोळीबार म्हटले की,
आपल्या अंगावर काटा उभा राहतो!' पण पंडितजींचे हे उद्गार प्रामाणिकपणाचे
नाहीत. कारण एवढा जर त्यांना गोळीबाराचा तिरस्कार आहे, तर ते ज्या भारताचे
पंतप्रधान आहेत; त्या भारताच्या घटक राज्यांत गेली दहा वर्षे जो वेळोवेळी
गोळीबार झाला आहे, तो मुळी झालाच कसा? पंडितजींच्या भावनेची पर्वा न करता
घटक राज्याचे मुख्य प्रधान बेदरकारपणे गोळीबार करतात, असे का पंडितजींना
म्हणायचे आहे? गोळीबार म्हटले की पंडितजींच्या अंगावर काटा उठतो, तर
भारतात जास्तीत जास्त गोळीबार ज्याने केला; त्या खुनी मोरारजीला आपल्या

मंत्रिमंडळात मांडीला मांडी लावून त्यांनी का बसविले? वस्तुत: मोरारजींचे यांनी तोंडसुद्धा पाहायला नको होते! शिवाय मुंबईत जेव्हा गोळीबार झाला, तेव्हा 'नशीब तुमचे आम्ही बंदुकाच वापरतो आहोत. इतर देशांत असे घडले असते, तर त्यांनी रणगाडेच आणले असते!' असे पंडितजींनी जे उद्‌गार काढले, ते आम्ही विसरलो नाही. गोळीबाराच्या चौकशीला नकार देण्याचे धोरणदेखील पंडितजींनीच ठरविले. तेव्हा गोळीबाराबद्दल पंडितजींनी जे परवा नापसंतीचे उद्‌गार काढले, ते केवळ औपचारिकच होते असे म्हणायला हवे.

सोनुबाईंनी गळ्यात सरी घातली की, तान्हुबाईंनी गळ्यात दोरी बांधलीच पाहिजे; या न्यायाने गोळीबारात बळी पडलेल्या लोकांबद्दल पंडितजींनी तिकडे सहानुभूती दाखविली की, इकडे यशवंतरावांनी त्यांचे अनुकरण केलेच पाहिजे; हा मुळी शिरस्ताच ठरून गेला आहे. तथापि दुष्ट माणसाने चांगुलपणा दाखविण्याचे नुसते नाटक केले, तरी त्याला ते जमत नाही. विषारी वनस्पतीमधून वाहणाऱ्या झऱ्याचे शुद्ध पाणीसुद्धा जसे षिषारी होते; त्याप्रमाणे महाराष्ट्रद्वेषाच्या जहराने तुडुंब भरलेल्या यशवंतरावांच्या अंत:करणातून सहानुभूतीची भाषा जर बाहेर पडली, तर तिला महाराष्ट्रद्वेषाचा भपकारा आल्यावाचून कसा राहील बरे? 'द्विभाषिक राज्य जन्माला येण्यापूर्वी ज्या दुर्दैवी घटना घडल्या, त्यांनी झालेल्या जखमा आणि व्रण बुजवण्याच्या दृष्टीने; भाषिक दंगलीमध्ये जे बळी पडले, त्यांची भरपाई करण्याचे धोरण माझे सरकार अवलंबील.' या वाक्यातला प्रत्येक शब्द न् शब्द दुष्टपणाने ओथंबलेला आहे. 'द्विभाषिक राज्य जन्माला येण्यापूर्वी' ही शब्दरचनाच मुळी लबाडीची आहे. द्विभाषिक राज्य जन्माला आलेच नाही! 'जन्माला येणे' ही नैसर्गिक क्रिया असते. 'मूल' जन्माला येऊ शकते. 'मुसळ' काय जन्माला येते? 'संयुक्त महाराष्ट्र जन्माला येण्यापूर्वी' हा शब्दप्रयोग समर्पक आहे. पण 'द्विभाषिक राज्य जन्माला येण्यापूर्वी' अशी शब्दरचना मुळी होऊ शकतच नाही. 'द्विभाषिक राज्य' हा काँग्रेसश्रेष्ठींनी महाराष्ट्राच्या तीन कोटी जनतेवर केलेला बलात्कार आहे. हीच मुळी सर्वांत दुर्दैवी घटना आहे. या घटनेने झालेल्या जखमा आणि वळ जोपर्यंत 'द्विभाषिक राज्य' अस्तित्वात आहे, तोपर्यंत बुजणे मुळी शक्यच नाही. भाषिक राज्याच्या मागणीला 'भाषिक दंगल' असे संबोधणे, म्हणजेच मराठी जनतेच्या हृदयाला झालेल्या जखमांत मीठ कोंबण्यासारखे आहे. 'संयुक्त महाराष्ट्रा'साठी मराठी जनतेने अहिंसेच्या आणि लोकशाहीच्या तत्त्वांना धरून जी प्रचंड चळवळ केली, ती काय भाषिक दंगल होती होय? भाषिक दंगल झाली कशी? केली कोणी? त्यात बळी कोणाचे पडले? 'फ्लोरा फाउंटन'वर वीस नोव्हेंबर एकोणीसशे पंचावन्न रोजी, जे चौदा बळी पडले किंवा पुढे छपन्न सालच्या जानेवारीत जी एक्याण्णव माणसे मुंबईत आणि महाराष्ट्रात मारली गेली, ते काय 'भाषिक

दंगली'तले बळी होते होय? त्यांपैकी एकही माणूस 'दंगल' करताना मारला गेलेला नाही. त्यांपैकी साठ टक्के माणसे तर आपापल्या घरांत बसलेली असताना, गोळ्या लागून मेली. काँग्रेस सरकारने संयुक्त महाराष्ट्रवाद्यांवर पूर्वी नाना तऱ्हेचे आरोप केले की; त्यांनी अन्य भाषिकांची दुकाने लुटली, घरे जाळली आणि त्यांच्या बायकांवर अत्याचार केले. पण अशी कृत्ये करणारा एकही माणूस गोळी लागून मेला असे सरकारला दाखवता येणार नाही. खरे म्हणजे हे सर्व आरोपच मुळात खोटे आहेत. संयुक्त महाराष्ट्रवाद्यांनी कोणाचेही दुकान लुटलेले नाही, घर जाळले नाही वा अन्यभाषिक स्त्रियांवर अत्याचार केलेले नाहीत. संयुक्त महाराष्ट्रवाद्यांवर सूड घेण्यासाठी आणि त्यांना दहशत बसविण्यासाठी मोरारजीने बेदरकारपणे गोळीबार करून; ज्यांचा प्रत्यक्ष चळवळीशी संबंधही नव्हता, अशी मुले नि माणसे ठार केली. आत्मसंरक्षणासाठी पोलिसांना गोळीबार करावा लागला, असा मुंबई सरकारतर्फे पूर्वी खुलासा करण्यात आला. पण लक्षात ठेवण्यासारखी गोष्ट ही आहे की, संयुक्त महाराष्ट्राच्या आंदोलनात एकही पोलीस वा सरकारी अधिकारी दगावलेला नाही. मग 'भाषिक दंगल' केली कोणी आणि त्यात लोक 'बळी' पडले कसे, या प्रश्नाचे उत्तर अगदी सरळ आहे. मराठी जनतेला मुंबई आणि बेळगावसह संयुक्त महाराष्ट्र द्यायचे नाही, या राक्षसी दुराग्रहाने काँग्रेस सरकारने गोळ्या मारून वाटेल तशी माणसे ठार मारली. ही सर्व माणसे मरून वा जायबंदी होऊन पंधरा महिने झाले. या पंधरा महिन्यांच्या काळात या दुर्दैवी प्राण्यांच्या कुटुंबांचा उदरनिर्वाह कसा चाललेला असेल; याची ज्या यशवंतराव चव्हाणांनी चौकशीसुद्धा केली नाही. त्यांनी आत्ता 'नभोवाणी'वरून नाक वर करून म्हणायचे की; 'या बळी पडलेल्या लोकांना माझे सरकार भरपाई करील!' ही दुष्टपणाची आणि अधमवृत्तीची पराकाष्ठा होय. असे उद्‌गार काढण्याची यशवंतरावांना शरम वाटली पाहिजे. गोळ्या लागून जे मेले, त्यांच्या हाडांची राखरांगोळी होऊन मातीतसुद्धा मिसळून गेली. आणि आता हे हरामखोर जागे होत आहेत!

एकीकडे गोळीबारामध्ये बळी पडलेल्या लोकांबद्दल 'सहानुभूती'ची ही अशी भाषा काढायची आणि दुसरीकडे गोळीबारात मेलेले लोक गुन्हेगार होते असे बोलायचे, असला दुटप्पी दुष्टपणा मोरारजीच्या मानसपुत्राखेरीज दुसऱ्या कोणालाही साधणे अशक्य आहे. गोळीबारात बळी पडलेल्या महाराष्ट्रातल्या लोकांना आर्थिक मदत करू, असे जे यशवंतराव चव्हाण आता म्हणत आहेत; तेच थोड्या दिवसांपूर्वी अहमदाबादच्या गोळीबारात मरण पावलेल्या लोकांना नुकसानभरपाई देता येत नाही, कारण 'ते गुन्हेगार होते' असे सांगून मोकळे झाले आहेत; हे लक्षात ठेवण्यासारखे आहे. याबाबत 'महागुजरात जनता परिषदे'चे अध्यक्ष श्री. इंदुलाल याज्ञिक यांनी जेव्हा पंडित नेहरूंकडे तक्रार गुदरली की, गुजराती हुतात्म्यांना गुन्हेगार म्हणून यशवंतराव चव्हाणांनी त्यांची विटंबना केली आहे; तेव्हा

‘आपण असे मुळी बोललोच नाही’ असा यशवंतरावांनी आत्ता खुलासा केला आहे. पण हा खुलासा करताना यशवंतरावांनी अपल्या हीनपणाचे जे अत्यंत हिडीस प्रदर्शन केले आहे; त्याचा जेवढा निषेध करावा, तेवढा थोडाच आहे. यशवंतरावांचा हा खुलासा असा : ‘महागुजरातच्या चळवळीत जे मेले त्यांच्यासंबंधी विधानसभेत विचारलेल्या एका प्रश्नाला उत्तर देताना मी त्या मृतांचा अपमान केला, अशी इंदुलाल याज्ञिक यांनी तक्रार केली आहे. जे मेले किंवा मारले गेले ते गुन्हेगार होते, असे मी कधीही म्हटले नाही. विधानसभेत मी एवढेच उत्तर दिले की, मृतांपैकी कोणीही निरपराधी असल्याचा पुरावा त्या वेळेपर्यंत उपलब्ध झालेला नव्हता. कोणाचाही अपमान करण्याचा माझा उद्देश नव्हता.’ यशवंतरावांचे हे उत्तर वाचल्यानंतर हा कोण माणूस आहे का राक्षस आहे, असा भ्रम मनात निर्माण झाल्यावाचून राहत नाही. ‘गोळीबारात जे मरण पावले ते गुन्हेगार नव्हते. पण ते निरपराधही नव्हते’, या वाक्याचा अर्थ काय? यशवंतरावांचे महाराष्ट्रीयत्व जसे नष्ट झाले आहे, तसे त्यांचे मराठी भाषेचे ज्ञानसुद्धा नष्ट झाले आहे की काय? एखाद्याला ‘अपराधी आहे’ असे म्हणणे आणि ‘निरपराधी नाही’ असे म्हणणे यांतला फरक यशवंतरावांना समजेनासा झाला आहे की काय? ‘यशवंतराव चव्हाण हे महाराष्ट्रद्रोही आहेत’ असे म्हणणे काय किंवा ते ‘महाराष्ट्रनिष्ठ नाहीत’ हे म्हणणे काय, दोन्हीही सारखेच आहे. अहमदाबादच्या गोळीबारात मरण पावलेल्या माणसांना मी गुन्हेगार म्हणालो नाही, ती निरपराधी नव्हती एवढेच म्हणालो; असा खुलासा करून यशवंतराव चव्हाणांनी मृतात्म्यांची जास्त विटंबना केलेली आहे. म्हणूनच आम्ही म्हणतो की, यशवंतरावांच्या अंगात मोरारजींचा आता संपूर्ण संचार झालेला आहे. मोरारजींच्या पावलावर पावले टाकून वागण्याची यशवंतरावांची प्रतिज्ञा लवकरच ‘यशवंत’ होईल, याविषयी आमच्या मनात संदेह उरलेला नाही. काही दिवसांपूर्वी एका सत्पुरुषाच्या अंत्यसंस्कारानिमित्त यशवंतराव चव्हाण आणि आम्ही स्मशानामध्ये एकत्र आलो होतो. त्या वेळी तेथे अनेक नामवंत मराठी माणसे जमली होती. पण त्यांपैकी एकाही माणसाच्या मनामध्ये यशवंतरावांबद्दल आदर असलेला आम्हाला दिसून आला नाही. जो तो यशवंतरावांकडे पाठ फिरवून होता. कोणीही अक्षराने त्यांच्याशी बोलले नाही. एखाद्या महारोग्याप्रमाणे ते एकटेच बाजूला उभे होते. यावरून महाराष्ट्राचा द्रोह करून द्विभाषिक राज्याचा मारून मुटकून मुख्यमंत्री झालेल्या, या मोरारजींच्या कल्याणशिष्याबद्दल मराठी जनतेच्या मनात किती तिरस्कार आहे हे दिसून येते. ‘एकशे चव्वेचाळीस’ कलमाचे शस्त्र भिरकावून, त्यांनी आपल्या राजवटीचा मुहूर्त केला आहे. आता मोरारजीप्रमाणे ते गोळीबार केव्हा करतात, तेवढेच पाहायचे आहे.

◆

काँग्रेस महाराष्ट्र

काँग्रेसचा खासदार नानू नीछा पटेल!

विलेपार्ले येथे 'मराठी लोकांनी गुजराती स्त्रियांवर बलात्कार केले' अशी ज्या काँग्रेसच्या खासदाराने लोकसभेत मराठी लोकांची खोटी बदनामी केली, त्याने स्वत:च पंधरा वर्षांपूर्वी एका गुजराती स्त्रीवर बलात्कार करण्याचा कसा प्रयत्न केला होता आणि त्याबद्दल त्या वेळी त्याला कशी शिक्षा झाली होती; हे भयंकर रहस्य मी त्या वेळी पुराव्यासकट उघडकीस आणून, 'दैनिक मराठा'चा पहिला वाढदिवस साजरा केला.

या जगात परमेश्वर कधीकधी प्रकट होतो असे वाटते. नाहीतर काही दुष्ट लोकांना त्यांच्याच हयातीत अन् त्यांच्या डोळ्यांदेखत, त्यांच्या पातकांचे शासन झालेच नसते. नाट्यशास्त्राने दैवी 'सुडाच्या देवते (Nemcsis)'चे अस्तित्व मान्य केलेले आहे. म्हणजे नाटकाच्या पूर्वार्धात ज्या खलपुरुषांनी सज्जनांचा छळ केलेला असतो, त्यांना नाटकाच्या अखेरीस शिक्षा म्हणून; शेवटी सत्याचाच जय होतो. नाटक हे मानवी जीवनाचे चित्र आहे. त्यामुळे नाटकाप्रमाणे मानवी जगातही असत्याला आणि दुष्टपणाला शासन करण्यासाठी सुडाची दैवी शक्ती मधून मधून अवतार घेत असते.

महाराष्ट्राचा नाश करण्याची आणि महाराष्ट्राच्या चारित्र्याला डांबर फासण्याची काँग्रेसच्या नेत्यांनी पराकाष्ठा केली. मराठी लोक हे चोर आहेत, लुटारू आहेत. ते गुंड आहेत. हुल्लडबाज आहेत. ते गुजराती स्त्रियांवर भर रस्त्यात अत्याचार करतात.

ते गुजराती स्त्रियांचे स्तन कापतात. ते गुजराती लोकांची घरे जाळतात. व्यापाऱ्यांची दुकाने लुटतात. अशा प्रकारची विधाने करून काँग्रेसचे जबाबदार राज्यकर्ते विधानसभेत अन् लोकसभेत महाराष्ट्राची राजरोस नालस्ती करीत असत. आम्ही त्यांना सांगत असू की, आम्ही हे गुन्हे जर खरोखरच केले आहेत; तर त्याची न्यायालयीन चौकशी करा अन् आम्हाला फासावर चढवा. पण न्यायालयासमोर आम्हाला खेचण्यास ते तयार नसत. उलट कायदेशीरपणे आमचा गुन्हा सिद्ध न करता; ते आमची तोंडे बांधून, आमच्या डोक्यांत धोंडे घालीत.

आम्ही काय करावे? कुठे सांगावे? कोणाच्या खांद्यावर मान ठेवून ढसढसून रडावे अन् म्हणावे, 'नाही हो नाही, आम्ही या गोष्टी केल्या नाहीत. आम्ही छत्रपतींची माणसे आहोत. आम्ही ज्ञानोबांची नि तुकोबांची लेकरे आहोत. आम्ही असे कसे करू? पण आमचे हे सांगणे कोणी खरे मानले असते?' 'राजा लुटी जरी प्रजाजनाला, माता मारी निज बाळाला, बंधु लुटि जरि निज भगिनीला, शरण कुणा जावे' असे कवीने जे म्हटले आहे, तीच आमची गत झाली होती. शेवटी परमेश्वरालाच महाराष्ट्राची दया आली अन् त्याने महाराष्ट्रावर अन्याय करणाऱ्या पातकी काँग्रेस राक्षसांच्या डोक्यावर, आपली गदा हाणायला १९५७ च्या सार्वत्रिक निवडणुकीपासून सुरुवात केली.

त्याच सुमारास महाराष्ट्राच्या अब्रूला डांबर फासणाऱ्या एका बदनाम काँग्रेस खासदाराच्या, एका भयंकर गुन्ह्याची आणि शिक्षेची साद्यंत हकिकत देणारी कायदेशीर कागदपत्रे माझ्या हातात आली. त्यांच्याच आधाराने ती भयंकर कहाणी मी माझ्या पत्रामधून साऱ्या जगाला सांगितली. बुद्धाचे अन् गांधींचे नाव घेऊन उठल्या बसल्या अहिंसेचे आणि चारित्र्याचे टेंभे मिरवणाऱ्या याच काँग्रेसच्या गोटात, किती भयंकर नरराक्षस खादीचे बुरखे पांघरून बसलेले असतात; ते पुराव्यानिशी सर्व लोकांसमोर मी मांडले नि महाराष्ट्राच्या चारित्र्यावर ऊठसूट तोंडाला येईल ते बोलणाऱ्यांचे तोंड बंद केले. आणि 'नवयुग'मध्ये हा लेख लिहिला, 'काँग्रेसचा धंदा महाराष्ट्राची निंदा'.

नानूभाईंच्या या पाजी उद्‌गारांना लोकसभेतील संयुक्त महाराष्ट्रवादी खासदारांनी त्याच वेळी हरकत घेतली. ते संतापून ताडकन उठले नि ओरडले, "नानूभाई, हे साफ खोटे आहे. आपले शब्द मागे घ्या!" पण सभापती श्री. अनंतशयनम अय्यंगार हे नानूभाईच्या संरक्षणाला धावले. ते म्हणाले, "जी गोष्ट आपण डोळ्यांनी पाहिली असे एखादा सभासद सांगतो आहे, त्याला प्रतिबंध करता येणार नाही!" तेव्हा नानूभाईंना आणखीनच जोर चढला. ते गरजले, "संयुक्त महाराष्ट्रवाद्यांना मुंबईचे पाकिस्तान करावयाचे होते. पण मोरारजींच्या कृपेने ते संकट टळले!"

विलेपार्ले येथे काही मराठी माणसांनी गुजराती स्त्रियांवर बलात्कार केले, असा धादांत खोटा अन् पाजी आरोप या बदमाष नानूभाईने लोकसभेत अगदी जाहीरपणे

केला! त्या वेळी पंडित नेहरूंनी अगदी शांतपणे ते शब्द ऐकून घेतले. आपल्या काँग्रेस पक्षाचा एक खासदार असले गलिच्छ आरोप मराठी माणसावर उघडपणे करतो आहे, त्याबद्दल त्यांना यत्किंचितही दु:ख वाटले नाही. मोरारजींच्या पोटात तर त्या वेळी आनंदाच्या गुदगुल्या झाल्या असल्या, तर नवल नाही. कारण त्यांनीही तसलेच गलिच्छ आरोप एका 'मराठी मित्रा'चा (का मैत्रिणीचा?) हवाला देऊन मुंबईच्या विधानसभेत यापूर्वी केले होते.जे अत्याचार आपण डोळ्यांनी पाहिले असे नानूभाई म्हणाला, त्या वेळी तो हलकट माणूस आपल्या घराची दारे बंद करून बसला होता; असे विलेपार्ले येथे त्याच्या घराशेजारी राहणाऱ्या एका मित्राने सांगितले. पण तो मुळी प्रश्नच नव्हता. मुख्य प्रश्न हा होता की- हा 'बलात्कारा'चा धादांत खोटा आरोप नानूभाईंनी मराठी माणसांवर का करावा? 'बलात्कारा'चा आणि नानूभाईंचा काय संबंध होता?

यापुढे आम्ही नानूभाईला 'भाई' म्हणून संबोधणार नाही. पूर्वी हा माणूस स्वत:ला 'नानूभाई' असे संबोधत असे. पण त्याचे सबंध नाव नानू नीछा पटेल असे आहे. हा गुजराती भाषिक असून जातीने 'दुबळा' म्हणजे मागसलेल्या जमातीचा (Schedule Tribe) आहे. सत्तावनच्या सार्वत्रिक निवडणुकीमधे 'बलसाड शेड्यूल्ड ट्राइब' मतदारसंघामधून, काँग्रेस पक्षातर्फे हा नानू नीछा लोकसभेवर निवडून आलेला होता. मोरारजी देसाई हेसुद्धा त्याच मतदारसंघातून सर्वसाधारण जागेवर निवडून आलेले होते.

नानू नीछा हा पूर्वी विलेपार्ले नगरपालिकेचा सभासद होता. चॉकलेट, पेपरमिंट, टॉफी इत्यादी खाद्यवस्तू तयार करणे, हा या नानू नीछाचा व्यवसाय असे. पूर्वी तो विलेपार्ले येथील 'प्युअर प्रॉडक्ट्स' या कंपनीचा मॅनेजर होता. नंतर 'पर्सनल प्रॉडक्टस' नावाच्या कंपनीचा तो मालक झाला. युद्धकाळात या धंद्यावर त्याने खूप पैसा मिळवला. आणि त्या जोरावर त्याने 'लक्ष्मीप्रसाद' अन् 'सत्यनारायण प्रसाद' अशा स्वत:च्या मालकीच्या दोन इमारती विलेपार्ले येथे बांधल्या.

काँग्रेसचे खासदार नानू पटेल यांनी लोकसभेत संयुक्त महाराष्ट्रवाद्यांवर जे धादांत खोटे, खोडसाळ आणि गलिच्छ आरोप केले; त्याचा गेल्या आठवड्यामध्ये महाराष्ट्रात ठिकठिकाणी स्त्री-पुरुषांच्या प्रचंड सभा भरून, जळजळीत निषेध करण्यात आला. गेल्या वर्षीच्या जानेवारीमध्ये मुंबई शहर केंद्रशासित केल्याची घोषणा करून, नेहरूंनी तीन कोटी मराठी जनतेवर एक भयंकर बॉम्बगोळाच टाकला. त्या घोषणेचा सर्व महाराष्ट्रात धिक्कार झाला. त्यामुळे मुख्यमंत्री मोरारजी अत्यंत खवळले आणि त्यांनी मुंबई शहरात आणि इतरत्र राक्षसी गोळीबार करून; अनेक निरपराधी नागरिकांचे, वृद्धांचे, स्त्रियांचे आणि नऊनऊ वर्षांच्या मुलांचे बळी घेतले. तेवढ्याने जणू काही त्यांचे समाधान न होता, त्यांनी संयुक्त महाराष्ट्राच्या चळवळीची

बदनामी करण्याच्या उद्देशाने; मराठी लोकांच्या चारित्र्याला डांबर फासण्याचा प्रयत्न केला. संयुक्त महाराष्ट्रवाद्यांनी अन्यभाषिक स्त्रियांवर अत्याचार केले, अन्यभाषिकांच्या दुकानांची लुटालूट केली, त्यांच्या मालमत्तेची जाळपोळ केली, असे एकापेक्षाही एक भयंकर आरोप केले. मुंबई शहरात कोट्यवधी रुपयांची लूटमार संयुक्त महाराष्ट्रवाद्यांनी केली, अशा तऱ्हेची माहिती आकड्यांनिशी सरकारतर्फे आणि कित्येक हुजऱ्यांतर्फे सांगण्यात आली. ज्या ज्या दुकानदारांची आणि व्यापाऱ्यांची दुकाने लुटली गेली, त्यांना सरकारतर्फे कर्ज देण्याची योजनासुद्धा जाहीर करण्यात आली. पोलिसांच्या बेफाम गोळीबाराला जे निरपराधी नागरिक बळी पडले व ज्यांना गंभीर स्वरूपाच्या जखमा झाल्या, त्यांना सरकारने एका दमडीची मदत केली नाही आणि आधीच विमे उतरून ठेवलेल्या दुकानांची स्वत:च जाळपोळ करून, विमाकंपन्याकडून भरपूर भरपाई मिळवणाऱ्या मुर्दाड व्यापाऱ्यांच्या पदरात मात्र हजारो रुपयांचे कर्ज सरकारने ओतले. मालमत्तेची लुटालूट किंवा जाळपोळ केल्याच्या आरोपावरून ज्यांना ज्यांना आरंभी पकडण्यात आले, त्यांना त्यांना मुकाट्याने सोडून देण्यात आले. ज्यांच्या ज्यांच्यावर खटले भरण्यात आले, त्यांच्या त्यांच्यावर ते आरोप सिद्ध झाले नाहीत. उलट खोटे खटले भरल्याबद्दल कोर्टाने पोलिसांवरच सणसणीत ताशेरे झाडले. अन्यभाषिक स्त्रियांवर अत्याचार झाल्याचे एकंदर सत्तावीस गुन्हे घडले, असे मोरारजीभाईंनी विधानसभेत स्वत:च्या तोंडाने सांगितले. एवढेच नव्हे, तर एका गुजराती स्त्रीला चार माणसांनी भररस्त्यात नग्न केले आणि तिची विटंबना केली; असे आपल्या एका मराठी मित्राने डोळ्यांनी पाहिल्याचा मोरारजींनी हवाला दिला. या मराठी मित्राचे नाव सांगा अशी जेव्हा मागणी करण्यात आली, तेव्हा त्याच्या नावाची वाच्यता न करण्याचे आपण त्याला वचन दिले आहे; असे मोरारजींनी बेशरमपणे दडपून सांगितले. अन्यभाषिक स्त्रीवर अत्याचार झाल्याचा एकही खटला कोर्टापुढे आला नाही किंवा कोणालाही त्या आरोपावरून नुसते पकडण्यातसुद्धा आले नाही. डॉ. काशीबाई अवसरे आणि सौ. विमलाबाई कुंटे या दोन महिलांनी ज्या ज्या ठिकाणी अन्यभाषिक स्त्रियांवर अत्याचार झाल्याच्या अफवा उठल्या होत्या, तेथे तेथे स्वत: जाऊन जातीने चौकशी केली आणि आपल्या या सर्व चौकशीचा निष्कर्ष पुस्तकरूपाने प्रसिद्ध केला. एकाही मराठी माणसाने वा संयुक्त महाराष्ट्रवाद्याने अन्यभाषिक स्त्रीवर अत्याचार केल्याचे उदाहरण त्यांना आढळून आले नाही. केवळ संयुक्त महाराष्ट्रवाद्यांची बदनामी करण्याच्या दुष्ट उद्देशाने, अन्यभाषिक स्त्रियांवर अत्याचार केल्याच्या खोट्या बातम्या कॉंग्रेस सरकारने आणि त्यांच्या हस्तकांनी जाणूनबुजून उठवल्या, हे या दोन महिलांनी दाखवून दिले. सारांश, गेल्या जानेवारी महिन्यात संयुक्त महाराष्ट्रवाद्यांवर जाळपोळीचे, लूटमारीचे आणि अल्पभाषिक स्त्रियांवरील अत्याचारांचे जे जे म्हणून आरोप करण्यात आले

होते; ते ते सरकारला किंवा कोणालाही सिद्ध करून दाखवता आले नाहीत. असे असता नानू पटेलासारख्या काँग्रेसच्या एका जबाबदार खासदाराने लोकसभेत तेच खोटे आणि बनावट आरोप संयुक्त महाराष्ट्रवाद्यांवर पुन्हा करावेत, यापेक्षा जगात अधिक बेशरमपणा असू शकेल काय?

संयुक्त महाराष्ट्राची चळवळ ही काही गुंडांची, मवाल्यांची आणि बदफैली माणसांची चळवळ नाही; ही गोष्ट खासदार नानू पटेल आणि सभापती अनंतशयनम अय्यंगार यांना कळायला हवी होती. 'संयुक्त महाराष्ट्र समिती' ही एक प्रातिनिधिक, जबाबदार आणि प्रभावी संघटना आहे. तिला कोट्यवधी मराठी जनतेचा पाठिंबा आहे. मागील निवडणुकीत समितीच्या अनेक उमेदवारांनी काँग्रेसच्या उमेदवारांचा पराभव केलेला असून, मुंबईच्या विधानसभेत आणि दिल्लीच्या लोकसभेत आज कितीतरी संयुक्त महाराष्ट्रवादी नेते आणि कार्यकर्ते प्रतिष्ठेने बसलेले आहेत; हे त्यांना दिसत आहे. मुंबईसारख्या एका महान नगरीत कॉर्पोरेशनची सूत्रे संयुक्त महाराष्ट्रवाद्यांच्या हाती आलेली आहेत. एवढेच नव्हे; तर महाराष्ट्रातल्या अनेक लोकल बोर्डाचे, म्युनिसिपालिटीचे आणि ग्रामपंचायतीचे कारभार आज संयुक्त महाराष्ट्रवादी चालवीत आहेत. मुंबईच्या काँग्रेस मंत्रिमंडळाने 'संयुक्त महाराष्ट्र समिती'च्या विधानसभेमधील पक्षाला 'विरोधी पक्ष' म्हणून मान्यता दिली आहे. सारांश, 'संयुक्त महाराष्ट्र समिती' हा महाराष्ट्रामध्ये काँग्रेसला एक प्रभावी पर्याय निर्माण झालेला आहे, ही गोष्ट जगजाहीर आहे. असे असता 'संयुक्त महाराष्ट्रवाद्यांनी अन्यभाषिक स्त्रियांवर अत्याचार केले. लूटमार आणि जाळपोळ केली आणि मुंबईचे पाकिस्तान करण्याचा प्रयत्न केला.' असे धादांत खोटे आरोप नानूनी लोकसभेसारख्या जबाबदार जागी करावेत आणि सभापती अनंतशयनम अय्यंगार यांनी त्यांना ते खुशाल करून द्यावेत; ही गोष्ट लोकसभेच्या परंपरेला आणि प्रतिष्ठेला खचित शोभणारी नाही. संयुक्त महाराष्ट्रवादी लोक काय आसामच्या डोंगराळ मुलखातले, नागा टोळीमधले जंगली लोक आहेत; अशी या नानूची समजूत आहे की काय? सभापती अनंतशयनम अय्यंगार म्हणाले की, 'ज्या गोष्टी आपण डोळ्यांनी पाहिल्या असे नानू सांगत आहेत, त्यांना त्या सांगण्यास प्रतिबंध करता येणार नाही.' सभापतींचा हा युक्तिवाद भ्रामक आहे. उद्या विरोधी पक्षाच्या एखाद्या खासदाराने लोकसभेत असे विधान केले की, 'मोरारजी देसाई किंवा सदोबा पाटील किंवा दुसरा कोणी काँग्रेसमंत्री मुंबई शहरात अमक्या अमक्या गल्लीत, अशा अशा भानगडी करताना मी डोळ्यांनी पाहिला.' तर नानूप्रमाणेच त्यालाही सभापती अनंतशयनम अय्यंगार तसे म्हणायला परवानगी देतील काय? असे झाले तर 'डोळ्यांनी पाहिले!' या सबबीवर एकमेकांच्या उखाळ्यापाखाळ्या काढण्याचा आणि एकमेकांवर चिखलफेक करण्याचा, लोकसभा हा एक मोठा चव्हाटाच होऊन बसेल. जे आरोप न्यायालयात

सिद्ध झालेले नाहीत, असे आरोप लोकसभेमध्ये बेदरकारपणे करणे; हा लोकसभेच्या खास सवलतीचा (privileges) भंग आहे, असेच कोणीही म्हणेल. गेल्या जानेवारीमध्ये पोलिसांनी जो गोळीबार केला आणि जे अत्याचार केले, त्याची न्यायालयीन चौकशी करण्यात यावी अशी जाहीर मागणी मराठी जनतेने केली. संयुक्त महाराष्ट्रवाद्यांनी जाळपोळ, लूटमार किंवा अन्यभाषिक स्त्रियांवर अत्याचार केले असे जर काँग्रेस सरकारचे म्हणणे होते; तर ते आरोप सिद्ध करण्याची संधी मराठी जनतेने आपण होऊन सरकारला दिली होती. न्यायालयीन चौकशीची जनतेची ती मागणी सरकारने ताबडतोब मान्य करायची आणि साऱ्या गुन्ह्याचे माप पुराव्यानिशी संयुक्त महाराष्ट्रवाद्यांच्या पदरात घालायचे. म्हणजे साऱ्या जगासमोर संयुक्त महाराष्ट्रवाद्याची चांगली नाचक्की झाली असती आणि त्या मानाने आपण केलेला गोळीबार किती सौम्य आणि संयमित स्वरूपाचा होता, हे काँग्रेस सरकारला साऱ्या जगाला दाखवून देता आले असते. पण न्यायालयीन चौकशीची मागणी मान्य करण्याची मोरारजी देसाई किंवा पं. नेहरू यांची छाती झाली नाही. कारण त्यांना ठाऊक होते की, न्यायालयीन चौकशीमध्ये संयुक्त महाराष्ट्रवादी निर्दोषी ठरले असते आणि काँग्रेस सरकारचे नाक तळापासून कापले गेले असते. म्हणून न्यायालयीन चौकशीची मराठी जनतेची मागणी वाटेल त्या खोट्यानाट्या सबबी सांगून त्यांनी धुडकावून लावली. 'न्यायालयीन चौकशीची जे मागणी करतात तेच स्वत: दंगेखोर असतात,' असे उद्‌गार काढून मोरारजींनी आपल्या बेशरमपणाचा अगदी कळस केला. पंडित नेहरू म्हणाले, "अशी चौकशी करायला फार वर्षे लागतील. त्यामुळे लोकांच्या भावना प्रक्षुब्ध होतील आणि त्यामुळे जखमा दुरुस्त होण्याऐवजी, त्या पुन्हा उकलतील अन् चिघळतील." पंडित नेहरूंच्या या म्हणण्याला चिंतामणराव देशमुखांनी समर्पक उत्तर दिले. ते म्हणाले, "गोळीबाराची चौकशी केल्याने भावना चिघळतील हा मुद्दा टिकाऊ नाही. सत्य कदापि कटुता निर्माण करीत नाही." एवढेच बोलून चिंतामणराव थांबले नाहीत तर, "गोळीबाराची चौकशी करण्याची मागणी नाकारण्याचे तुमचे कृत्य अरेरावीचे आणि असभ्यतेचे आहे. होशियारपूरच्या गोळीबाराची चौकशी तुम्ही करता आणि मुंबईमधल्या नि महाराष्ट्रामधल्या गोळीबाराच्या चौकशीला तुम्ही नकार देता; त्या अर्थी तुम्हा राज्यकर्त्यांच्या मनात महाराष्ट्राबद्दल वैरभाव (animus) आहे." असे पंडित नेहरूंच्या तोंडावर चिंतामणराव देशमुखांनी ठणकावून सांगितले.

भाषिकवादामध्ये झालेल्या जखमा पुन्हा उकलू नयेत किंवा चिघळू नयेत म्हणून न्यायालयीन चौकशीला ज्या पंडित नेहरूंनी नकार दिला, त्यांनी जुन्या जखमा जाणूनबुजून उकरून काढणारे आणि त्यात जहर घालणारे नानू पटेलांचे दुष्ट नि असत्य भाषण शांतपणे कसे ऐकून घेतले; असा आमचा नेहरूंना सवाल आहे. त्यांनी ताड्‌कन उठून नानूंना का सांगितले नाही की, "नानू, असे आरोप मी तुम्हाला

करू देणार नाही. त्यामुळे जुन्या जखमा पुन्हा उकलतील आणि भावना प्रक्षुब्ध होतील.'' गोळीबाराची न्यायालयीन चौकशी नाकारण्याची त्या वेळची नेहरूंची भूमिका जर खरोखरच नि:पक्षपातीपणाची आणि प्रामाणिकपणाची होती, तर त्यांनी या वेळी नानूचे कान उपटायला हवे होते. दुसरीही एक गोष्ट अशी की; अमृतसरच्या काँग्रेसमध्ये राज्यपुनर्रचनेच्या प्रश्नावर बोलताना नेहरूंनी अशी स्पष्ट कबुली दिली होती की, ''मुंबईच्या दंग्याबद्दल मी कुठल्याही जमातीला दोष देत नाही. हा नि:संशय गुंडांचा उद्योग आहे. बहुतेक सर्व दंगल गुंडांनी आणि बदमाषांनी घडवून आणली.'' असे असता मुंबईमधील जाळपोळ, लूटमार इत्यादी दंगल संयुक्त महाराष्ट्रवाद्यांनी केली; असा जेव्हा नानूभाईंनी उघड आरोप केला, तेव्हा नेहरूंनी त्यांना जेथल्या तेथे अडवून सांगायला पाहिजे होते की, ''नानू, तुम्ही हा जो आरोप मराठी माणसांवर करता आहात, तो खोटा आहे. ही सर्व दंगल गुंडांनी आणि बदमाषांनी केली. मराठी माणसांनी केली नाही.'' पण नेहरूंनी तसे काही केले नाही. संयुक्त महाराष्ट्रवाद्यांवर नानू जे गलिच्छ गरळ ओकत होते, ते कान नीट उघडे ठेवून नेहरू शांतपणे ऐकत होते. ते ऐकताना त्यांच्या नि:पक्षपातीपणाला आणि न्यायबुद्धीला यत्किंचितही वेदना झाल्या नाहीत, हे आश्चर्य नव्हे काय? तेव्हा चिंतामणराव देशमुख म्हणाले तेच खरे. पंडित नेहरू झाले काय किंवा गोविंद वल्लभपंत झाले काय, या राज्यकर्त्या काँग्रेसश्रेष्ठींच्या मनात महाराष्ट्राविषयी वैरभाव आहे; याविषयी मुळीच शंका नाही. तीन कोटी मराठी आणि दोन कोटी गुजराती जनतेवर यांनी जास्तीत जास्त अन्याय आणि जुलूम केला. देशातील इतर सर्व भाषिकांना भाषावर राज्ये दिली आणि मराठी आणि गुजराती जनतेला जबरदस्तीने त्यांनी द्विभाषिक राज्याच्या सापळ्यात कोंबले. या जुलमी बलात्काराला त्यांनी विरोध केला; म्हणून त्यांच्यावर गोळ्या झाडून, त्यांनी अनेक निरपराधी लोकांचे प्राण घेतले आणि शेकडो लोकांच्या रक्ताचे पाट रस्त्यावर वाहवले. आणि एवढ्या पातकांचे डोंगर रचूनच्या रचून पुन्हा हेच काँग्रेसनेते; संयुक्त महाराष्ट्रवादी किंवा महागुजरातवादी लोक पुढे आहेत, बदमाष आहेत, स्त्रियांवर अत्याचार करणारे आहेत; असा आक्रोश करीत आहेत याला काय म्हणावे? चोरांच्या उलट्या बोंबा ज्या म्हणतात, त्या काय यापेक्षा निराळ्या असतात होय? खासदार नानू पटेल जे अद्वातद्वा बरळले, ती काही त्यांची स्वत:ची अक्कल नव्हती. नानू कोण कवडी किमतीचा आणि दमडी किमतीचा फडतूस माणूस! त्याच्या मुखाने काँग्रेसश्रेष्ठीच बोलत होते, ही गोष्ट न सांगताही समजण्यासारखी आहे. स्त्रियांवर अत्याचार होत असताना 'मी डोळ्यांनी पाहिले' असे नानू म्हणाले. त्यांना त्याच वेळी कोणी तरी विचारायला पाहिजे होते की, 'बेशरम माणसा, तुझ्या डोळ्यांदेखत तुझ्या भाषाभगिनींवर जेव्हा अत्याचार होत होते, त्या वेळी तू काय हातात बांगड्या घालून बसला होतास? त्या वेळी त्या

अत्याचारी लोकांच्या अंगावर तू का धावून गेला नाहीस आणि त्या स्त्रियांची होत असलेली बेअब्रू तू का वाचवली नाहीस? नामर्द आणि भेकड माणसा, त्या वेळी तुझे पौरुष कुठे शेण खायला खिंडारात गेले होते? स्त्रियांची विटंबना उघड्या डोळ्यांनी तू त्या वेळी खुशाल पाहिलीस आणि आता दीड वर्षांनी तू लोकसभेमध्ये येऊन भोकाड पसरतो आहेस होय? पुरुषांच्या आणि माणसाच्या जातीला लागलेला तू एक 'सफेत डाग' आहेस डाग!' अशी नानूची कोणीतरी त्या वेळी खरमरीत खरडपट्टी काढायला पाहिजे होती. नानूंनी केलेले हे आरोप किती धादांत खोटे आहेत; याचा दुसरा एक अप्रत्यक्ष पुरावा असा की, जर हे अत्याचार नानूंनी स्वत: डोळ्यांनी पाहिले असे ते आता म्हणतात, तर आतापर्यंत तब्बल दीड वर्षे आपल्या तोंडाला टाळे लावून ते का बसले? त्याच वेळी त्यांनी पोलिसांकडे या गुन्ह्याची वर्दी नोंदवली आहे काय? वर्तमानपत्राकडे ही बातमी त्यांनी पाठवली आहे काय? किंवा आतापर्यंत कोणत्या सभेत या प्रकाराची त्यांनी वाच्यता केली आहे काय? या सर्व प्रश्नांना त्यांना नकारच द्यावा लागेल. सारांश, 'स्वत:च्या डोळ्यांनी पाहिलेले' म्हणून नानूंनी ज्याचे लोकसभेत वर्णन केले, ते संयुक्त महाराष्ट्रवाद्यांवर त्यांनी केलेले सारे आरोप संपूर्णपणे खोटे आणि लबाडीचे आहेत; ही गोष्ट सूर्यप्रकाशासारखी स्वच्छ आहे.

पाकिस्तानमध्ये हिंदू शिखांवर लीगवाल्या मुसलमानांनी जसे अत्याचार केले, तसे अत्याचार मुंबई शहरातल्या अन्यभाषिकांवर संयुक्त महाराष्ट्रवाद्यांनी केले; अशा तऱ्हेचा भयानक प्रचार काँग्रेसच्या पुढाऱ्यांनी आणि वृत्तपत्रांनी साऱ्या देशामध्ये करून ठेवलेला आहे. त्यामुळे इतर राज्यांमध्ये मराठी भाषिकांविरुद्ध फार मोठा गैरसमज निर्माण झालेला आहे. दिल्लीला सत्याग्रहासाठी आम्ही जेव्हा गेलो, तेव्हा ही गोष्ट आमच्या निदर्शनाला आली. लोकसभेच्या कित्येक अन्यप्रांतीय खासदारांना जेव्हा आम्ही सांगितले की, 'संयुक्त महाराष्ट्रवाद्यांनी कुठल्याही अन्यभाषिक स्त्रीवर अत्याचार केलेला नसून; उलट मुंबईच्या काँग्रेस सरकारने पोलीस अधिकाऱ्यांच्या मदतीने मुंबई शहरात 'जालियनवाला बागे'ची रंगीत तालीम केली,' तेव्हा त्यांना आश्चर्याचा धक्का बसला. साऱ्या भारतात नव्हे, तर साऱ्या जगात महाराष्ट्राची बदनामी आणि नाचक्की करायची; या हेतूने काँग्रेसने फार मोठे षड्यंत्र निर्माण केलेले आहे. काँग्रेसच्या या कारस्थानात शंकरराव 'देवा'सारखे मराठी आई-बापांच्या पोटी अपघाताने जन्माला आलेले 'दानव'ही आहेत, ही मोठ्या दु:खाची गोष्ट आहे. गेल्या वर्षीच्या मुंबईच्या दंगलीत 'महाराष्ट्रवाद्यांनी मांगल्याची होळी केली. मानव्याला डांबर फासले;' अशी सर्वांच्या आधी जर जास्त बोंब कुणी मारली असेल, तर ती शंकरराव देवांनी. पण पोलिसांनी केलेल्या राक्षसी अत्याचाराविरुद्ध या लबाड माणसाने एक अक्षरदेखील उच्चारले नाही. हे लक्षात ठेवायला हवे. राजस्थानचे

माजी मुख्य प्रधान श्री. जयनारायण व्यास यांनी 'संयुक्त महाराष्ट्रवाद्यांनी अन्य भाषिक स्त्रियां'ची स्तने कापली, असा निवडणुकीच्या एका सभेत जाहीर आरोप केला. आणि त्यांची री नाशिकच्या बेशरम परमिट गोविंद देशपांड्यांनी एका भाषणात ओढली. त्यांचे सव्याज शासन नाशिकच्या मतदारांनी त्यांना निवडणुकीत सपशेल उताणे पाडून दिले. केवळ मराठी भाषिकांचीच बदनामी करून काँग्रेस नेत्यांना समाधान होत नाही. महाराष्ट्रीयांची जी जी पवित्र पूजास्थाने आहेत, तीच भ्रष्ट करून टाकण्याचा या चांडाळांनी उद्योग आरंभलेला आहे. अमेरिकन विद्यार्थी एडवर्ड डीन याला दिलेल्या मुलाखतीमध्ये छत्रपती शिवाजी महाराजांवर मोरारजी देसाईंनी पहिला प्रहार केला की, शिवाजी महाराज हे विश्वासघातकी होते आणि त्यांनी कपटाने अफझलखानाचा खून केला. इंग्रजांनी आपल्या राजवटीत महाराष्ट्राची आणि महाराष्ट्राच्या दैवतांची बदनामी करण्याचा जो प्रकार केला, त्याचाच अधम वारसा त्यांच्याकडून जणू काही काँग्रेस राज्यकर्त्यांकडे चालत आलेला आहे. आणि ब्रिटिश साम्राज्यवाद्यांच्या पावलावर पाऊल टाकून, काँग्रेस राज्यकर्तेही आज छत्रपती शिवाजी महाराजांपासून तो झाशीच्या राणी लक्ष्मीबाईंपर्यंत सर्वांची बदनामी करीत सुटले आहेत. राष्ट्राच्या चारित्र्याला डांबर फासण्याची फार मोठी साथच जणू काही उठली आहे. सत्तावन्न सालच्या स्वातंत्र्ययुद्धात नानासाहेब पेशवे यांनी कानपूर येथे इंग्रज स्त्रियांना भ्रष्ट करून, त्या वेळी त्यांची राक्षसी कत्तल केली; असा त्या वेळी त्यांच्यावर इंग्रजांनी आरोप केला होता. काँग्रेस सरकारने पुरस्कृत केलेल्या डॉ. सेन (किंवा 'इनसेन') यांच्या नुकत्याच प्रसिद्ध झालेल्या नव्या ग्रंथातही नानासाहेबांनी केलेल्या कत्तलीची वर्णने दिलेली आहेत. पण सुप्रसिद्ध इंग्रज इतिहासकार 'के. आणि मॅलेसन' या दोघांनी 'हिस्टरी ऑफ इंडियन म्युटिनी' खंड १, पान २१७ वर 'The massacre was nothing but a fiction of an excited imaginations, too readily believed without enquiry and circulated without thought. None was mutilated, none was dishonoured' (कत्तलीची कथा ही केवळ कपोलकल्पित कादंबरी आहे. चौकशी न करता लोकांनी तिच्यावर विश्वास ठेवला आणि विचार न करता प्रचार केला. कोणाचीही हत्या करण्यात आली नाही किंवा कोणाचीही बेअब्रू झाली नाही), असे ढळढळीत सांगितले आहे. नानू पटेल यांची विलेपार्ले येथे सं. महाराष्ट्रवाद्यांनी केलेल्या अत्याचाराची अशीच कपोलकल्पित कादंबरी रचलेली आहे, दुसरे काय? नानूनी लावलेल्या या आगीत 'महाराष्ट्र प्रदेश काँग्रेस'चे चिटणीस तुळशीदास जाधव यांनी, "घोड्यावर स्वार होऊन हातात तलवार घेतलेल्या राणी लक्ष्मीबाईचा वा अफझलखानाचा वध करणाऱ्या शिवाजीचा आदर्श आजच्या आमच्या मुलांसमोर ठेवायचा नाही," असे पाजीपणाचे उद्‌गार काढून आगीत पेट्रोल ओतले आहे. झाशीच्या राणी लक्ष्मीबाईसाहेब यांचा आदर्श मुलांसमोर ठेवायचा

नाही, तर मग काय फलटणच्या राणी लक्ष्मीबाईचा आदर्श ठेवायचा? दुष्ट अफझलखानाचा वध करणाऱ्या श्री शिवछत्रपतींचा आदर्श मुलांच्यापुढे ठेवायचा नाही, तर काय निरपराधी नागरिकांची कत्तल करणाऱ्या नरराक्षस मोरारजींचा आदर्श त्यांच्यापुढे ठेवायचा? मुंबईचे सुप्रसिद्ध इतिहाससंशोधक प्रा. न. र. फाटक यांना तर सत्तावनी स्वातंत्र्यसमर ही 'शिपायांची नुसती गर्दी' वाटते. 'झाशीची राणी ही स्वातंत्र्यदेवता नव्हती. ती इंग्रजांची पक्षपाती होती. तात्या टोपे यांना पकडून देणाऱ्या दगलबाज राजा मानसिंगांच्या पंगतीत, ती बसणार होती; पण थोडक्यात निभावली. ग्वाल्हेर सोडून पळत असता गोळी लागून ती मेली,' अशा तऱ्हेने 'झाशीच्या स्वातंत्र्यलक्ष्मी'ची जेवढी म्हणून बदनामी करता येईल, तेवढी प्रा. न. र. फाटक यांनी केली आहे. सारांश, महाराष्ट्राच्या जनतेची आणि दैवतांची विटंबना करण्याचे एक फार मोठे कारस्थान काँग्रेस सरकारने या देशात उभारले आहे. नानू पटेल झाले काय, तुळशीदास जाधव झाले काय किंवा प्रा. न. र. फाटक झाले काय, हे या कारस्थानामधले दुय्यम आणि तिय्यम दर्जाचे हस्तक आहेत. यांचा नुसता निषेध करून भागायचे नाही, तर महाराष्ट्राची निंदानालस्ती करण्याची ही जी जहरी प्रवृत्ती आजकाल काँग्रेसच्या मोठमोठ्या नेत्यांमध्ये निर्माण झाली आहे; ती प्रत्येक वेळी जाहीरपणे ठेचून काढण्याच्या कामी महाराष्ट्रीय जनतेने आळस करू नये, असे आमचे तिला आवर्जून सांगणे आहे.

◆

काँग्रेस महाराष्ट्र

यशवंतरावांचे अभीष्टचिंतन!

भारत सरकारचे गृहमंत्री नामदार यशवंतराव चव्हाण आज वयाच्या पंचावन्नाव्या वर्षांत पदार्पण करीत आहेत. स्वराज्याच्या गेल्या साडेवीस वर्षांमध्ये डॉ. बाबासाहेब आंबेडकर, काकासाहेब गाडगीळ, हरिभाऊ पाटसकर, चिंतामणराव देशमुख आणि यशवंतराव चव्हाण या केवळ पाचच मराठी माणसांना भारताच्या केंद्रीय मंत्रिमंडळात स्थान लाभले आहे. या मालिकेत 'मराठी माणूस' म्हणून स. का. पाटलांचा समावेश आम्हाला करता येत नाही, कारण महाराष्ट्रासाठी आणि मराठी माणसांसाठी त्यांनी खास असे काहीच केले नाही. केंद्रीय संरक्षणमंत्रिपद आणि केंद्रीय गृहमंत्री ही दोन महत्त्वाची खाती एकापाठोपाठ एक सांभाळण्याचा मान मिळालेले यशवंतराव, हे केवळ एकमेवच महाराष्ट्रीय आहेत. वयाची पंचावन्न वर्षे उलटण्याच्या आत हे महापद यशवंतरावांनी हस्तगत केले, हेही लक्षात ठेवले पाहिजे. यशवंतरावांना पिढीजात श्रीमंती, नामांकित घराणे, वडिलोपार्जित नावलौकिक, अत्युच्च शिक्षण, अथवा एखाद्या श्रेष्ठ नि वजनदार नेत्याची प्रथमपासून मेहरनजर; यांपैकी कशाचेही पाठबळ नव्हते.

सातारा जिल्ह्यामधल्या देवराष्ट्रे या खेड्यातील एका सामान्य माणसाचा यशवंतराव हा मुलगा! अशा अशिक्षित, गरीब नि खेडवळ कुटुंबातला मुलगा जेमतेम शाळेच्या काही इयत्ता ओलांडण्याऐवजी; कॉलेजमध्ये जाऊन,

वकिलीची पदवी-परीक्षा उत्तीर्ण झाला, हाच सामान्यत: - विशेषत: त्या काळात -
मोठा 'पराक्रम' मानला जायचा. पण केवळ तेवढ्यावर समाधान न मानता राजकारणात
शिरून नि १९४२ मधील प्रतिसरकारच्या लढ्यात महत्त्वाची कामगिरी बजावून,
यशवंतरावांनी सातारा जिल्ह्यात स्वत:चे नाव गाजविले आणि पुढे मुंबई राज्याच्या
विधिमंडळात आमदार म्हणून ते निवडून आले. पण तेवढ्यावरही न थांबता; प्रथम
त्या राज्याच्या मंत्रिमंडळाचे संसदीय चिटणीस, मग त्या राज्याचे एक मंत्री, नंतर
द्विभाषिकाचे आणि त्यामागून महाराष्ट्राचे मुख्यमंत्री, त्यानंतर भारताचे संरक्षणमंत्री
आणि त्यापाठोपाठ भारताचे गृहमंत्री; अशा एकाहून एक मोठ्या यशाच्या पायऱ्या
यशवंतराव भराभर चढत जे गेले; ते निव्वळ प्रखर बुद्धिमत्तेच्या, असामान्य
कर्तबगारीच्या, लवचीक मुत्सद्देगिरीच्या नि कणखर चिकाटीच्या बळावर होय; यात
तिळमात्र शंका नाही.

यशवंतरावांशी आमचे यापूर्वी अनेक प्रश्नांवर तीव्र मतभेद होते आणि
आजही आहेत. त्यांनी मुंबईसह संयुक्त महाराष्ट्राच्या स्थापनेला विरोध करून
द्विभाषिकाला दिलेला पाठिंबा; संयुक्त महाराष्ट्राच्या लढ्यामधील हुतात्म्यांची
'गुंड' म्हणून त्यांनी केलेली बदनामी (अर्थात, त्याच हुतात्म्यांचे स्मारक करायला
त्यांनी पुढे मदत केली नि त्याला अभिवादन करण्यासाठी ते स्वत: पायी चालत
आले, ती गोष्ट निराळी); भाऊसाहेब हिऱ्यांना राजकारणातून उठवून स्वत:
मुख्यमंत्री होण्यासाठी मोरारजींशी त्यांनी केलेले छुपे संगनमत; तांबव्याच्या
विष्णू बाळा प्रकरणी त्यांनी केलेली निर्दय चकवाचकवी; महाराष्ट्र काँग्रेसमधील
आपल्या कर्तबगार सहकाऱ्यांना डावलून, स्वत:च्या निव्वळ होयबांची उच्चपदांवर
वर्णी लावण्याचे त्यांचे गटबाज डावपेच; विरोधी पक्षात फूट पाडून काँग्रेसची
खोगीरभरती करण्यासाठी त्यांनी वापरलेले संधीसाधू तंत्र; मराठी सीमाप्रदेशांच्या
प्रश्नावर गेली बारा वर्षे त्यांनी पुन:पुन्हा घेतलेली दुटप्पी भूमिका नि विशेषत:
त्या सीमाप्रदेशांचा घात करणाऱ्या महाजन कमिशनची नेमणूक करण्यात, त्यांनी
घेतलेला पुढाकार; महाराष्ट्राचा हाडवैरी निजलिंगप्पा याला काँग्रेसचा अध्यक्ष
करायला त्यांनी दिलेली मूकसंमती; काँग्रेसच्या वरिष्ठ पुढाऱ्यांतील स. का.
पाटील-अतुल्य घोष-कामराज इत्यादींच्या इरसाल प्रतिगामी 'सिंडिकेट' गटाशी,
अलीकडे त्यांनी केलेली हातमिळवणी; 'शिवसेने'ला एकाच वेळी 'प्रतिगामी',
'प्रांतीयवादी', 'फॅसिस्ट' पण 'देशाभिमानी' म्हणण्याची त्यांची तारेवरील कसरत
इत्यादी बाबतीत त्यांची वागणूक आम्हाला कधी पटली नाही नि यापुढेही पटणार
नाही. गेल्या सार्वत्रिक निवडणुकांत नि त्यानंतर राजस्थान, पंजाब, हरियाना,
उत्तर प्रदेश, बिहार नि बंगाल या राज्यांमध्ये स्थापन झालेल्या काँग्रेसविरोधी
पक्षांची मंत्रिमंडळे उलथून पाडण्याच्या लोकशाहीविरोधी कारवायांत यशवंतरावांनी

जी भूमिका वठवली; ती त्यांना शोभा देणारी नक्कीच नाही. विशेषत: राज्यपालांच्या खास अधिकाराचा गैरवापर करून, बंगालमधील डाव्या पक्षांच्या आघाडीचे मंत्रिमंडळ खाली ओढण्याचा हा जो व्यूह यशवंतरावांनी रचला; तो अत्यंत लांछनास्पद होता. जनतेच्या इच्छेविरुद्ध काँग्रेसला वेगवेगळ्या राज्यांत पुन्हा अधिकारावर आणण्याची ही धडपड अखेर काँग्रेस पक्षाच्या नि व्यक्तिश: यशवंतरावांच्या अंगलटच येणार असल्याची स्पष्ट चिन्हे, आत्ताच दिसू लागलेली आहेत; पण यशवंतरावांच्या वाढदिवशी त्यांचे अभीष्टचिंतन करण्याऐवजी, त्यांच्या केवळ उखाळ्यापाखाळ्याच काढत बसण्याची आम्हाला इच्छा नाही.

यशवंतरावांना आमच्याकडून त्यांची खोटी स्तुती आवडणार नाही अशी खात्री असल्यामुळेच; त्यांच्या कारकिर्दीविषयी आमची काय टीका आहे, ती निर्भीडपणे आम्ही लिहिली. पण यशवंतरावांची बुद्धिमत्ता, मुत्सद्देगिरी नि कर्तृत्व त्यांनी योग्य तऱ्हेने वापरल्यास; राष्ट्राचे नि महाराष्ट्राचे फार मोठे हित साधणे त्यांना शक्य आहे, यात आम्हाला तिळमात्र शंका नाही. म्हणूनच महाराष्ट्राच्या सर्वांगीण उत्कर्षाचा ध्यास घेतलेला एक मराठी माणूस, तसेच लोकशाहीवर नि समाजवादावर श्रद्धा असलेला भारताचा एक नागरिक या नात्याने; आम्हाला यशवंतरावांकडून काय अपेक्षा आहेत, हे येथे थोडक्यात सांगतो. आमची पहिली अपेक्षा ही की, मराठी सीमाप्रदेशाच्या प्रश्नावर महाराष्ट्राला खरा नि संपूर्ण न्याय मिळावा म्हणून यशवंतरावांनी आपला केंद्रीय गृहमंत्रिपदाचा अधिकार खंबीरपणे वापरावा आणि खेडे हा सीमाघटक मानण्याच्या, तसेच त्या सीमाप्रदेशातील जनतेने आजवरच्या सर्व निवडणुकांत दिलेला कौल स्वीकारण्याच्या; स्पष्ट नि तत्त्वनिष्ठ भूमिकेतून, त्या सीमाप्रदेशाचा प्रश्न तत्काळ सोडवावा. डांग जिल्हा, तसेच धुळे जिल्ह्यातील नि उंबरगाव तालुक्यातील मराठी खेडी गुजरातमध्ये डांबून; महाराष्ट्रावर करण्यात आलेल्या अन्यायाचेही याच मार्गाने परिमार्जन करण्यासाठी, यशवंतरावांनी कंबर कसावी. गोवे महाराष्ट्रामध्ये तत्काळ सामील व्हावे, यासाठीही यशवंतरावांनी दमदार पावले उचलावी. कृष्णा-गोदावरीच्या नि त्यांच्या उपनद्यांच्या पाण्याचे वाटप, महाराष्ट्रातून भारत सरकारला करांच्या रूपाने मिळणाऱ्या उत्पन्नाचा योग्य प्रमाणशीर वाटा महाराष्ट्राला परत मिळणे इत्यादी हरएक बाबतीत महाराष्ट्राविरुद्ध केंद्रीय सत्ताधाऱ्यांकडून होणारा पक्षपात दूर करण्यासाठी यशवंतरावांनी झगडावे. सुब्रह्मण्यम हे केंद्रीय अन्नमंत्री असताना, मद्रासमधील हिंदीविरोधकांची तळी उचलून धरण्यासाठी ते जर राजीनामा द्यायला निघाले; संजीव रेड्डी केंद्रीय पोलादमंत्री असताना आंध्रमधील विशाखापट्टम येथे पोलादाचा कारखाना निघावा, म्हणून त्यांनी जर खटपट केली; कामराज काँग्रेसचे अध्यक्ष असताना त्यांनी जर भारत सरकारला न जुमानता, मद्रासमधल्या

हिंदीविरोधकांची उघडपणे बाजू घेतली; तर महाराष्ट्रावरील अन्यायांचे निवारण करण्यासाठी यशवंतरावांनी आपल्या केंद्रीय गृहमंत्रिपदाची प्रतिष्ठा इरेला लावणे; 'राष्ट्रीय ऐक्याला' बाधक, अथवा 'प्रांतीयवादी वृत्तीचे' ठरेल, असे मानायला काहीच कारण नाही. उलट हे अन्याय कायम राहिल्याने महाराष्ट्रामधे भारत सरकारविरुद्ध नि काँग्रेसविरुद्ध धुमसणारा वाढता असंतोषच यशवंतरावांना, भारत सरकारला नि महाराष्ट्रामधील काँग्रेसला जाचक ठरेल.

महाराष्ट्राच्या या प्रश्नांखेरीज सबंध राष्ट्राच्या आर्थिक नि राजकीय प्रश्नांबाबत केंद्रीय सत्ताधारी काँग्रेसवाले; जे थैलीशाहीधार्जिणे, जनताविरोधी, परावलंबी नि दिवाळखोर धोरण वाढत्या प्रमाणात स्वीकारीत आहेत; ते आमूलाग्र बदलून, त्या धोरणाला पुरोगामी दिशा लावण्यासाठी; तसेच राज्यकारभारातील वाढत्या भ्रष्टाचाराचे निर्मूलन करण्यासाठी केंद्रीय गृहमंत्री या नात्याने यशवंतरावांनी आपले सर्व वजन नि सामर्थ्य पणाला लावावे. काँग्रेसची कोसळती सत्ता सावरण्यासाठी, वेगवेगळ्या राज्यांतील काँग्रेसविरोधी मंत्रिमंडळांविरुद्ध लोकशाहीविरोधी कारवाया करण्याऐवजी; जनतेचा कौल मान्य करून, त्या मंत्रिमंडळांशी खरा नि:पक्षपाती नि लोकशाहीवादी रीतीने वागण्याचा पायंडा यशवंतरावांनी पाडावा. मध्यवर्ती राज्यभाषेच्या प्रश्नावर खुद्द भारत सरकारमध्ये नि काँग्रेसमध्ये माजलेला सावळा गोंधळ थांबवून; देशाच्या सर्व भागांमधील जनतेला न्यायाची, समानतेची नि विकासाची शाश्वती वाटेल, असे समजूतदार; पण त्याच वेळी खंबीर भाषाविषयक धोरण आखण्यात यशवंतरावांनी पुढाकार घ्यावा. राष्ट्रावरील चिनी आणि पाकिस्तानी लष्करी आक्रमणाबाबत, तसेच अमेरिकेच्या आर्थिक नि राजकीय आक्रमणाबाबत काँग्रेसवाल्या केंद्रीय सत्ताधाऱ्यांनी आजवर स्वीकारलेले लटपटीत नि नेभळट धोरण बदलून; त्याऐवजी कणखर राष्ट्रधोरण स्वीकारले जावे, म्हणून यशवंतरावांनी कसून झगडावे. काँग्रेस राजवटीचा डळमळीत डोलारा यापुढे कायमचा सावरला जाणे अशक्य आहे आणि भारताचे भवितव्य विरोधी पुरोगामी पक्षांच्या हाती भारताची सत्ता येण्यामुळेच उज्ज्वल होईल, अशी आमची निष्ठा आहे. पण यशवंतरावांना ते मान्य होण्याची निदान सध्या तरी आम्हाला आशा नाही; म्हणून काँग्रेसपक्षीय केंद्रीय मंत्रिमंडळामध्ये राहूनच यशवंतराव काय करू शकतील, याविषयीच्या अपेक्षा आम्ही व्यक्त केलेल्या आहेत. यशवंतरावांच्या अंगी असलेल्या गुणांची आम्हाला ओळख असल्यामुळेच नि त्यांच्याविषयी आम्हाला आदर असल्यामुळेच या अपेक्षा आम्ही व्यक्त करीत आहोत, हे उघड आहे. नाही तर ज्याच्या अंगी लायकीच नाही, त्याच्याविषयी अपेक्षा व्यक्त करण्यात काय अर्थ आहे! यशवंतरावांच्या रक्तात समाजवाद मुरलेला आहे; हे त्यांनी राजेलोकांच्या तनख्याबाबत जे पुरोगामी धोरण पत्करले आहे, त्यावरून स्पष्ट झाले आहे! यशवंतरावांशी आमचे कितीही राजकीय नि पक्षीय मतभेद असले, तरी व्यक्तिश:

आम्ही त्यांना आमचे मित्र मानतो आणि त्यांनीही आमच्याशी व्यक्तिश: मैत्रीचेच वर्तन सदैव ठेवलेले आहे.

यशवंतरावांच्या बुद्धिमत्तेचा पल्ला केवळ राजकारणापुरताच मर्यादित नाही. ते एक साहित्यप्रेमी, कलाप्रेमी नि नाट्यप्रेमी रसिक आहेत. त्यांना समाजजीवनाच्या सर्व अंगांविषयी रस आहे, ते उत्कृष्ट वक्ते आहेत. संभाषणचतुर आहेत. शिष्टाचारात निपुण आहेत. त्यांचे व्यक्तिमत्त्व अतिशय प्रसन्न आहे. म्हणूनच आम्हाला त्यांच्याविषयी आपुलकी वाटते. आम्ही व्यक्त केलेल्या अपेक्षा यशवंतरावांकडून पूर्ण होवोत आणि अशा प्रकारे राष्ट्राचे नि महाराष्ट्राचे हित साधून त्यांचे 'यशवंत' हे नाव सार्थ करण्यासाठी त्यांना दीर्घ आणि निरोगी आयुष्य लाभो, अशी सदिच्छा व्यक्त करून, त्यांच्या वाढदिवसानिमित्त आम्ही त्यांचे मन:पूर्वक अभीष्टचिंतन करतो.

◆